रंगपंचमी

वपु काळे

मेहता पब्लिशिंग हाऊस

RANGPANCHAMI by V. P. KALE

रंगपंचमी : वपु काळे / ललित गद्य

Email : author@mehtapublishinghouse.com

© स्वाती चांदोरकर व सुहास काळे

मराठी पुस्तक प्रकाशनाचे हक्क
मेहता पब्लिशिंग हाऊस, पुणे.

प्रकाशक

सुनील अनिल मेहता, मेहता पब्लिशिंग हाऊस,
१९४१, सदाशिव पेठ, माडीवाले कॉलनी,
पुणे – ४११०३०.
Email : production@mehtapublishinghouse.com
Website : www.mehtapublishinghouse.com

प्रकाशनकाल : जानेवारी, १९८० /
ऑगस्ट, १९८३ / डिसेंबर, १९९५ /
डिसेंबर, २००० / जून, २००५ /
नोव्हेंबर, २००६ / जुलै, २००८ /
सप्टेंबर, २००९ / ऑक्टोबर, २०१० /
जानेवारी, २०१२ / फेब्रुवारी, २०१३ /
डिसेंबर, २०१३ / जून, २०१५ /
जानेवारी, २०१७ / पुनर्मुद्रण : फेब्रुवारी, २०१९

मुखपृष्ठ : शि. द. फडणीस

P Book ISBN 9788177665789
E Book ISBN 9788184987485
E Books available on :
play.google.com/store/books
www.amazon.in/b?node=15513892031

◆ या पुस्तकातील लेखकाची मते, घटना, वर्णने ही त्या लेखकाची असून त्याच्याशी प्रकाशक सहमत
असतीलच असे नाही.

माणसावर मनापासून प्रेम करणाऱ्या
एका साध्या माणसाचं हे लेखन.
ह्या एका साध्या माणसावरही जिवापाड प्रेम करणारी
असंख्य माणसं भेटली.
खूप घेतलं आहे... मात्र खूप द्यायचं राहून गेलंय.
प्रवासाला निघाल्यावर,
सावल्या देणाऱ्या झाडांची संख्या मोजता येते का?
लक्ष्मणच्या चित्रात आपल्याला एक गोंधळलेला, घाबरलेला,
अस्वस्थ झालेला कॉमन मॅन दिसतो.
तसा मी एक सामान्य माणूस.
चारचौघांसारखा मी जगलो. जे जगलो ते लिहिलं.
म्हणूनच चारचौघांची मान्यता झटपट मिळाली.
खरं तर... चारचौघांनीच त्यांनी स्वत:ची चित्रं
बघत-बघत मला मोठा बनवलं.
चारचौघांकडून मी खूप घेतलं आणि ते माझं स्वत:चं
असं म्हणत समोर ठेवलं.
गंगेचं पाणी 'अर्घ्य' म्हणून ओंजळीत घेऊन
पुन्हा ते गंगेलाच अर्पण करायचं, तसं मी केलं.
आयुष्याच्या आजवरच्या खेळात मी रंगपंचमीसारखा रंगलो.
अनेकांनी प्रेम करून मला निरनिराळ्या रंगांनी न्हाऊ घातलं.
माझा मूळ रंग कोणता मलाही आता सापडणार नाही.
त्या अनेक रंगांपैकी काही रंगांची ही रंगपंचमी.
'मराठी शायरी'कार वा. वा. पाटणकरांच्या शब्दांत सांगायचं झाल्यास—
'सांगेल काही भव्य ऐशी शायरी माझी नव्हे
तो कविचा मान, तितुकी पायरी माझी नव्हे
आम्ही अरे साध्याच अपुल्या जीवना सन्मानितो
सन्मानितो हासू तसे या आसवा सन्मानितो.'

प्रिय दिलीप,

ह्या जगात सगळंच अशाश्वत, क्षणभंगुर.

पण तरीही क्षणाला, एका क्षणाचं का होईना,

अस्तित्व असतं.

जसा जीव एका क्षणात जातो, त्याचप्रमाणे वॉकमन, टेपरेकॉर्डर,

कॅल्क्युलेटरसारख्या वस्तूही अशाच कोणत्या तरी क्षणी 'राम' म्हणतात.

भारतीय बनावटीच्या वस्तूंबद्दल बोलायलाच नको.

म्हणून हे अशाश्वत आयुष्य, क्षणाक्षणाने का

होईना म्हणून शाश्वत वस्तूंनी सोपं करायचं.

आज जीवनावश्यक म्हणा किंवा हौस म्हणून

ज्या परदेशी गोष्टी मी तुमच्या दुकानातून घेतल्या,

त्यांच्या आधारावर मी निर्धास्त आहे.

ह्या गोष्टी मला अन्यत्र, मुंबईत कुठेही मिळू शकतात.

पण मी तुमच्याकडेच का येतोय,

Man behind the counter साठी.

तुमच्या दुकानातल्या एकूण एक imported

वस्तूंपेक्षा भारतीय दिलीप काब्रा–ही सर्वांत

आकर्षक आणि शाश्वत मैत्रीच्या नात्याने भरलेली चीज आहे.

पुन्हा नव्याने 'रंगपंचमी'चा प्रारंभ करणारी गोष्ट 'दिलीप काब्रा.'

ही 'रंगपंचमी' तुम्हाला.

—वपु.

प्रिय केशवराव कोठावळे,

'माझा चित्रकलेचा छंद' या विषयावर तुम्ही लेख मागवलात, 'ललित' दिवाळी अंकासाठी.

मी त्यापायी जाम विचारात पडलोय. कारण काय? सांगतो.

चित्रकलेच्या छंदाबद्दल सांगायचं म्हणजे थेट बालपण आलं. भूतकाळाला हात घालणं आलं आणि बालपण आलं की सगळंच आलं.

इतके दिवस मी हेच टाळत आलो.

आत्मचरित्र वगैरे तर सोडाच, पण आठवणींच्या निमित्तानंदेखील मला स्वत:बद्दल काही सांगायचं नव्हतं.

आयुष्यातील निम्म्याहून अधिक घटना आपोआप घडत जातात आणि प्रेक्षकापलीकडे आपली कोणतीही भूमिका नसते.

कधीकधी तर आपण चोख प्रेक्षकही नसतो. अनेक गोष्टी समोर घडतात. आपण त्या नीट बघतही नाही.

पण, असं कुणी आवाहन केलं, की 'छंद कोणता?'
मग आपण सरसावून बसतो. बावन्न पानांतील एक्का, राजा, राणी, गुलाम एवढीच चित्रं काढून घेतो आणि फक्त जिंकलेल्या खेळांच्या आठवणी समोर मांडू लागतो. जे आपण पाह्यलंच नाही किंवा जे डाव आपण हरलो, त्या पराभवाच्या कहाण्या आपण सांगत नाही.
'माझा चित्रकलेचा छंद' ही अशीच एक पराभवाची कहाणी आहे.
आपण चोख प्रेक्षकही नसतो हे विधान मी माझ्याच संदर्भात करीत आहे. चोख प्रेक्षक होण्यासाठी काही जाणिवा जाग्या व्हाव्या लागतात. स्वत:च्या दैनंदिनीबरोबरच समाज आणि सामाजिक परिस्थितीकडे बघण्याची नजर तयार व्हावी लागते. समाज तर सोडाच पण मी स्वत:च्या घराकडेही जाणिवेनं पाह्यल्याचं मला स्मरत नाही. परिस्थिती बेतास बात होती. डेक्कन जिमखाना म्हणजे पुण्यातील बड्या माणसांचा विभाग. त्या विभागात बंगला, एवढीच जमेची बाजू. बाकी सगळी परिस्थिती चारुदत्तासारखीच. पण तरीही घराकडे पाहायचं असतं हे माहीत नव्हतं. माझ्या आईनं संसार कसा केला असेल हे तिचं तिलाच माहीत. कारण ओढगस्तीच्या परिस्थितीची झळ तर सोडाच पण जाणीवही झाली नाही. अलीकडे विषय निघतो तेव्हा ती म्हणते,
''तुम्ही मुलं समजूतदार होतात, दिसेल ती वस्तू मागणारे नव्हतात.''
आम्हाला असं काय दिसत होतं?

काहीच नाही. १९८२ सालातला समाज आणि चाळीस सालातली आर्थिक परिस्थिती अशी अवस्था असती तर आमचा समजूतदारपणा टिकला असता का? चैनीची कमाल मर्यादा म्हणजे एका आण्यात ग्लासभर उसाचा रस पिणे, किंवा दारावर येणारा माकडाचा खेळ बघणे. पुण्यातली त्या काळातली महागाई जेव्हा परवडेना, तेव्हा एक वर्ष वाईला राह्यलो. शालेय जीवनातील एक वर्ष पोत्याच्या सतरंजीवर गेलेलं आहे. फक्त त्या काळात मांडी घालून बसण्याच्या पद्धतीला 'भारतीय बैठक' हा शब्द असल्याचं माहीत नव्हतं. महिना पस्तीस रुपयांत आईनं वाईला एक वर्ष संसार चालवला. तरीही आठवतं, आईचे पितळेचे डबे कधी परिस्थितीची झळ लागून काळवंडले नाहीत आणि त्याही दिवसांत एखाद्या डब्यात वा बरणीत जर्दाळू सापडत होते.

वडील चित्रकार. घरात चित्रकलेसाठी लागणाऱ्या सगळ्या गोष्टी होत्या. पण माझं आणि वडिलांचं चित्रकलेत जमलं नाही. फ्रीहॅण्ड ड्रॉइंग हा जो प्रकार आहे; तो मी घरातच शिकलो. पण ऑब्जेक्ट ड्रॉइंग, नेचर ड्रॉइंग ह्या प्रकारांचा मनस्वी कंटाळा आणि त्याहीपेक्षा खरं सांगायचं झालं तर चित्रकलेपेक्षा माझा ओढा संगीताकडे जास्त होता. त्या काळात, म्हणजे एकोणचाळीस-चाळीस सालात, पॅरीस रिड्सची हार्मोनियम घरात होती. संगीताचं वडिलांना वेड होतं. केशवराव भोसले, पेंढारकर, गंगाधरपंत लोंढे, मा. नरेश ह्यांच्या सहवासात वडील राह्यलेले. म्हणूनच नाट्यसंगीत घरापर्यंत आलेलं. वडील त्यांच्या बारीक पण सुरेल आवाजात नाटकातील गाणी, पेटी वाजवून म्हणून दाखवत. नाटकं पाहायला परवानगी नव्हती. नाट्यसंगीताला मात्र मज्जाव नव्हता. घरात ग्रामोफोन वा रेडिओ असण्याची शक्यताच नव्हती. तरीही रेडिओवरची गाणी ऐकायला मिळायची.
कशी? केव्हा? शाळेत जाताना.
डेक्कन जिमखान्यावरचा काळ्यांचा बंगला जर वगळला तर राह्यलेले सगळे बंगले धनिकांचे होते, लक्ष्मीधरांचे होते. त्या प्रत्येकाकडे रेडिओ होते. शाळेत जायला निघालं की कोणतं तरी एखादं गाणं लागलेलं असायचं. ते घराघरांच्या खिडक्यांतून प्रभात रोडवर झेपावायचं. दर दिवशी कोणत्या तरी एका गाण्याचं बोट धरून आम्ही शाळा गाठायचो. गाण्याची पहिली ओळ साठ्यांच्या रेडिओवर—दुसरी ओळ व्ही. शांतारामच्या राजकमल बंगल्याच्या रेडिओवर—क्वचित एखादी माधव जुलियन ह्यांच्या निवांत बंगल्यातून. मग एखादं कडवं गायब.
कारण काय? तर इंदू नातूंचा बंगला. 'कुत्र्यापासून सावध रहा'च्या पाटीसकट. कुतूहलात्मक पार्श्वभूमी असलेल्या त्या वास्तूमधून संगीताऐवजी अल्सेशियन कुत्र्याचं रौद्रस्वरूप बघावं लागे. तरीही भावे स्कूल येईतो एक गाणं संपूर्ण आणि पुढच्या गाण्याचं धृवपद नक्की ऐकायला मिळत होतं. गाण्याची एकेक ओळ, तिच्या बंगल्याच्या सरहद्दीवर सोडायला यायची, तोपर्यंत पुढच्या बंगल्यातल्या रेडिओवरची ओळ तबक घेऊन उभी असायची. अशा सोळा किंवा जास्त सुवासिनींच्या तबकांतून एकेक गाणं माझ्यापर्यंत पोहोचत होतं, थेट भावे स्कूलच्या फाटकापर्यंत.

कालांतरानं नाटकं पाहण्याची जेव्हा संधी मिळत गेली, तेव्हा तेव्हा ओळखीचं गाणं स्टेजवर सुरू झालं की होणारा आनंद शब्दातीत होता. अण्णांनी ही गाणी आपल्याला शिकवली याचा आनंद इतका विलक्षण होता, की गाणाऱ्या

कलावंतामागे उभा केलेला दरबाराचा देखावाही आपल्याच अण्णांनी रंगवला आहे, इकडे फार उशिरा लक्ष जायचं.

त्यानंतर जेव्हा धडे घेण्याचं वय झालं तेव्हा अण्णा एकटे मुंबईला स्थायिक झाले, राजकमलमध्ये बॅकग्राऊंड आर्टिस्ट म्हणून नोकरीला लागले. मग महिन्यातून एकदा नाही तर दोनदा अण्णांची भेट होऊ लागली. मी ड्रॉइंगच्या परीक्षा द्याव्यात हे त्यांनी सांगितलं. मी 'हो' म्हणालो.

भावे स्कूलमध्ये आपटे नावाचे शिक्षक ड्रॉइंग शिकवायला होते. चित्रकाराचा मुलगा म्हणून इतर विद्यार्थ्यांपेक्षा मला वेगळ्या सवलती होत्या. अधूनमधून माझी चित्रं शाळेच्या नोटीसबोर्डवरही लागायची. तिथं मी तरीही रमलो नाही. त्याच साली श्री. गोविंदस्वामी आफळे भावे स्कूलमध्ये नोकरीला लागले. त्यांनी प्रथम मुलांना शारीरिक शिक्षण देणं जरुरीचं आहे ह्यावर भर दिला. मुलांची शिस्तबद्ध कवायत सुरू केली. त्या कवायतीला त्यांनी बॅण्डची जोड दिली. अस्मादिकांनी ड्रॉइंगमधून अंग काढून घेतलं आणि फ्ल्यूट वाजवायला मिळणार ह्या आनंदासाठी बॅण्डमध्ये नाव दाखल केलं. ड्रॉइंगमास्तर आपट्यांच्या शिस्तबद्ध शिकवणीतून मुक्ती मिळाली आणि फ्ल्यूट वाजवायचं काम मिळाल्यामुळे उन्हातान्हातून परेड करायचे कष्ट पण करावे लागले नाहीत. तीन-चारशे मुलं-मुली, उन्हात शारीरिक व्यायाम करीत असताना, मी आरामात सावलीत उभं राहून बँडचं संचलन करीत असे. मी फ्ल्यूट वाजवू शकतो ह्यावर शिक्षक आणि मुख्याध्यापकांचा प्रारंभी विश्वास बसत नव्हता.
एके दिवशी शाळा सुटल्यावर मुख्याध्यापकांनी मला दोन रुपये दिले आणि सांगितलं, ''फ्ल्यूट विकत आण. परस्पर घरी जाऊ नकोस. पुन्हा शाळेत टीचर्स रूममध्ये ये.''
जिमखान्यावरून अप्पा बळवंत चौकापर्यंत आलो. शाळेतल्याच मास्तरांची सायकल. जेमतेम ब्रेक्स लागणारी. हे मास्तर बोलायला लागले की थांबत का नसत ते मला सायकल पटकन थांबेना तेव्हा समजलं.
फ्ल्यूट घेऊन शाळेत परतलो तर खरोखरच हेडमास्तरांसहित सात-आठ शिक्षक थांबलेले.
त्या काळातली गाजलेली, सिनेमातली दोन-तीन गाणी वाजवल्यावर सुटका झाली. हा आमचा पहिला जाहीर कार्यक्रम. त्यानंतर एकोणीसशे बेचाळीसमध्ये मुंबई रेडिओवर गंमत-जंमत कार्यक्रमात मोहनराव नगरकरांनी फ्ल्यूटवादनाचा

कार्यक्रम दिला. त्या कार्यक्रमाचं मानधन मिळालं चार रुपये. ही आयुष्यातली पहिली कमाई.
त्यावेळी मी मावशीकडे राह्यला आलो होतो. मावशी मला खूप कुणीतरी मोठं करणार होती. आर्यन हायस्कूलमध्ये नावही घालण्यात आलं. मावशीची श्रीमंती आणि मुंबई शहराची शान ह्याचा कुठंतरी मोह पडला होता. अण्णा दादरला राहायचे. अधूनमधून गिरगावात भेटायला यायचे. तरीही मी मावशीकडे रमलो नाही. पुण्याला धाव घेतली. शाळा सुरू होऊन तोपर्यंत दोन महिने झालेले. पण भावे स्कूलचाच विद्यार्थी म्हणून हेडमास्तर 'सोय करतो' म्हणाले.
सोय झाली. पण कशी? मुलांचा वर्ग हाऊसफुल्ल होता. सोय झाली मुलींच्या वर्गात. माझ्यासाठी मला तीन पाठराखणी देण्यात आल्या. आम्ही चार विद्यार्थी दोन बाकांवर आणि उरलेल्या वर्गात चाळीस मुली.
अल्पसंख्याकांना मिळणारे हक्क एक वर्ष मिळवून, परीक्षा झाल्यावर आम्ही मुलांच्या वर्गात आलो. त्या काळात वणकुद्रे भगिनींबरोबर (व्ही. शांतारामच्या पुतण्या) प्रथम गोडबोले सर आणि नंतर पटवर्धनांकडे शास्त्रोक्त संगीताचे धडे गिरवले. खमाज रागातील एक चीज परीक्षेच्या वेळी म्हणून पंडित विनायकराव पटवर्धनांकडून बक्षीसही मिळवलं आणि १९४६ साली मुंबईला राहायला जागा मिळाली तेव्हा पुणं आणि संगीत, दोन्हीला रामराम ठोकला.

मुंबईत अण्णांच्या सहवासात आल्यावर चित्रकलेचं वेड लागायला हरकत नव्हती. पण तसं घडलं नाही. मुंबईत शेजार लाभला तो व्हायोलिनिस्ट जे. वाय. पंडितांचा. त्यांचा व्हायोलिनचा क्लास होता. मग व्हायोलिनचं वेड लागलं. घरात व्हायोलिन नव्हतं. तेही कालांतरानं विकत घेतलं. मग पंडितांचा मूड लागेल तेव्हा त्यांचा कल पाहून थोडं थोडं शिकायचं आणि पुष्कळसं चोरायचं हा क्रम सुरू झाला. माझं अभ्यासाकडे व्हायोलिनपायी दुर्लक्ष होईल ही पंडितांना भीती. अभ्यासावरचं लक्ष उडण्यासाठी मला अन्य कोणत्याही साधनांची गरज नव्हती, हे पंडितांना फार उशिरा समजलं.
अन्य साधनांची गरज नसतानाही, तशी साधनं भोवती निर्माण व्हायची. कारण त्याच वेळी छबिलदास शाळेत नाटकं सादर करायची टूम निघाली. मग नाटकाचं वेड डोक्यात शिरलं. सकाळ-संध्याकाळ नाटकांच्या तालमी. दुपारी शाळा. केव्हातरी आठवलं, आपल्या ड्रॉइंगच्या परीक्षा द्यायच्या राहून गेल्या आहेत. मग एम. आर. आचरेकरांचा क्लास. आचरेकर हे आंतरराष्ट्रीय कीर्तीचे चित्रकार.

मी त्या क्लासला जाऊ लागलो. पण एकदा, माझ्या एका चित्रातल्या चुका समजावून सांगायच्याऐवजी श्री. आचरेकरांनी सर्व विद्यार्थ्यांसमोर त्या चित्राची खूप टवाळी-टिंगल केली. वडील आर्ट डायरेक्टर असल्यानं त्यांच्या बोलण्यातली खोच सहन न होऊन मी तो क्लासही अर्ध्यावर सोडला.
१९५१ साली मॉडेल आर्टमध्ये नाव घातलं आणि मग मात्र गंभीरपणे चित्रकलेच्या मागे लागलो. सकाळी कमर्शिअल आर्ट आणि संध्याकाळी पेंटिंग असा धडाका सुरू केला. पण त्याच वेळेला श्री. ठोसर ह्यांच्या इंटिरिअर डेकोरेशनच्या ड्रॉइंग्जचा विलक्षण प्रभाव पडला. प्रथम मला तो माणूस आवडला. रुबाबदार व्यक्तिमत्त्व, विलक्षण टवटवीत चेहरा. स्वच्छ पांढरं, पंखे सोडलेलं धोतर आणि वर पांढरा झब्बा. ठोसर वर्गात आले आहेत हे येणाऱ्या सुगंधावरून समजायचं. 'परफ्यूम्स' ही काय चीज असते हे नाना ठोसरांमुळे समजलं आणि त्या पाठोपाठ फर्निचर डिझाइनिंग म्हणजे काय, ह्याचा शोध लागला. ताबडतोब, कमर्शिअल आर्टला नमस्कार करून मी फर्निचरकडे वळलो. फर्निचरचे धडे घेण्यापूर्वी थोडं तरी सुतारकाम समजायला हवं असं नानांनी सांगितलं. म्हणून गिरगाव चौपाटीसमोर असलेल्या 'गुजराथ फर्निचर'मध्ये मी नानांबरोबर जाऊ लागलो. रॉक्सीच्या गल्लीत गुजराथ फर्निचर्सचं वर्कशॉप होतं. तिथं सुताराच्या हाताखाली रंधा कसा मारतात इथपासून सगळं शिकायचं आणि दुपारी गुजरात फर्निचरच्या शोरूममध्ये नाना सांगतील ती ड्रॉइंग्ज करायची, असा दिनक्रम एक वर्षभर होता. पेंटिंगची परीक्षा पण पास झालो. आर्ट मास्टर होण्याचा विचार होता, पण फर्निचरची काही ड्रॉइंग्ज पाहूनच आर्किटेक्चरला प्रवेश मिळाला.
मग मात्र सगळ्या वाटा बंद झाल्या. व्हायोलिन मागे पडलं. पण, आयुष्यात योगायोग इतके—भावे स्कूलमध्ये श्री. आफळे जे ४५-४६ साली भेटले, तेच पुन्हा मुंबईत भेटले ते कीर्तनकार म्हणून. त्यानंतर माटुंग्याच्या साटम बागेत, श्रीदत्ताच्या मंदिरात त्यांच्या कीर्तनाला मी खूप दिवस व्हायोलिनची साथ करायला जात असे.
१९५५ पासून केवळ स्थापत्यशास्त्राचीच आराधना आणि महानगरपालिकेत तीच नोकरी असल्यानं, हातातला ब्रश सुटला. इमारतींचे आराखडे आणि अधूनमधून एखादं परस्पेक्टिव्ह इथं आमची चित्रकला येऊन थांबलेली आहे. अगदी केव्हातरी, अधूनमधून, अण्णांना नाटकाचे पडदे रंगविण्यात, आऊटलाइन काढून देण्यात मदत केलेली आहे, पण ते काही खरं नव्हे. आज चित्र काढतो. कशी आणि केव्हा?
एखादं ग्रीटिंग कार्ड, क्वचित स्वत:च्या पुस्तकाचं मुखपृष्ठ, सुमारे तीस-

पस्तीस मित्रांसाठी, त्यांची घरं सजवताना करावी लागली ती फर्निचरची ड्रॉईंग्ज आणि अशीच केव्हातरी. अण्णांच्या फोटोवरून स्केच काढीत असताना, ते जसं-जसं जमू लागलं, तसं तसं जाणवत गेलं की सौंदर्यानं बहरलेल्या एका आयुष्याला आपण मुकलो आहोत. वडिलांच्या रूपानं घरातच अष्टौप्रहर पडलेलं इंद्रधनुष्य आपल्याला दिसलंच नाही. चित्रकलेच्या छंदाबद्दल लिहायला सांगितलं, आणि स्वत:बद्दल लिहायचं नसताना मी हे सगळं लिहिलं. जास्त काय?

तुमचा

—वपु.

ता. क. हे स्केच तुम्ही मागवलंत त्याप्रमाणे पाठवीत आहे—वपु.

घर आवरायला घेतलं.
माझा तो आवडता छंद. सगळ्या सगळ्या गोष्टींना मस्त नवी सुरुवात करायची असं ठरवून मी आवरायला बसतो.
पत्रं तारखेप्रमाणे लावायची. नातेवाईक, मित्रमैत्रिणी, अनोळखी वाचक अशा वर्गवारीत ती पत्रं लावायची. मग ते काम संपल्याबरोबर, फोटो नीट लावायचे. स्वाती-सुहासचे नाटकांचे फोटो, माझे कथाकथनाचे आणि सार्वजनिक कार्यक्रमांचे एकत्र, खासगी कौटुंबिक एकत्र, अशी फोटोंची वर्गवारी करायची. त्यानंतर कथांची कात्रणं.
कागदामागून कागद जमा होतात. ड्रॉवर्स रिकामे होतात. शे-दोनशे फोटो, चारशेच्यावर पत्रं ह्या घोळात मी हरवतो. माझा पेशन्स संपुष्टात येतो आणि बेदम पसाऱ्याशिवाय हाती काही लागत नाही.

ड्रॉवर्स पुन्हा भरतात. घर आणि पसारा आवरला जातो ते इतर वैतागतात म्हणून आणि सगळ्या गोष्टींची मस्त नवी सुरुवात तशीच राहून जाते.
आजही तेच घडलं.
आवरता-आवरता 'ललित'चा १९७८ चा दिवाळी अंक हातात आला आणि पसाऱ्याच्या मध्यभागी बसून मी तो अंक चाळीत बसलो. केशवरावांना लिहिलेल्या माझ्या पत्रातल्या काही वाक्यांनी माझा मीच अस्वस्थ झालो. मी चोख प्रेक्षकही नव्हतो का?
मी काहीच पाह्यलं नाही का? घरातलं इंद्रधनुष्य मला दिसलं नाही, मान्य! पण म्हणजे मला भरून आलेलं आभाळही दिसलं नाही का? मधूनच येणारी सर, अचानक पडणारी सूर्याची सोनेरी किरणंसुद्धा निसटली का?
नाही! इतकं आंधळेपण नव्हतं आलेलं.
ऊनपावसाचा खेळ नक्कीच पाह्यला. इंद्रधनुष्याची कमान मात्र गवसली नाही.

ती दिसेतो काहीतरी एक नाहीसं झालेलं असायचं. कधी पाऊस तर कधी ऊन!
असं हातून खूप निसटलं आणि तसंच कितीतरी गवसलंही.
योग्यता नसताना गवसलं. झाडदेखील हलवण्याचे श्रम न करता कधी कधी फळं पदरात पडत गेली. छत्री हातात धरायचे श्रमही न करता सावली भेटत गेली.
सत्तेचाळीस वर्षांचा प्रवास कसा झाला, समजलं नाही.
यश-अपयश ह्या शब्दांना संदर्भ असतो. मैलाच्या दगडावरचा आकडा खरा. तो फसवणूक करीत नाही. प्रत्येक मैलाच्या दगडापाशी मी थबकलो आहे, भांबावलो आहे, व्यथित झालो आहे.
संपल्याच्या जाणिवेनं बेचैन झालो.
हे आयुष्य एवढ्या गतीनं संपायला हवंच होतं का?
किती माणसं आली, भेटली, त्यांनी वेढून टाकलं, भारून टाकलं आणि त्यांतली कितीतरी, जशी झपाटत आली तशीच झपाट्यानं दूरवर पण गेली. त्यांच्यामागे नवे व्याप लागले आणि ती पुन्हा भेटलीच नाहीत. मग अशी ती चांगली-चांगली माणसं इतक्या जवळ का आली? का गेली?
ह्यालाच जगण्याची प्रोसेस म्हणतात का? सगळ्यांच्या आयुष्याचं हे असंच होतं का?
मी फार हुशार नाही. अलौकिक पुरुष नाही. प्रतिभावंत नाही.
मी ज्याला प्रतिभा मानतो ती काही निराळीच चीज आहे.
रवींद्र पिंगे एकदा छान बोलला होता. तो म्हणाला होता, 'माणूस चतुर होतो. हुशार होईल असं नाही.'
मी ह्यावरही विचार केला. मला पिंगेचं विधान पटलं. चातुर्याला लोक हुशारी समजतात. तरीही ज्याचं त्याला बरोबर जाणवलेलं असतं, आपण 'हुशार' का 'चतुर'?
मला दोन्ही गोष्टी नीट जमल्या असं वाटत नाही आणि आता इथून पुढे त्यातलं काही साधेल असंही वाटत नाही. वय वर्षं सत्तेचाळीस म्हणजे वाकण्या-वळण्याचं वय थोडंच? ते फक्त 'वय'च आहे. चारावर सात ह्या शब्दात सांगता येईल असं फक्त वय.
आता सगळी पुनरुक्ती. नवा अनुभव कोणता घेणार? आणि तसं काही नवं असतं का?
तुमचा जन्म नवा असतो आणि जन्माबरोबरच तुम्ही घेऊन येता ते मन नवं. त्या मनानं काय पाहायचं, काय टिपायचं, किती हुरळून जायचं, किती जाळून घ्यायचं, किती कशाला सामोरं जायचं आणि किती वेळा पळायचं, हे सगळं-

सगळं एकदाच, कायमसाठी ठरवलेलं असतं आणि एकदा हे सगळं आयुष्याचं ठरलं की मग उरते ती निव्वळ अंमलबजावणी.

माझ्यासाठी हे असंच सगळं आखलेलं होतं. जन्मापासून वातावरणापर्यंत. शिक्षणापासून विचारांपर्यंत. अनुभूतीपासून अनुभवांपर्यंत.

आता नवा अनुभव कोणता येणार? मन बैचेन झालं.

झपाट्यानं वर्तमानकाळ भूतकाळात विलीन झाला. त्या वेगाची दहशत बसली. भूतकाळात काय काय नाहीसं झालं ते आठवायला लागलं.

किती व्यक्ती दुरावल्या त्यांची यादी डोळ्यांसमोरून सरकायला लागली. खूप घाबरलो.

अनेक स्मशानयात्रा आठवल्या. ज्या ज्या व्यक्तींच्या त्या शेवटच्या प्रवासात मी स्मशानापर्यंत सोबत केली, त्या प्रत्येक यात्रेत ताटीवरचं प्रेत मी स्वत: झालो होतो.

अग्निसंस्कार झाल्यावर, त्या भडकणाऱ्या ज्वाळांतून क्वचित केव्हातरी, जळणाऱ्या शरीराचा एखादाच भाग लाकडांच्या उतरंडीतून दिसायचा, त्या प्रत्येक वेळी मला, मीच तिथं जळतो आहे, असं दिसलेलं होतं. आताही ते सगळं आठवून मी घामाघूम झालो. का? ही सगळी उचापत त्या नियतीला 'ॲट माय कॉस्ट' कुणी सांगितली?

साहित्य, नाट्य, संगीत, सौंदर्य, निसर्ग हे सगळं-सगळं अगदी अलीकडे समजू लागलं. झोकून किती द्यायचं, सावरायचं कधी, हा हिशेब आता आता साधू लागलाय. पगारात भागवायचं कसं असे पेचही आपण सोडवत आणले. आता छान बैठक जमवून मस्तीत केवळ खेळ बघायचा तोच वळणावरचं गाव दिसायला लागावं. हे कसलं आयुष्य?

कितीतरी विचारवंत, शब्दप्रभू, संगीतसम्राट, कलावंत त्यांच्या आविष्कारांसहित एका क्षणी होत्याचे नव्हते झाले.

कितीतरी गुणाढ्य, बलवंत माणसं आली आणि गेली. काळानं एवढं उन्मत्त का व्हावं? चार मुठी राख होण्यासाठीच का हा प्रचंड संसार मांडायचा?

ह्याच विचारांच्या लाटेत असताना सगळी दिवंगत माणसं नजरेसमोर येऊन गेली. उगीचच वाटलं, की आपल्याला जाणीव आल्यापासूनच्या काळापासून, संख्येनं किती परिचित आपल्यापासून काळानं हिरावून नेले त्याची यादी करावी. ह्या यादीमध्ये काही साध्या ओळखीचे, काही परिचित, काहींशी संवाद झालेला तर काहींशी धागे जुळलेले अशी सर्व थरांवरची माणसं होती.

नात्याची तर होतीच होती.

हा विचार केला तेव्हा लक्षात आलं, केवळ स्मरणशक्तीच्या आधारावर आकडा

मिळणं मुष्कील.
मग झपाटलोच.
टेबलावर कागद ठेवला. संबंध दिवसात नाव आठवलं रे आठवलं की नोंद करायची. संपूर्ण दिवसांत एकशेअठ्ठावीस नावं आठवली. सत्तेचाळीस वयातली पहिली आठ-दहा वर्षं सोडली तर सदतीस वर्षांत आपण एकशेअठ्ठावीस व्यक्तींना दुरावलो. ह्या यादीत गांधी, नेहरू, बोस, शास्त्री हे तर नव्हतेच. ते सगळे निश्चित थोर पुरुष, पण त्यांच्या निधनानं वर्गमित्र दुरावल्याइतक्या वेदना होत नाहीत.
तरी एकशेअठ्ठावीस दुरावले.
ह्याचा अर्थ, दर तीन-चार महिन्यांनी आपण एकटे पडत गेलो आहोत.
दिवसभर ह्या विचारांनी उच्छाद मांडला. रात्रही तळमळण्यात गेली. गादीला पाठ लागल्याबरोबर वसुंधरा गाढ झोपते. तशीच तिला कालही झोप लागली. त्यामुळे सकाळी ती नव्या दिवसाच्या सूर्यकिरणांइतकी टवटवीत आणि मी तारवटलेला. तिचा ह्या क्षणी मला प्रचंड हेवा वाटत होता. जीवनमरणाविषयी हिच्या मनात वादळं नाहीत. आपल्याला प्रत्येक विषयात प्रचंड आसक्ती. वसुंधरा प्रत्येक बाबतीत बॅलन्स्ड. माझी रास 'तूळ', पण तोल तिचा पाहावा. लाजवाब स्वयंपाक करून तिनं अनेकांचा अंतरात्मा तृप्त केला आहे. पानात कोणता जिन्नस किती, कुठे, कसा वाढायचा ह्याबाबत तिचे शिस्तबद्ध संकेत आहेत. आयुष्याकडे ती 'आज रोख' ह्या दृष्टीनं बघते. 'एक घाव...तुकडे कितीही' अशी काहीशी ती आहे. पण म्हणूनच, माझ्यापेक्षा सुखात आहे.
ती माझ्याशेजारी बसून म्हणाली, "कालपासून कसल्या विचारात आहात?"
मी म्हणालो, "आपण फार वेगानं आणि लवकर मोठे झालो. काळ फार वेगानं संपला, असं मला सारखं वाटतंय."
मी एवढं बोललो आणि अगदी अनपेक्षितपणे ती पटकन म्हणाली,
"आपण मोठं व्हायला हवं, इतकंच नाही तर म्हातारं पण लवकर व्हायला हवं. त्याशिवाय स्वाती-सुहास मोठी होणार नाहीत. आपण जर म्हातारे नाही झालो, तर आता तरुणपणी आपण ज्या गमती, ज्या गोष्टी एन्जॉय करीत आहोत, त्या गोष्टी मुलांना एन्जॉय करायला मिळणार नाहीत. खरं ना?"
त्या क्षणी स्वच्छ सकाळ झाल्याचं जाणवलं.
वाटलं,
हे सगळं लिहायला हवं. का? तर आजवर असंच अनेकांनी सावरलं आहे.
छत्री धरायचे कष्ट करायला न लावता सावली दिलेली आहे.
माणूस घडतो तो असाच का? तसं म्हणावं तर प्रत्येकाच्या आयुष्यात कोणी

ना कोणी त्राता, दाता प्रत्येकाला भेटतो.
माझ्या मागे तर अशा देवमाणसांची
फलटणच उभी आहे. त्या माणसांना
अनेकांनी बघितलेलं नाही.
पण बघितलं नसलं म्हणून काय झालं?
माझ्या व्यक्तिमत्त्वात, विचारात, ते सगळे
आहेतच. त्यांच्यापैकी जेवढ्या मित्रांना,
व्यक्तींना मी आता इतरांपर्यंत नेऊ शकतो,
तेवढ्या व्यक्तींना मी नेलं पाह्यजे.
वसुंधरेनं जसं एका वाक्यात मला
सावरलं, तसं अनेकांनी सावरलंय.
अस्वस्थही केलंय.
स्टेशनवरच्या हमालांपासून, कुणी-कुणी
काही-काही दिलंय. काही काही प्रसंगांनी,
व्यक्तींनी नुसती वृत्ती टवटवीत ठेवून,
मनावरचं मळभ घालवलेलं आहे.
जगायला उमेद दिली आहे.
पौराणिक चित्रपटांमध्ये 'संतां'च्या मागे
सुदर्शनचक्र घेऊन कृष्ण उभाच असतो.
प्रत्यक्षात तसं घडणार आहे का?...
हो! घडतं.
ह्याही 'वसंता'च्या मागं अनेक 'कृष्ण' उभे
राह्यलेले आहेत. त्या सर्वांचं स्मरण
म्हणजे ही रंगपंचमी.

कोणता प्रसंग कोणत्या साली घडला, ह्याला म्हणूनच माझ्या लेखी महत्त्व नाही.
ह्या सर्व प्रसंगांत, क्षणांत, व्यक्तींत काहीतरी होतं, म्हणून ते मागे रेंगाळले.
जसे आठवत आहेत तसे सांगणार आहे. क्रमाचा विचार नाही.
रंगपंचमी म्हटल्यावर सगळंच विसरायचं असतं.
मान, अपमान,
वेळ, काळ,
वर्ष आणि वयही!

❑

२५ मार्च हा माझा जन्मदिवस.

वयाला सत्तेचाळीस वर्षं पूर्ण झाली. अठ्ठेचाळिसाव्या वर्षी आपल्या आयुष्यात कोणत्या नव्या घटना घडणार असतील, ह्याचा विचार करीत घरातून बाहेर पडलो. कॉलनीत मैत्रिणीबरोबर मजेत गप्पागोष्टी करणाऱ्या स्वातीला 'येतेस का' विचारलं.

"कुठे?"

"किशोर प्रधानला टेलिव्हिजन स्क्रिप्ट द्यायला जाऊ. दहा मिनिटांत येऊ. नंतर मला विजू पाटणकरकडे जेवायला जायचं आहे."

आम्ही निघालो. प्रधानला स्क्रिप्ट दिलं. कोपऱ्यावर वळलो. समोरून मोटार आली.

मी स्कूटर बाजूला घेतली.

तरी समोरची मोटार माझ्याच दिशेनं येत राहिली. एक वेळ अशी आली की आणखीन डाव्या बाजूला वळणं अशक्य झालं. डाव्या हाताला मोठा नाला होता.

समोर पाह्यलं तर मोठा खड्डा.

'स्वाती, बेटा सांभाळ' इतकंच ओरडल्याचं आठवतं. नंतरचं स्मरत नाही.

समोरून येणारा मोटरवाला पळून गेला. अशाच एका अज्ञात सज्जनानं मला आणि स्वातीला साहित्य सहवासपर्यंत पोहोचवलं.

कसं, कधी, आठवत नाही.

पण तो अनोळखी गृहस्थ सांगतो,

'तुम्ही तुमच्या बेशुद्ध पडलेल्या मुलीला मांडीवर घेऊन बसलात. घरचा पत्ता सांगण्याइतपतच तुम्हाला भान होतं. तुम्ही जेमतेम पत्ता सांगितलात आणि तुमचीही शुद्ध गेली.'

शुद्धीवर आलो तेव्हा शीव हॉस्पिटलमध्ये एकाच मजल्यावर पुरुषांच्या वॉर्डमध्ये मी आणि पलीकडच्याच वॉर्डमध्ये स्वाती.

डावा खांदा निकामी. डॉ. नंदू लाडांनी तो जाम करकचून बांधलेला. उठायचा

प्रयत्न केला तर चक्कर आली.
मी वाचलो?
होय.
स्वातीचं काय?
लहानपणी क्रमिक पुस्तकात वाचलेला धडा आठवला. बाबरानं हुमायूनसाठी, 'स्वतःचे प्राण' देण्याची तयारी दाखवून, हुमायूनच्या आयुष्याची भीक मागितली. तेच आठवून, मी तितक्याच तळमळीनं आणि तळमळत म्हणालो, 'मी खूप चांगलं आयुष्य जगलो. आयुष्यभर मोठ्या मनाची माणसं जास्त भेटत गेली. त्यामुळे सावलीचा वर्षाव होत राह्यला. आता उरलेलं सगळं आयुष्य स्वातीला मिळू दे.'

अंगात त्राण आलं तेव्हा स्वातीच्या वॉर्डमध्ये गेलो. तिच्या मेंदूलाच मार लागलेला. ती विव्हळत होती. तिला उलट्या होत होत्या. ग्लानीत होती.
डॉ. लाड म्हणाले,
"हिमाटोमा आहे. चोवीस तासांनंतर काय होतं ते बघू."
त्याही परिस्थितीत, वर्तमानपत्रात छापून आलेलं नव्या कमिशनरसाहेबांचं निवेदन आठवलं.
कमिशनरसाहेबांनी जाहीर केलं होतं, 'पंधरा दिवसांत रस्त्यावरचे एकूण एक खड्डे बुजवण्यात येतील.'
तसं खरंच घडतं तर स्वाती आणि मी अपघातातून वाचलो असतो का?
स्वाती दुसऱ्या दिवशी माणसात आली.
आमच्या दोघांचा दोन दिवस मुक्काम शीवच्या हॉस्पिटलमध्ये.
आता भेटायला येणाऱ्या हितचिंतकांची रांग. जखमांचं शल्य आता निवळत चाललेलं, पण अभ्यागतांच्या प्रश्नांचं शल्य जास्त तीव्र.
"तुम्हाला समोरचा खड्डा कसा काय दिसला नाही!"
कुणाला तरी संयम ठेवीत मी म्हणालो,
"खड्डा दिसला होता. दिसणार नाही असं कसं होईल?"
"मग?"
"तोच खड्डा आतून बघायचा होता."
त्यातलाही उपरोध न समजून तो खिंकाळत म्हणाला,
"हाः हाः हाः! अजून विनोदी वृत्ती शाबूत आहे. खिः खिः खिः!"
रस्त्याला खड्डे असणारच. रस्ताच नसेल तर खड्डा तरी कुठून येणार? दुःख त्याचं नाही. म्हणजे नव्हतंच.

लंडन, अमेरिका, कॅनडा दौऱ्यात साडेतीन हजार मैलांचा प्रवास आम्ही मोटारनं केला. साडेतीन हजार मैलांच्या प्रवासात, औषधालाही खड्डा सापडला नाही, ह्या अनुभवाचं दुःख.

आणि दुसरं दुःख, 'स्वतःला न जमणाऱ्या गोष्टीबद्दल कमिशनरसाहेबांनी आश्वासनं का द्यावीत?'– ह्याचं.

एखादं कार्य खरोखरच जगड्व्याळ स्वरूपाचं असतं.

व्यक्तीपेक्षा संघशक्तीच्या आवाक्यातलंच असतं. व्यक्ती संघाच्या वतीनं संघाचं सहकार्य गृहीत धरून विधान करते.

संघ अलिप्त राहतो.

शेवटी व्यक्तीच्या सदिच्छेबद्दलच शंका व्यक्ती केली जाते.

भेटायला येणाऱ्यांपैकी एकानं नेमक्या दुखऱ्या भागावर चापट मारीत सांगितलं, 'आता ह्या अनुभवावरून तरी शहाणे व्हा. अनुभवासारखा गुरू नाही.'

दुसरा म्हणाला,

'ठिकठिकाणी खड्डे केले म्युनिसिपालिटीनं. वपु काय करणार?'

मी काय करणार?

डोळ्यांसमोर डॉ. पारूख उभा राहिला. महापालिकेचे वीस ऑफिसर्स पारूखच्या वर्गात.

डॉ. पारूखचा वर्गाला प्रश्न–

"तुमच्यापैकी प्रत्येकाला केळ्याच्या सालीवरून घसरून पडण्याचा अनुभव आहे ना?"

वर्गानं माना हलवल्या.

"घसरून पडल्याबरोबर पहिला विचार कोणता येतो मनात?"

चक्रपाणी म्हणाला,

"मुंबईच्या नागरिकांना सिव्हिक सेन्स नाही. वाटेल तिथं साली टाकतात."

"देन, व्हॉट्स द रेमेडी?"

"साली फेकणाऱ्यांना फटके मारले पाहिजेत."

पारूख हसला.

"पोलिसाच्या हवाली..."

"अरे, पोलीसच साली टाकतात."

"मी म्हणतो..."

डॉ. पारूख वर्गाला म्हणाला,

"नो क्रॉस टॉक्स प्लीज. मला उपाय सांगा. हाऊ टू कल्टिव्हेट सिव्हिक सेन्स?"

"सर, इन डेमोक्रेटिक कंट्री..."

पारूख पुन्हा हसला. वाटलं ह्या माणसाला वेगळं सांगायचंय. तरीही वर्ग शांत होईतो वीस मिनिटं वाया गेली.

"तुम्हाला कामावर जायचं आहे. ऑफिसनं नेमून दिलेलं काम करायचं आहे. वेळेवर पोहोचणं जरुरीचं आहे. अशावेळी घसरून पडलात. कामावर जायचं सोडून तुम्ही लोकांना सिव्हिक सेन्स शिकवणार का?"

पारूखच्या प्रश्नावर एक प्रतिक्रिया–

हे सरकारचं काम आहे.

"ओ. के.! ॲक्सेप्टेड. नाऊ टेल मी व्हॉट इज युवर जॉब?"

"मला कामावर जायचंय."

पारूख शांतपणे म्हणाला,

"ते मी प्रथमच म्हणालो."

"सर..."

"नाऊ, लिसन टू मी. तुम्हाला तुमचं काम करायला जायचं असेल तर तुमचा पाय केळ्याच्या सालीवर पडता कामा नये. ॲम आय राईट?"

"येस सर."

"शहरातली माणसं साली टाकणारच आहेत. मी त्यांना वठणीवर आणू शकत नसल्यामुळे, मी एकच करू शकतो. मी माझा पाय सालीवर पडत नाही ना हे पाहू शकतो."

"पण सर..."

"थांबा! वन स्टेप अहेड. मी सालीवरून घसरतो ते माझाच पाय त्याच्यावर पडतो म्हणून ना..."

सगळ्या वर्गाची ह्याला मान्यता.

"म्हणजे, मला माझं चालणं सुधारायचं असेल तर मुंबईच्या माणसांना सिव्हिक सेन्स नाही म्हणून मी पडलो, असा विचार करून चालेल का?"

"नाही."

"ह्याचाच अर्थ असा, नुसता अनुभव माणसाचा गुरू होऊ शकत नाही. त्या अनुभवाला विचारांची जोड हवी. 'मुंबईची माणसं मूर्ख आहेत' हाही विचारच झाला. हा विचार चुकीचा नसेलही. पण 'पण मी का पडलो?' तर माझा पाय सालीवर पडला म्हणून, हा विचार केला तरच पुन्हा पडण्याची वेळ चुकवता येईल. तेव्हा, विचारांची जोड म्हणजे तर्कशुद्ध विचारांची जोड. एक्सपीरियन्स कॅन टीच यू समथिंग ओन्ली इफ इट इज ॲसोसिएटेड वुईथ रॅशनल थिंकिंग."

असं जर असेल तर अमेरिकेत खड्डे नाहीत, भारतात आहेत, ह्याचं दु:ख का करायचं? खड्डे असणारच. वपुंनीच स्कूटर नीट चालवायला हवी.

वॉर्डात पडल्या-पडल्या मनात विचारच विचार. ते सगळे अपघाताचेच.

मग निरनिराळी वाहनं समोर आली.

ह्यापैकी कोणतं वाहन भयानक?

असा विचार केला की पटकन डोळ्यांसमोर एकच वाहन येतं.

विमान.

खरं तर रस्त्यावर होणाऱ्या अपघाती मृत्यूंची संख्या विमान अपघातात मरणाऱ्यांपेक्षा जास्त असल्याचं सरासरीनं सिद्ध होऊनसुद्धा, विमानप्रवास म्हटलं की छाती दडपून जाते.

मग काय करायचं? त्याहीपेक्षा एक वेगळाच विचार मनात येतो.

एखादा विमानाचा अपघात होतो. पेपरला बातमी येते. अपघाताच्या स्थळी मग बडे अधिकारी किंवा एखादे मंत्रीमहाशय जातात. त्या स्थळी लवकरात लवकर जाता यावं म्हणून ही मंडळी पण विमानानंच जातात. त्या वेळेला ह्या मंडळींना विमानाची भीती का वाटत नाही? वाटत असली तरी यंत्रयुगात यंत्राचा त्यागही अशक्यप्राय.

आर्केडी जेव्हा भेटायला आला तेव्हा मनात विचार विमान अपघाताचेच चालले होते.

माझ्या अनेक मित्रांपैकी आर्केडी हा एक मित्र. पण इतरांपेक्षा खूप वेगळा.

तो भलतेच प्रश्न एकाएकी विचारतो,

''जगात सर्वांत जहाल विष कोणतं?'' त्यानं विचारलं.

''आर्सेनिक?''

''नो!''

''पोटॅशियम सायनाईड?''

''नो!''

''मग?''

''एरोप्लेन!''

''ते कसं?''

आर्केडी म्हणाला, ''वन ड्रॉप किल्स मेनी.''

विश्वकर्मा साहित्यालयाचे माटे भेटायला आले.

वसुंधरा म्हणाली,''मी तर स्कूटर विकायलाच सांगते आहे.''

माटे म्हणाले, ''ह्यात काय अर्थ आहे? माणसं जिन्यात कमी वेळा पडतात का? मग काय जिने काढून टाकायचे की काय?''

माटे भेटून गेले तरी डोक्यात आर्केडीच होता. असा माणूस होणे नाही. चित्रपट व्यवसायासारख्या बेभरवशाच्या, बेहिशोबी जगात त्याचं आयुष्य गेलं आणि अखेरपावेतो ह्याच व्यवसायात तो राहणार.

कधी बेदम काम, पण प्राप्तीची शाश्वती नाही आणि बेकारीच्या काळात बोलायचंच नाही.

बायकोला नोकरी मात्र भक्कम पगाराची.

अशाच एका बेकारीच्या सीझनमध्ये आर्केडी माझ्या ऑफिसात आला. ऑफिस सुटता-सुटता तो आला होता.

आम्ही मग स्कूटरवरून निघालो. महालक्ष्मीच्या बस स्टॉपच्या साधारण पाचशे फूट अलीकडे आर्केडी म्हणाला,

''मला इथंच सोड.''

''तुला दादरपर्यंत यायचं होतं ना?''

''हो, पण...''

''मग?''

''नवरात्र चालू आहे. बसेसच्या रांगा पाह्यल्यास?''

''नेहमीच बघतो, इतक्या नसतात पण.''

''तेच म्हणतोय. नवरात्राची महालक्ष्मीला...''

''मग तूही देवळात...''

''भलतंच!''

''अरे प्राण्या...'' असं म्हणत मी स्कूटर थांबवली. खाली उतरून आर्केडी म्हणाला,

''आज निर्मलेला बस मिळायची नाही. तिला घरी गेल्यावर स्वयंपाकासाठी पुन्हा उभं राहायचं असतं. स्कूटरवरून चटकन घरी पोहोचण्याच्या सुखाची ह्या क्षणी माझ्यापेक्षा तिला जास्त गरज आहे. मी काय, सध्या बेकारच आहे. वाहनसुख घेण्याचा तिला जास्त अधिकार आहे; बेकारीत मला नाही. ती तुला ह्या स्टॉपवर रांगेत दिसेल.''

इतकं बोलून आर्केडी गर्दीत नाहीसाही झाला.

स्कूटरवर बसताच, आनंदून जात निर्मला म्हणाली,

''देवासारखा आलास.''

मी गप्प.

जरा वेळानं तिनं विचारलं,
''आमचे हे कधी भेटले होते?''
मी म्हणालो,''खूप दिवसांत नाही.''
आर्केडीचा विचार करता-करता डोळा लागला.

मी आणि स्वाती घरी परतलो.
स्कूटर मेकॅनिककडे.
मग साहजिकच रेल्वेपास काढला.
१९६२ साली स्कूटर घेतल्यापासून मी रेल्वेच्या वाटेला गेलो नाही. आज १९७९ मध्ये पास काढला.
सतरा वर्षांच्या कालावधीत रेल्वेनं पासात काय-काय सुधारणा केल्या आहेत, ते पाहायचं होतं. पूर्वी दोन रुपये डिपॉझिट असायचं. तीन दिवसांच्या आत पास पुन्हा काढावा लागत असे आणि ते दोन रुपयांचं का होईना, पण ते डिपॉझिट रद्द होऊ नये म्हणून धावपळ होत असे, ती पद्धत मागेच बंद केली होती. डिपॉझिट जप्त होण्यातलं दु:ख आणि अवहेलना ह्याची जाणीव असल्यामुळे, कोणत्या तरी मंत्र्यानंच ही प्रथा बंद केली असावी.
मी पासावर नाव घातलं, वय लिहिलं आणि पत्ता लिहित असतानाच सौ. पोतदार केबिनमध्ये आल्या. बजेटवर काम करणाऱ्या ह्या हेडक्लार्क.
त्या म्हणाल्या,''पासावर घरचा पत्ता लिहू नका.''
''मग?''
''तुमचा पास हरवला आणि तो एखाद्या चांगल्या माणसाच्या हातात पडला तर काही प्रॉब्लेम नाही. पण तो कुणाला सापडेल त्याचा भरवसा नाही. कोण कसा, कोण कसा! तो जर भलत्याच माणसाच्या हातात पडला तर तो माणूस सरळ तुमच्या घरी जातो; म्हणजे जाऊ शकतो. तुमच्या मिसेसना तुमच्याबद्दल काहीही सांगू शकतो. पुरावा म्हणून तो तुमचा पास त्यांना दाखवतो. घरातली बाई कितीही चलाख, हुशार असली तरी इथं बिथरून जाते. तुम्हाला ॲक्सिडेंट झालाय असं सांगून, भरपूर पैसे घ्यायला लावून तो माणूस घरातल्या बाईला बाहेरही नेऊ शकतो. तेवढ्यासाठी ऑफिसचा पत्ता द्यावा. जर दुर्दैवानं खरंच काही प्रसंग घडला तर बातमी प्रथम ऑफिसात येते. ऑफिसातली माणसं घरी कळवतातच.''
नोकरी करणाऱ्या बाईचे ते अनुभवाचे बोल होते.
ही बाई डोंबिवलीची. दूरवर राहणाऱ्या प्रवाशांच्या नशिबी जे जे भोग असतात, त्यांना तोंड देत वर्षो न् वर्षे संसारासाठी राबणारी.

अनेक – अनेकांपैकी एक.
जात-जात मला प्रचीतीचे बोल ऐकवून गेली. डोळसपणानं आयुष्य जगण्यासाठी ज्या अनेक युक्त्या योजाव्या लागतात त्यातली एक युक्ती सांगून गेली.
ह्याला संदेश म्हणतात. 'मातृभूमीवर प्रेम करा' ह्यापेक्षा मोठा संदेश.
मातृभूमीवर प्रेम करायचं म्हणजे प्रथम जगलं पाहिजे. नेमकं तेच आज कठीण, बेभरवशाचं, असुरक्षित झालं आहे. प्रवास करताना जीव गेला तरी चालेल, पण पास योग्य माणसाच्या हातात सुरक्षित पडावा. म्हणजे मागं राहतील त्यांची धावपळ वाचेल.
पोतदार बाई, बोलली ते योग्य बोलली; ह्यात काहीच संशय नाही.

मी तेव्हापासून काय करतो?
कुणीही असाच रेल्वेपासावर पत्ता लिहू लागला की पोतदार बाईंचा संदेश तिथं पोहोचवतो.
अर्थात स्वतःच्या नावावर.
ऐकणारा म्हणतो,
"तू लेखक, साल्या ह्या असल्या कल्पना तुझ्याच डोक्यात येणार. म्युनिसिपालिटीत वाया जातोयस."
मी नुसता हसतो.

ॲक्सिडेंटमधून बरा झालो आणि लगेच कामावर जायला लागलो खरा, पण– एका रविवारी कंटाळलोच. डावा खांदा अद्यापि ठणकतच होता. मग सगळं विसरण्यासाठी ठाणा गाठलं.
जोशी नामक एका सज्जन मित्राच्या दारात हजर झालो तर स्वारी बाहेर जायला निघालेली.
मीही निघालो.
खाली त्यांची प्रिमीयर पद्मिनी उभी.
फ्रंट सीटला बसावं म्हणून दार उघडणार तर जोशीबुवा म्हणाले,
"आपण दोघं मागे बसू. शोफरजवळची सीट निकामी आहे."
मी डोकावून पाहिलं आणि थक्क झालो.
ड्रायव्हरशेजारच्या सीटवर एक प्रचंड आकाराचा प्लॅस्टिकचा डबा होता.
"जोशी, हा काय प्रकार?"
"त्याचं काय झालं, आमच्या ह्या कोऱ्या करकरीत फियाटची पेट्रोलची टाकी

गळते आहे. रिपेरिंगला सवड नाही.''

''पण...''

''म्हणून ह्या डब्यात चक्क पेट्रोल भरलंय आणि ते ह्या ट्यूबनं कॉरब्युरेटला जोडून दिलंय.''

''गाडी चालते?''

''फर्स्ट क्लास!''

''ती कशी?''

''कॉरब्युरेटला कुठं कळतंय्, पेट्रोल कुठून येतंय ते.''

''जोशी, कमाल आहे. त्यापेक्षा ओव्हरहेड टँक का नाही बांधत टपावर?''

''वकीलसाहेबांना विकणार आहे गाडी.''

''कोण? वकील कोण?''

''रात्री सांगतो.''

रात्री आम्ही फिरायला बाहेर पडलो. तळ्याच्या काठाकाठानं चालत असताना जोशी म्हणाले,

''हे घर बघा.''

''विशेष?''

''तुम्ही आर्किटेक्ट आहात, म्हणून मुद्दाम दाखवतोय. हे उतारावर बांधलंय.

स्लोपिंग साईट होती.''

मी म्हणालो,

''हिल स्टेशन्सवरची सगळीच घरं अशी बांधावी लागतात.''

''हेच त्या वकिलाचं घर.''

''ह्यांना फियाट विकणार?''

''होय.''

''रिपेअर करून?''

''छे, तशीच!''

''ते घेतील?''

''जरूर. नंतर त्यांना ती बुडवायची तर आहे.''

''म्हणजे काय?''

''एक गंमत सांगतो. ह्या वकिलांच्या सौभाग्यवतीनं एके दिवशी, वकीलसाहेबांची फियाट चालवण्याचा हट्ट केला.''

''मग?''

''श्रीयुत मालकांनी न बोलता किल्ल्या स्वाधीन केल्या.''

''आणि त्या गृहिणीनं ठाण्याची लोकसंख्या एकानं घटवली का?''

''ते चाललं असतं, पण तसं काही घडलं नाही. बाई सुखरूप, वन पीस परतल्या, पण उतारावर गाडी पार्क करताना गिअरमध्ये टाकायला विसरल्या. "My goodeness!"

''गाडी कंपाऊंडमधून बाहेर पडली, तिनं रस्ता क्रॉस केला आणि ती सरळ ह्या तळ्यात गेली.''

मी विचारलं,'' तिसऱ्या दिवशी फुगून वर आली असेल?''

''होय. तिचा ट्रक झाला होता.'

''मग श्रीयुत गृहिणीवर तडकले असतील.''

''पहिल्या दिवशी तडकले. आता खूष आहेत.''

''का?''

''त्यांनी आता वकिली सोडली. फियाट घेतात चाळीस हजारात. तळ्यात सोडतात. तिसऱ्या दिवशी तिचा ट्रक झाला म्हणजे लाख-सव्वालाखाला विकून टाकतात.''

❑

सुरेन्द्रचं 'येतो' म्हणून पत्र आलं. मी एकदम खूष झालो आणि त्याच वेळेला तुफान विचारात पडलो. फॅमिली मेंबर्सना बोलावलं म्हणजे एकत्र केलं.
'लक्षवेधी सूचना' आहे म्हणून सांगितलं. सगळे माझ्याकडे बघू लागले तसं मी म्हणालो.

''डीडी येत आहेत.''

'सुरेन्द्र' ह्या माझ्या मित्राचं मी केलेलं हे बारसं, नव्यानं का?

तर 'सुरेन्द्र' हे नाव उच्चारायला कठीण. बरं ह्या प्राण्याचं घरातलं नाव 'दादा.'

'दादा' हे संबोधन उच्चारल्याबरोबर 'गिरी' ही पुढची दोन अक्षरं मला

'सायलेण्ट' वाटतात.

म्हणून दादाचं 'डीडी.'

'डीडी येणार' ही घोषणा जितकी सुखावणारी तितकीच संभ्रमात पाडणारी.

बिचारा अलीकडेच विधुर झालेला.

का?

आपण रस्त्यावरून जात असतो आणि कोणत्या तरी इमारतीची एक खिडकी निखळते आणि आपल्या टाळक्यावर पडते.

का?

ह्या 'का'ला उत्तर असेल तर डीडीसारख्या सालस माणसाची पत्नी अचानक का जावी?

ह्यालाही उत्तर सापडेल.

त्या दुर्घटनेनं डीडी आयुष्यातून उठला असल्यास नवल नव्हतं. त्याला पुन्हा माणसात कसं आणायचं हा प्रश्न होता. जाणारी व्यक्ती जातेच. मागं राहिलेल्या माणसालाच पुन्हा उमेदीनं कसं जगायला शिकवायचं हा प्रश्न इतका ज्वलंत होतो की गेलेल्याचं दुःख बाजूला कसं पडतं हेच कळत नाही.

आज डीडी आपण होऊन येतोय म्हटल्यावर हायसं वाटलं आणि त्याच वेळी घरातलं वातावरण कसं असावं हेही ठरवणं आवश्यक वाटलं. तसं ते ठरवणं कठीण होतं. मग सगळ्या घराचा एकूण 'मूड' डीडीवरच सोपवावा असा ठराव पास झाला.

डीडी त्या मानानं नॉर्मल होता.
इकडच्या तिकडच्या गप्पा झाल्या. भीत-भीत एक-दोन जोक्स झाले. डीडीनं त्यांचं स्वागत केल्यावर वातावरण जरा हलकं वाटलं.
रात्री साडेदहा-अकराच्या सुमारास निजानीज झाली. मध्येच केव्हातरी बेल वाजली. दार उघडलं तर दारात डॉ. पंतवैद्य. माझा जवळचा पण तितकाच अनोळखी दोस्त. काही-काही व्यक्ती (आणि त्यांचं व्यक्तिमत्त्वही) अशा असतात की प्रत्येक भेटीत त्यांचा एक नवा पैलू दिसतो. त्या क्षणी त्याची एक नवी ओळख होते. पंतवैद्य ह्या चार अक्षरी आडनावात त्या प्राण्याला बसवायचा प्रयत्न करणं हे कमालीचं अन्याय करणारं आहे. नुसत्या शब्दांतून ह्या प्राण्याला कुणापर्यंतही नेता येणार नाही.
पण त्याचा आजचा नूर निराळाच होता. मी त्याला इतका गंभीर कधीच बघितला नव्हता. दार उघडल्याबरोबर पलंगावर बसत त्यानं डोकं गुडघ्यात खुपसलं.
''पंत,व्हॉट्स द मॅटर?''
स्वत:ला सावरीत तो म्हणाला,''शांती हरवली हो!''
ही निव्वळ फिरकी आहे हे मी ओळखून हसत सुटलो. पण मामला खरंच गंभीर असावा. मीही गप्प झालो. पंत सांगू लागला.
''मी आत्ता घरी गेलो पार्टीहून तर गड्यानं सांगितलं, रात्री दहाच्या सुमारास एक गोरटेला मुलगा आला, त्यानं शांतीला काहीतरी सांगितलं. शांती लगेच बाहेर पडली. अजून आली नाही.''
''किती वाजलेत?''
''एक वाजलाय.''
''पंत, शांती कुक्कुलं बाळ नाही. ती स्वत: ॲनास्थेटिस्ट आहे. ती भलत्याच माणसाबरोबर फसली आणि गेली असं होणार नाही.''
''वपु, सायन हॉस्पिटलला फोन केला. तिथं इमर्जन्सी नाही. डॉ. चौकरला फोन केला. तिथंही ऑपरेशन वगैरे नाही. कुमुद इंगळेला विचारलं, तर तिनं मलाच वेड्यात काढलं.''
पंतवैद्यानं एवढं सांगितल्यावर मी आणखीनच दोन-चार नावं सुचवली, तर पंत त्या सगळ्यांकडे जाऊन नाइलाजानं माझ्याकडे आला होता.
''काय करायचं?''
''फक्त सुनील चौबळकडे चौकशी करायची आहे.''
''आपण जाऊ या.''
मी कपडे केले. वसुंधरेला उठवलं. मग पुन्हा शांती हरवल्याबद्दल चर्चा आणि

मग पंतवैद्य 'धो धो' धबधब्यासारखा हसत सुटला. त्याच्या हसण्यानं डीडी जागा झाला.
डीडीला जाग आल्यावर पंतवैद्यानं आम्हाला खुणा केल्या. आम्ही एकदम चौकोनी चेहरे केले.
शांतीची हकीकत ऐकल्याबरोबर डीडी म्हणाला,
"असिस्टंट कमिशनर ऑफ पोलीस माझ्या नात्याचे आहेत. त्यांच्याकडे जाऊ या?"
पंत अक्षरश: गयावया करीत म्हणाला,
"तुमची – माझी तशी ओळख नाही, पण माझ्या शांतीसाठी मला मदत करा. तुमच्यासाठी काय वाटेल ते.."
डीडी उठला. तोंड धुऊन फ्रेश झाला.
मी आणि डीडी पंतवैद्याच्या गाडीत बसलो. डीडी भाबडेपणानं इतकं बोलायला लागला की मला हसणं आवरेना. 'शांती हरवली' ही थाप आहे हे पंतवैद्याने जाहीर केलं.
त्यानंतर पंतनं घरी जावं. पण नाही.
"आपण आता सुनीलला छळू या."
मी, डीडी आणि पंतवैद्य मग खारला सुनीलकडे गेलो. डॉ.सुनील चौबळनं पंतवैद्यवर विश्वासच ठेवला नसता, पण आम्हा दोघांमुळे तोही विचारात पडला. मग त्याचे तर्कवितर्क.
आम्हाला आवरेनासं झालं तेव्हा आम्ही चौबळलाही सांगायचं ते सांगितलं.
तिथून आम्ही डॉक्टर काटदरेकडे.
बातमी ऐकताच काटदरेचा पहिला कॉमेण्ट–
"सालं, ज्यांच्या बायका हरवायला हव्या आहेत त्यांच्या हरवत नाहीत..."
मग पुन्हा पंधरावीस मिनिटं अत्यंत पॅनिक वातावरण. आणखी काही काटदरेकृत नवे तर्ककुतर्क. पंतचा रडवेला चेहरा. प्रत्येक ठिकाणाहून घरी फोन करून, 'शांती परतली का?'– अशी खोटी चौकशी आणि शेवटी फिरक्या.
पंतबरोबर डीडीचा उत्साह बघण्यासारखा होता.
ज्यांना ज्यांना हैराण करणं शक्य आहे त्या सर्वांना छळून पंतवैद्यनं पहाटे साडेपाचला आम्हाला आमच्या घरी सोडलं.
डीडी म्हणाला.
"वपु, घटना एकच, 'शांती हरवली.' पण व्यक्ती बदलल्या की किती निरनिराळे तर्क, शंका, समस्येवर तोडगे आणि किती व्हरायटीज बघायला मिळतात.वा! रात्र मस्त गेली!"

मी डीडीकडे, खरं तर बघतच राहिलो.

''काय बघता?''

''डीडी, तू आज प्रथम माझ्याकडे आलास. आपण त्या मानानं काहीच बोललो नाही. रात्रभर उगीचच हैदोस घातला. पंतवैद्य आला की अशीच धमाल आम्ही करतो. तू ह्या खेळात माझ्यापेक्षा जास्त इंटरेस्ट घेतलास ह्याचं नवल वाटलं.''

कुठेतरी शून्यात नजर लावीत डीडी म्हणाला,

''उल्काला विसरायचा खूप प्रयत्न करतो. पण जमत नाही. आज सगळं डोक्यातलं काहूर दूर करायचं म्हणून आलो. पंतवैद्यमुळे काही काळ विसरलोही. आणि...''

''बोल ना...''

''मी पंतवैद्यपेक्षाही जास्त रमलो ह्या खेळात. मीही अशीच कल्पना केली की माझी उल्का मला कायमची सोडून गेलेली नाही. ती फक्त हरवली आहे. खोटी खोटी. मी जर तिला कसून शोधलं तर ती मला नक्की सापडेल. मी शांतीला शोधतच नव्हतो. उल्काला शोधत होतो.''

❏

मी आणि आर्केडी अशाच एका प्रवासात.
गाडी खचाखच भरलेली.
आणि एकाएकी दोन बायकांत कडाक्याचं भांडण. भांडण खिडकीवरून. एका बाईला खिडकी बंद हवी होती, दुसरीला उघडी.
''मला वारं सहन होत नाही. मी थंडीनं मरेन.''
दुसरी म्हणाली,''खिडकी बंद केली तर मी उकाड्यानं आणि गुदमरून मरेन.''
आर्केडी म्हणाला,
''एकदा उघडी ठेवा म्हणजे पहिली बाई मरेल. नंतर खिडकी बंद करा, दुसरी मरेल, दोघींना खिडकीतून बाहेर फेकून द्या, म्हणजे दोन सीट्स रिकाम्या होतील.''
सगळा डबा हसला. गर्दीपायी हैराण झालेले पण हसले.
छोट्याशा विनोदानं सैल झाले. त्यांना पुन्हा उभं राहायचं बळ आलं. मी हसलो आणि बेचैन पण झालो.
''तू असा का?''
''आर्केडी, शंभर माणसांसाठी असलेल्या ह्या डब्यात किती माणसं कोंबली असतील?''
''दोनशेच्यावर नक्कीच ! का?''
''ठराविक अंतर कापण्यासाठी सगळेजण तेवढेच पैसे मोजतात. काहींना झकास खिडकीची जागा मिळते आणि बाकीच्यांना नीट उभं राहायलाही जागा मिळत नाही. स्वातंत्र्य मिळून किती वर्षं झाली ह्याचे फक्त आकडे मोजायचे. जिला खरंच वारं सहन होत नाही तिला खिडकी लावायचा अधिकार नाही आणि जिला इन्कमटॅक्स न भरता, भरपूर वाऱ्याचं सुख हवंय तिलाही ते मिळवता येणार नाही. आपल्यापेक्षा स्वातंत्र्यासाठी जे फासावर गेले ते सुखी!''
''कसे काय?''
''आपण एक स्वर्गीय ठेवा–स्वातंत्र्य– राष्ट्राला दिला,माणसाला माणूस म्हणून जगण्याचा अधिकार दिला ह्या आनंदात ते गेले. त्यांनी राष्ट्राला दिलेल्या त्या स्वर्गीय देणगीचं मागे राह्यलेल्यांनी काय केलं हे पाहण्याच्या त्यांना यातना

नाहीत. इथं दर दिवशी हुतात्म्यासारखं जगावं लागतंय, पण हुतात्मा म्हणवून घेण्याचं भाग्य नाही.''

आर्केडी जोरजोरात हसत सुटला. त्याच वेळी गाडीत चहा विकणाऱ्याच्या ट्रेला एका पॅसेंजरचा धक्का लागला. आर्केडीच्या अंगावर चहाचा कप उलटा झाला. चहावाला पडता-पडता वाचला.

आर्केडीच्या बुशशर्टवर चहाच चहा झाला. आर्केडी आता भडकणार, पण आर्केडी हसत सुटला.

''तू हसतोस काय? तो फेरीवाला बेकायदेशीररीत्या गाडीत धंदा करतोय. रेल्वे नुसत्या पाट्या लिहिते. पण त्या पाट्या...''

''चालायचंच. ''

''तुझ्या बुशशर्टला केवढा डाग...''

आर्केडी म्हणाला.

''बुशशर्ट फक्त ओला झालाय. त्याला चहाचा डाग मुळीच पडणार नाही''

''कशावरून?''

''मी सुकल्यावर दाखवीन तुला.''

''चहाचा डाग राहतोच.''

''चहात चहा असेल तर डाग पडेल. चहात चहा न घालण्याचं स्वातंत्र्य त्यानं मिळवलंय. तुम्ही त्याला दम भरायचा प्रयत्न करा, तो म्हणेल, तुम्ही चहा मुळीच पिऊ नका.''

मी चिडून म्हणालो,''ही सरळ लुच्चेगिरी आहे.''

आर्केडी शांतपणे म्हणाला,

''चहात चहाच काय, दूध-साखर काहीही न घालण्याचं स्वातंत्र्य चहावाल्यानं मंत्र्यांकडून मिळवलं आहे.''

''कसं काय?''

''पन्नास पैशांच्या चहाच्या क्वालिटीबद्दल तुम्ही एवढे काटेकोर, पाच-पाच हजार रुपये भरून न चालणाऱ्या टेलिफोनचं काय? आणि तरीही निरनिराळ्या टेलिफोन एक्स्चेंजेसवर कसाईखान्यात खाटकासमोर गाय जशी उभी असते त्याप्रमाणे चेहरा करून, सरकारचा कॉम्प्युटर दाखवेल तेवढी बिलं भरता ना?''

''भरावीच लागतात.''

''नाहीतर तुमचा टेलिफोन तोडायचं स्वातंत्र्य सरकारनं मिळवलेलं आहे. न चालणारे टेलिफोन परत करा, फोन वापरूच नका, हे निर्लज्जपणे सांगण्याचं स्वातंत्र्य स्टीफनसाहेबानं मिळवलंय ना?''

“तीसुद्धा नालायकगिरी आहे.”
आर्केडी म्हणाला,
“पाह्यलंस? मंत्र्यांना शिव्या देण्याचं स्वातंत्र्य तू मिळवलंस त्याप्रमाणे, जे जे बोललं जातं ते ते न ऐकण्याचं स्वातंत्र्य इथं प्रत्येकानं मिळवलं आहे. प्राध्यापकांचं न ऐकण्याचं स्वातंत्र्य इथं विद्यार्थ्यांना,निवडणुकीत दिलेली आश्वासनं न पाळण्याचं स्वातंत्र्य मंत्र्यांना, तर वाटेल त्या वस्तूत भेसळ करण्याचं स्वातंत्र्य व्यापाऱ्यांनी मिळवलं आहे.”
आर्केडी थांबला. पण भोवतालच्या सहप्रवाशांना आता आर्केडीचं बोलणं हवं होतं.
आर्केडीनं विचारलं,“आणखी यादी सांगू?”
मी हसलो. उत्तर म्हणून.
आर्केडी सरसावला.
“गॅस सिलींडर वेळेवर न देण्याचं स्वातंत्र्य एस्सो आणि बर्शेननं मिळवलंय. शहरातल्या रस्त्यांची दुर्दशा करायचं स्वातंत्र्य महापालिकेकडे. बिल्डिंग कॉन्ट्रॅक्टर किंवा रस्ते बनवणाऱ्या कंत्राटदारांबद्दल तर बोलायलाच नको. गृहनिर्माण खात्यापासून महापालिकेपर्यंत, प्रत्येकाला लुबाडण्याचा परवाना त्यांनी जन्मत: मिळवला आहे आणि त्यांच्या थर्ड रेट कामाकडे उघड उघड दुर्लक्ष करण्याचं स्वातंत्र्य सरकारी अधिकाऱ्यांनी घेतलं आहे. कोणत्या प्रवाशांना तपासणीशिवाय सोडायचं आणि कोणत्या प्रवाशांचा अंत पाहायचा ह्याचं स्वातंत्र्य कस्टम अधिकाऱ्यांकडे तर भल्या भल्या, सभ्य, सुसंस्कृत माणसांचा अपमान, अवहेलना करण्याचे अधिकार इन्कमटॅक्सवाल्यांकडे आहेत. रस्त्यावर कुठेही स्टॉल टाकायचं स्वातंत्र्य फेरीवाल्यांकडे, महिनो न् महिने कारखाने बंद ठेवण्याचं स्वातंत्र्य युनियन लीडरला... किती, यादी किती सांगायची?”
तेवढ्यात एक भिकारीण, कानाचे पडदे फाटतील इतक्या कर्कश आवाजात गाणं केकाटत आली. तिच्यामागे तिची अर्धनग्न चार मुलं, शिवाय कडेवर एक आणि पोट गरगरलेलं.
आर्केडी म्हणाला,
“स्वत:चं पोट भरायची अक्कल नसताना,भरमसाट पोरं काढायचं स्वातंत्र्य, गाडीत भीक मागायचा परवाना,आणि हे सर्व थांबवण्यासाठी कोणत्याही धोरणाची अंमलबजावणी न करण्याचं स्वातंत्र्य सरकारला.”
“हरलो.” मी पांढरं निशाण दाखवलं.
“सगळा देश हे स्वातंत्र्य उपभोगतोय आणि तू म्हणतोस स्वातंत्र्य कुठाय? बघ, बुशशर्ट वाळला. चहाचा डाग पडला? नाही ना? चहात चहा न

टाकण्याचं स्वातंत्र्य मिळालं त्याचा फायदा. मला हेच सांगायचं. मागे डाग ठेवू नका आणि स्वातंत्र्य उपभोगा.''

''आमच्यासारख्यांनी काय करायचं?''

आर्केडी म्हणाला,

''चहात चहा शोधायचा नाही.''

❑

बारा वर्षांत जे घडलं नव्हतं ते घडलं. एका अनोळखी वाचकाचं पत्र आलं. अर्थात न घडलेली घटना ही नव्हे. गेल्या बारा वर्षांत वाचकांनी मला पत्रवर्षावात चिंब केलं आहे. एकपानी पत्रापासून सात-सात, आठ-आठ पानी पत्रं आहेत आणि तीही अनोळखी वाचकांनी पाठवलेली आणि तरी मी पत्रांच्या बाबतीत अद्यापि अतृप्त आहे. शोष वाढतोच आहे. केव्हा-केव्हा वाटतं ही एवढी आसक्ती बरी नव्हे. पण...

आणि असंच एक शोष कमी करणारं पत्र आलं. पत्र एवढं लाजवाब होतं की मी जवळ जवळ वेडावून गेलो. दुसऱ्या दिवशी रविवार होता. सकाळी तरीही लवकर उठलो. स्कूटर काढली. खिशात त्या अनोळखी वाचकाचं पत्र ठेवलं. मुंबईत त्या दिवशी कधीनवत पडलेली थंडी. त्याच वेगात धावणारी स्कूटर. झोंबरं वारं. बोटं काकडली. पण डोक्यात वाचक.

''काही काही पत्रं नुसती पोचतात, तर काही काही पत्रं कडकडून भेटतात, कोसळतात'' असं आमचा सख्खा मित्र अशोक चिटणीस म्हणतो (अशोक चिटणीस हे एक वेगळंच रसायन आहे). त्याप्रमाणे त्या कोण्या वाचकाचं पत्र आदल्या दिवशी माझ्या अंगावर कोसळलं होतं, त्यातून भानावर यायच्या आत मला त्या वाचकाला प्रत्यक्ष पाहायचं होतं. त्याच्या पत्राचं उत्तर म्हणून मी स्वत: त्याच्यासमोर उभा राहणार होतो.

वांद्रा ते चेंबूर संपेच ना.

संपलं आणि मी त्या रसिकाच्या दारात.

प्रथम आश्चर्य आणि नंतर अमाप आनंद. दुसऱ्याला अत्तर लावताना आपल्या बोटांना लागतंच. तसा हा सुगंधी आनंद.

''तुम्ही आलात कसे? हे अजून मला समजत नाही.''

''तुमचं हे पत्र तसंच जबरदस्त होतं.'' असं म्हणत मी खिशात हात घातला आणि झटका बसावा तसा माझा हात बाहेर आला.

खिशात पत्र नव्हतं.

मी ते नक्की खिशात ठेवलं होतं. त्यावर त्या गृहस्थांचा पत्ता होता. घर मी तसंच शोधून काढलं होतं. खिशातलं पत्र तेव्हा बाहेर काढलंच नव्हतं.

ह्याचा अर्थ पत्र कोटाच्या खिशातून उडालं.

बारा वर्षांत जे घडलं नव्हतं ते घडलं असं जे म्हणालो ते हे!

नंतर गप्पा झाल्या. पण त्यात मी नव्हतो. निरोप घेऊन घरी आलो. सगळं घर पालथं घातलं.

पत्र मिळालं नाही. पुन्हा बाहेर पडलो. दोन फर्लांग रस्त्यावर पडलेल्या प्रत्येक कागदाच्या कपट्याकडे आस्थेनं पाह्यलं. इतकंच नव्हे, तर रस्त्यावरचे कागद उचलणाऱ्या एका बाईला चार आणे देऊन तिला तिचं कपट्यांनी भरलेलं पोतं उलटं करायला लावलं.

पण नाही. पत्र मिळालं नाही.

'ध'चा 'मा' करणारं पत्र रामशास्त्र्यांच्या हातात येऊन जर हरवलं असतं तर रामशास्त्र्यांची जी पिसाळल्यासारखी अवस्था झाली असती, तशी माझी अवस्था झाली होती.

'आता इतर मुलांकडे पाहा आणि शोक आवरा' ह्या शब्दांत कुणी सांत्वन करण्याचा प्रयत्न केला असता तर मी एवढंच म्हणालो असतो, 'इतर आहेतच. पण ज्याला राज्याभिषेक करायचं ठरवलं होतं, तोच जाऊन कसं चालेल?'

कुणीतरी सुचवलं, ''त्या वाचकाला पुन्हा तसंच पत्र पाठवायला सांगा.''

तेही पटेना. त्याच्या भावनांची ती चेष्टा होईल असं वाटलं.

डुप्लिकेट कॉपी मागायला ते काय रेशनकार्ड होतं का? त्या कार्डावरचासुद्धा तो 'Duplicate' हा शिक्का सलतोच (म्हणजे original बावळटानं हरवलं ना? असाच तो छाप विचारीत राहतो).

आणि मनाच्या अशाच पत्ता हरवलेल्या अवस्थेत रवींद्र पिंगे भेटला. नाना विषयांवर गप्पा मारता-मारता तो म्हणाला, ''आयुष्यातल्या घटना आणि भेटणारी माणसं ह्यांवर खलिल जिब्रानचं एक सुरेख वाक्य आहे, ते ऐकवतो आणि जातो.''

''जरूर ऐकव.''

''Look at that flower- it is blossoming. Look at that flower- it is fading out. Don't say this man is right and that man is wrong.''

पिंगे निघून गेला आणि मी विचारात पडलो. खरंच, आपल्याला ह्या जीवनाबद्दल फार म्हणजे मर्यादेबाहेर आसक्ती आहे. साहित्य, संगीत, सौंदर्य, सुगंध, स्नेह, सहवास, ह्यांचं इतकं वेड आहे की ह्या जगाचा निरोप घेताना अनंत यातना होणार आपल्याला.

जिब्रान म्हणतो तशी अलिप्तता जमेल का?

ह्या प्रश्नाचं उत्तर अर्थातच 'नाही जमणार!' – असंच आलं.

जास्त उदास झालो. दोन दिवस तसे गेले.

शेवटी लाटकरनं (रसायन क्रमांक २) खनपटीला बसून विचारलं. मी त्याला जिब्रान ऐकवला.

त्यावर तो म्हणाला, "Don't Worry."

"असं कसं? जिब्रान..."

"अहो, जिब्रानला हे वाक्य त्याच्या वयाच्या बाराव्या वर्षीच सुचलंय, असं का तुम्ही समजता? आयुष्यात ठिकठिकाणी तोही असाच गुंतला असणार. तुमच्यासारखा तोही बेभान होऊन जगत असला पाहिजे आणि एकूण पसारा आवरणं किती कठीण आहे ह्याचा शोध लागल्यावर मग तो हे बोलला असला पाहिजे, साठी उलटल्यावर."

"नक्की?"

"त्याशिवाय एवढं निर्णायक बोलता येतं?"

"मग मी काय करू?"

"साठी उलटल्यावर काय काय बोलायचं ह्याचासुद्धा विचार न करता जसे आहात तसेच मस्त जगा."

मी हसलो.

कारण?

उरलेली पत्रं माझ्याकडे पाहून तस्संच हसत होती.

❑

लहानपणापासूनची तक्रार म्हणजे, तोंडात फोड येणं.

त्या काळात कॅल्शियम, बी-कॉम्प्लेक्स हे शब्दही जन्माला आले नव्हते. अगदी परवा-परवापर्यंत ह्या व्याधीनं छळ मांडला होता.

एकदा वसुंधरेचे वडील अचानक भेटायला आले. अस्मादिकांचं मौन. तोंडात फोड.

वसुंधरा म्हणाली," इंजक्शन्स सुरू केली आहेत."

"ती चालू देत. त्याशिवाय एक सोपा, स्वस्त गावठी उपाय कराल का?"

मी 'हो' म्हणालो.

"कानात खोबरेल तेल घालायचं. दोन-चार मिनिटं ठेवायचं. कूस बदलायची. दुसऱ्या कानात तेल घालायचं. पहिल्या कानातलं तेल बाहेर पडतं तेव्हा किती गरम होऊन बाहेर पडतं ते पहा. असं सात-आठ वेळा करावं. कष्ट काही नाहीत. पडल्या पडल्या हा उपाय करता येतो."

"त्यानं काय होतं?"

"मेंदू शांत राहतो. शेवटी शरीर हे यंत्र आहे. त्याला तेल लागतंच. मेंदू थंड राहावा म्हणून कानात तेल. त्याप्रमाणे पचनशक्तीचं मोठं कार्य जठरात होतं. तिथं शांत वाटावं म्हणून नाभिस्थानात तेल टाकावं."

इतर अवांतर गोष्टी करून आणि मला धावपळ, दगदग कमी करायला सांगून दादा निघून गेले.

वडिलांनी दिलेला सल्ला आणि प्रयोगासाठी नवरा. मग वसुंधरेला उत्साह आल्यास नवल काय?

"हं, चला निजा?" दादा गेल्याबरोबर बाईंचा हुकूम.

"निजा काय? एवढ्यात आर्केडी येईल."

"कशाला?"

"नव्या नाटकावर चर्चा."

"बोलता येणार आहे का?"

"ऐकता तर येईल. कानात तेल घातलंस तर ऐकूही येणार नाही."

"आर्केडी येईपर्यंत पडा."

वसुंधरा आलटून-पालटून डाव्या उजव्या कानात तेल घालत राह्यली. दादांनी सांगितलेला उपाय खरोखरच सुखद वाटत होता,

पाच-सहा वेळा वामकुक्षी-दक्षिणकुक्षी झाल्यावर मी बरं वाटत असून कंटाळलो.

"हं, आता जठराग्नी शांत..."

"तो झाला की!"

"तसा नव्हे." असे म्हणत वसुंधरेनं एक अगदी छोटी कापडाची घडी खोबरेल तेलात भिजवून दिली.

अस्मादिक नाभिस्थानी खोबरेल तेलाचा प्रयोग करीत पडलेले. वेळ रात्री साडेनऊची. तेवढ्यात रस्त्यावरून आर्केडीची हाक आली. सुहास गॅलरीत धावला. ईश्वराची साक्ष न काढता खरं बोलायचं त्याचं वय. पुढचा संभाव्य धोका जाणून मी वसुंधरेला म्हणालो, "वसुंधरा प्रथम धाव, सुहासला आवर." तोपर्यंत आर्केडीनं माझी केलेली चौकशी आणि तिसऱ्या मजल्यावरून, रात्रीच्या शांत वेळी सुहासचं खणखणीत आवाजात उत्तर—

"बापू बेंबीत तेल घालून झोपलेत."

❑

कथाकथनासाठी बाहेरगावी गेलं की काही संस्थांना भेट द्यावी लागते. तिथल्या कार्यकर्त्यांनी ते ठरवलेलंच असतं. तुम्हाला मग 'हो' 'नाही' म्हणायचा चॉइस नसतो. पुढचं सगळं ठरलेलं असतं. संस्था स्थापन कुणी केली, तिथपासूनचा इतिहास ऐकावा लागतो.
संस्था स्थापन करणारा इसम गरिबीतूनच वर आलेला असतो. इतकंच नव्हे तर संस्था नसलेल्या गावीच त्यानं जन्म घेतलेला असतो. तो अर्थातच हाडाची काडं करणारा, त्यागी असतो.
त्यागी असल्याशिवाय कोणतंही सामाजिक कार्य करता येणं शक्य आहे का?
तर आयुष्यभर खपून तो संस्था उभी करतो. केव्हा तरी त्यात फाटाफूट होते नाहीतर ती विलक्षण नावारूपाला येते. मग तिला जागा पुरत नाही, फंड संपत येतात आणि...वगैरे वगैरे.
त्यात शासन दखल घेत नसेल...आणि घेत नाहीच–ह्याची वर फोडणी असते. हे सर्व मला मान्य आहे. थोडं उपरोधाच्या भाषेत जरी हे सगळं लिहिलेलं असलं तरी त्यातली दारुण स्थिती लपणारी नाही. ह्याला आता कोण काय करणार? वर्षो न् वर्षं नव्हे तीन-तीन तपं देश कायम संक्रमणावस्थेतून जात असला तर छोट्या-छोट्या संस्था वाचणार कशा?
तरीसुद्धा वादळात मोठे वृक्ष कोसळतात आणि लव्हाळी वाचतात तशा ह्या संस्था तरतात. त्या संस्थेवर पुत्रवत प्रेम करणारी माणसं उभी राहतात आणि संस्था शंभर-शंभर वर्षांची जुनीपुराणी होते.
इथपर्यंत ठीक आहे.
संस्था पाहून झाल्यावर तिथले 'चामापा' म्हणजे 'चालाक' -'मालक'- 'पालक' अभिप्रायासाठी वही पुढे करतात. इथं माझी मुख्य समस्या सुरू होते.
त्या वहीत एकदम काय लिहायचं?
''आज संस्थेत येण्याचा योग आला. कार्यकर्ते तत्पर आहेत. आनंद वाटला. संस्थेची उत्तरोत्तर प्रगती होवो.''
ह्या तऱ्हेचा मजकूर खरोखर लिहावा असं वाटत नाही.
गावोगावच्या संस्थांमधून, माझ्या अगोदर त्या संस्थेला भेट देणाऱ्या शेकडो

मान्यवरांनी ह्याच तऱ्हेची वाक्यं लिहिलेली मी अनेकदा पाह्यलेली आहेत. प्रत्येक संस्था पाहून ह्या मंडळींना तस्साच आनंद वारंवार कसा होतो हे मला कधीच समजलेलं नाही, त्याचप्रमाणे गावोगावच्या कार्यकर्त्यांचं पण ह्या ठरावीक मजकुरानं कसं काय समाधान होतं कळत नाही.

अनेक माणसं राब-राब राबलेली असतात तेव्हा संस्था शंभर-शंभर वर्षं जगते. आमच्याही जन्माच्या अगोदर ज्या संस्था उभ्या आहेत, त्या संस्थेची भरभराट होवो असं लिहिणारे आम्ही कोण!

अनेकदा वाटतं, प्रमुख पाहुण्यांचा अभिप्राय मागणाऱ्यांचं पण बरोबर आहे आणि काही अपवाद वगळले तर प्रत्येक संस्था पाहून, ज्यांचं मन प्रसन्न होतं, त्यांचंही बरोबर आहे,

आणि,

तरीही वाटतं, कुठंतरी—काहीतरी चुकत आहे.

काहीतरी हरवत आहे.

संवाद साधायची इच्छा असणाऱ्यांचाही संवाद निसटतो आहे.

अशाच एका गावी, स्वतःच्या हिमतीवर साप्ताहिक चालवणाऱ्या एका संपादकाला भेटायला गेलो. त्यानं मनापासून स्वागत केलं. पण त्याच वेळेला संपादक महाशयांकडे एक गृहस्थ चिंतातूर चेहरा करून बसले होते. संपादक गणपतराव वेलकरांनी मला हातानंच थांबायची खूण केली. मी 'चालू द्या' म्हणून संमती दिली.

गणपतरावांनी त्या गृहस्थाला विचारलं,

''तुम्हाला तुमच्या अनंताच्या बाबतीत तसं काही...''

''स्वप्नात नाही हो, तो असं काही करील हे.''

तेवढ्यात चहा आला. आम्हाला दोघांना चहा ऑफर करीत गणपतरावांनी विचारलं,

''शाळेत जात होता ना?''

''जात होता, पण हल्ली कंटाळा करायचा.''

''तुम्हाला तसं कधी म्हणाला?''

''कधी म्हणणार हो?''

''का?''

''मी सकाळी साडेसहा वाजता घर सोडतो. रात्री नऊ वाजता परत येतो.''

''आईजवळ बोलला असेल?''

''शक्यता आहे.''

''शक्यता म्हणजे?''

''अहो तिची पण नोकरी आहेच ना! झेपत नसताना करते आणि गरजही नसताना करते.''

''तुमचा तो पर्सनल प्रॉब्लेम असेल, तेव्हा मी आग्रह धरत नाही. पण शक्य असेल तर सांगा, मिसेस नोकरी का करतात?''

''माझ्याशी स्पर्धा! मीही काहीतरी करून दाखवू शकते हे दाखवण्याचा अट्टहास!''

''त्यांना एकदा समजावून सांगा.''

''भले कधी सांगायचं? एकमेकांशी बोलायला सवड आहे कुठे?''

''हे बरोबर नाही.''

''ते आम्हालाही कळतं की! पण वेळच मिळत नाही. खर्च मांडण्यापुरते आम्ही एकमेकांशी बोलतो आणि बोलतो म्हणजे काय करतो? तर चक्क भांडतो.''

''का?''

''हिशेबच लागला नाही तर दुसरं काय होणार! एक दिवस भांडायचं. मग आठ दिवस अबोला. आठ दिवसांनी पुन्हा हिशेब मांडायची वेळ आली की पुन्हा...''

''लक्षात आलं. बरं ही भांडणं अनंतासमोर होतात का?''

''मग काय राजवाड्याप्रमाणे शय्यागार, शस्त्रागार, क्रोधागार अशी तुमच्या-आमच्या घरात निरनिराळी दालनं असतात काय? एकाच खोलीत सगळं. भांडणं पण तिथंच आणि मुलगा बघत नाही ना, ह्याची खात्री पटली की रोमान्स पण तिथंच. रोमान्स कमी, भांडणं जास्त.''

''तुम्ही खर्च मांडायची अपेक्षा का ठेवता?''

''ती रक्तातली सवय.'' असं म्हणत त्यांच्या संभाषणात मला ओढायचं म्हणून त्या गृहस्थानं खिशातून एक डायरी काढून माझ्यासमोर धरली. मी त्यातलं मधलंच एक पान उघडलं आणि म्हणालो,

''आठ महिन्यांपूर्वी तुम्ही एक चाळीस वॅटचा बल्ब घेतलात. त्यात तुमचे तीन रुपये साठ पैसे गेले. आता ह्या माहितीचा ह्या क्षणी काय उपयोग?''

''नाही म्हणजे...''

''भूतकाळाचं हे असलं ओझं का वाढवायचं? ह्याऐवजी ह्या तारखेवर तुमची बायको कदाचित नवीन साडी नेसली त्याची नोंद, दिलखुलास गप्पागोष्टी केल्या असतील तर त्यातलं एखादं मजेदार विधान—''

''आमच्या आयुष्यात असले प्रसंग कुठले हो? आम्ही फार सामान्य माणसं आहोत. डायरीत फक्त हिशेब मांडणारे...''

मध्येच गणपतराव म्हणाले,

''तोच हिशेब मांडणं सोडून द्या.''

"म्हणजे काय होईल?"
"संघर्षाचं एक कारण कमी होईल."
"भ्रम आहे भ्रम! हे एक कारण कमी होईल. इतर कारणांचं काय? इथं पावलोपावली मतभेद आहेत. अनंताला शिस्त कशी लावायची ह्यातही मतभेद."
गणपतराव गप्प बसले. थोडा वेळ तिथं शांतता पसरली. छपाईच्या यंत्राचाच जो काय आवाज होत होता तेवढाच! गणपतरावांनी सुरुवात केली.
"तुम्हाला एक सांगू का?"
"सांगा ना! आम्ही ऐकू. तुम्ही आमची जाहिरात छापणार आहात, त्यात वर चहाही दिलात, तेव्हा ऐकवा."
"तसं नाही हो!"
"तसंच आहे, तसंच आहे!" असं म्हणत अनंताचे वडील उठून गेले.
गणपतरावांनी आकाशाच्या दिशेनं हात उंचावले. खांदे उडवले आणि मग ते म्हणाले,
"तुम्हाला हे विश्व निराळं वाटत असेल."
मी हसलो.
ते म्हणाले,
"आता आम्ही एक ठरलेल्या मजकुराची जाहिरात छापणार. असशील तसा निघून ये. तुला कुणी रागावणार नाही...वगैरे वगैरे."
"असल्या जाहिराती आजकाल जास्त प्रमाणात येतात का हो?"
माझ्या प्रश्नावर मान हलवीत गणपतराव म्हणाले,
"प्रमाण वाढलंय आणि वाढत जाणार. माणसं त्याशिवाय जागीच होत नाहीत. त्यांची तर ती अंधारातच उडी असते. मालकीचं अन्न, वस्त्र, निवारा सोडणं ही खायची बाब नव्हे. पळून गेलेल्या मुलाची स्थिती कशी आहे, हे कुणाला कळेल? त्याला हवी असलेली सावली मिळाली का तो आगीतून फुफाट्यात गेला, हे कसं कळणार? आपल्याला दिसतात ते शोध घेणारे."
"काय अवस्था होते पण..."
"भयानक! अगोदर नुसती वाट बघायची. तो कुठे असू शकेल ह्याचे तर्क करायचे. मग त्या व्यक्तीचा शोध घेण्यासाठी प्रथम सगळे नातेवाईक, मग मित्रांची घरं..."
"त्यात अनेकांचे पत्ते माहीत नसतात."
"प्रत्येक माणूस जे जे ऐकवेल ते ते ऐकायचं—"
"न चिडता आणि अशा वेळेला उपदेशकांच्या तलवारी धारेनं तळपत

असतात.''
''काळेसाहेब, अशाही मन:स्थितीत माणसं टोमणे मारून एखादा जुना अपमान वसूल करतात. त्यानंतरची स्थिती आणखी भयानक. हरवलेली व्यक्ती अपघातात सापडली असेल का? मग सगळी इस्पितळं. मग बाहेरगावच्या नातेवाईकांना पत्रं, तारा, फोन किंवा कुणाला तरी गळ घालून बाहेरगावी प्रत्यक्ष पिटाळणं आणि मग वर्तमानपत्रात जाहिरात आणि पोलीसखातं.''
''भयानक आहे सगळं!''
''भयानक आहे, पण ही भयानकता निर्माण कुणी केली? कोण चुकतो ह्याचा कुणी विचार का करत नाही? माझ्या मनात कायम एक विचार येतो. मी लेखक नाही, पण तरीही सांगू का?''
''अवश्य! आयुष्याकडे जो डोळसपणानं बघतो—अर्थात 'डोळस' शब्द फार मोठा आहे आणि फसवा पण आहे. आपण असं म्हणू, आजूबाजूला घडणाऱ्या घटनांपायी जो जो अस्वस्थ आहे, बेचैन आहे, तो तो प्रत्येकजण लेखकच आहे. त्यांच्या पाट्यापेन्सिली वेगळ्या आहेत. तुम्ही त्यातलेच एक. तेव्हा मोकळेपणी सांगा.''
''निसर्गानं माणसाला फार अफाट शक्ती दिलेली आहे. स्वत:त असलेली निर्मितीची शक्ती त्यानं स्त्रीपुरुषांना बहाल केली. म्हणूनच नवराबायको जेव्हा तादात्म्य पावतात, एकरूप होतात तेव्हा स्वत:सारखाच एक चालताबोलता जीव निर्माण करू शकतात. इतकी एकरूप ती जर वैचारिकदृष्ट्या, भावनात्मकदृष्ट्या पुन्हा होतील, तर स्वत:च निर्माण केलेल्या संततीला ताब्यात ठेवू शकणार नाहीत, असं कसं होईल?''
मी विचारात पडलो. गणपतराव हिरिरीनं म्हणाले,
''पण मुलांकडे लक्ष द्यायला तेवढी सवडच नाही, स्वास्थ्य नाही, ऐपत नाही, काही नाही. स्वत:च्या मुलात एक नाही, दोन नाहीत, छपन्न दोष असतील, पण एक काही तरी असा दैवी गुण असतो की त्या एका गुणावर पोर तरून जाईल. तो गुण शोधावा लागतो. मग सापडतो. घरातून पळून जातं ते मूल नव्हे, त्याचे पालक!''
गणपतरावांच्या वाक्यानं मी अंतर्बाह्य हेलावलो. तेवढ्यात एक बारा-तेरा वर्षांचा मुलगा बाहेरून आला. त्यानं आम्हा दोघांना नमस्कार केला आणि तो गणपतरावांना म्हणाला,
''काका, सरांनी आज अर्धा तास लवकर बोलावलं आहे.''
''येतो म्हणून सांग.''
त्या मुलाची पाठ वळल्याबरोबर गणपतराव म्हणाले,

''माझा छापखाना बघण्याऐवजी, आणखीन एका संस्थेत चला असं मी म्हणणार होतो म्हणजे म्हणणार आहे.''

''कुठं जायचंय?''

''रिमांड होम पाहायला. आम्ही चार मित्रांनी एक रिमांड होम चालवलं आहे. आत्ता निरोप सांगायला आलेला हा मुलगा तिथलाच. आता ह्याच मुलाची गंमत पाहा. ह्या मुलाला असंच कुणीतरी आमच्या स्वाधीन केलं. आम्हाला खूप जपून वागावं लागतं अशा मुलांशी. आमची काही सरकारी संस्था नाही. आमच्या ह्या सामाजिक कार्याच्या मागं कायद्याचं पाठबळ नाही. आम्ही आमच्या पद्धतीनं संगोपन करतो. हाताबाहेरची केस आहे असं वाटलं, तर सरकारी रिमांड होममध्ये नेऊन सोडतो. पण आता रिमांड होमचं काय आहे सांगू? रावणाकडून आलेल्या सीतेसारखं आहे. डाग जात नाही. तर तो डाग पडण्यापूर्वी प्रयत्न करण्यासाठी एखादं छप्पर असावं, हा हेतू.''

''वा, गणपतराव, अफाट कल्पना आहे.''

''तर ह्या मुलानं दिवसभर आम्हाला सळो की पळो केलं, पण संध्याकाळ व्हायला लागली तसा तो हरवल्यासारखा झाला. त्यानं 'देवघर कुठाय' म्हणून चौकशी केली. मी विचारलं, 'देवघर कशाला हवंय?' तो म्हणाला, 'रोज संध्याकाळी मी रामरक्षा म्हणतो.''

''वंडरफुल!''

''आता तो व्यवस्थित शाळेत जातो. आईवडिलांचं ऐकतो आणि आमचा लळा लागलाय म्हणून इथं कामाला येतो. आता सांगा, ज्या मुलावर 'रामरक्षे'चा म्हणजे प्रार्थनेचा सूक्ष्म संस्कार झालाय, त्याच्यासाठी रिमांड होम, हा तोडगा आहे का? ह्या मुलांसाठी एक 'अवर होम' हवं. त्यांच्या मनातलं देवघर शोधण्यासाठी. ते शोधायला हवं. कोण शोधणार? वाढती महागाई, भ्रष्ट राजकारण, नीतिहीन समाज, अश्लील साहित्य, चावट बकाल सिनेमे, देहाचं प्रदर्शन करीत हिंडणाऱ्या बायका, शिक्षणाची आबाळ, ह्या गदारोळात सांगा काळेसाहेब, मुलं हरवतात का पालक?''

मी काही बोलणार, इतक्यात गणपतरावांचा कंपोझिटर गॅली घेऊन आला.

''साहेब, अनंता हरवला मजकूर कंपोझ केलाय. आता फोटो?''

गणपतराव म्हणाले,

''पाह्यलंत, असं होतं. ह्या माणसानं मुलाचा फोटो नाही दिला. माने, तुम्ही असं करा. अनंताच्या घरी कुणाला तरी पिटाळा आणि...''

गणपतराव थांबले, आणि म्हणाले,

''अनंताच्या आईवडिलांचा फोटो आण आणि टाक त्या चौकटीत आणि वर

छापून टाक, ही दोघं हरवली आहेत. ह्यांचा मुलगा हरवलेला नाही आणि त्याच्यापुढे सगळ्या पालकांना उद्देशून छाप–ह्या चौकटीत स्वत:चा फोटो येऊन देऊ नका.''

''आज मालकांचं काहीतरी बिनसलंय'' असं समजून माने आत निघून गेला. गणपतराव त्याच मन:स्थितीत उठले. मीही उठलो. त्याच विमनस्क मन:स्थितीत मी गणपरावांचं 'अवर होम' पाह्यलं. आईवडिलांशी-जन्मदात्यांशी संवाद न साधलेली मुलं इथं 'अवर होम'मध्ये व्यवस्थित वाटली. निदान वरकरणी तरी! मनातला ज्वालामुखी कसा दिसणार? तो हळूहळू थंड होणार. गणपतरावांसारखी माणसंच तो अग्नी शांत करणार.

ह्या विचारात असतानाच, समोर अभिप्रायाची वही आली. मी गळाठून गेलो. तरी यांत्रिकतेनं वही हातात घेतली. उघडली आणि धक्का बसला.

वही संपूर्ण कोरी होती.

प्रत्येक पानावर उजव्या हाताला खालच्या कोपऱ्यात, संस्थेला भेट देणाऱ्या पाहुण्याचं नाव, पत्ता, सही आणि तारीख.

बाकी पान कोरं.

माझ्यासमोर एक पान उघडत गणपतराव म्हणाले,

''नाव, पत्ता आणि सही. संदेश-अभिप्राय काहीही लिहायचं नाही.''

निरोप घेता घेता मी विषय काढला.

गणपतराव म्हणाले,

''अभिप्रायाची पद्धत मीच बंद केली. ज्या दिवशी सुरू केली त्याच दिवशी बंद केली.''

''कारण?''

''नाव सांगत नाही, पण अशाच एका लेखकानं, नेहमीच्या सरावानं, चार ठिकाणी लिहितात तसला छापील अभिप्राय लिहिला, 'संस्थेला भेट दिली. आनंद वाटला. संस्थेची भरभराट होवो.' वाईट वाटलं. ह्या असल्या संस्था तातडीनं बंद व्हायला हव्यात. तर त्याऐवजी हे महाशय, भरभराट होवो म्हणतात. संस्था पाहून वाईट वाटण्याऐवजी त्यांना आनंद वाटतो म्हणतात. रात्रभर बेचैन होतो. दुसऱ्या दिवशी वहीचं पान फाडून टाकलं. फक्त नोंद ठेवायची म्हणून ती वही. नाव आणि सही. बाकीचं पान कोरं. छान वाटतं. तुमच्यासारख्यांना इथं बोलावणं हा माझा वैयक्तिक आनंद आहे. तुम्हाला आनंद व्हायलाच हवा असं मी मानत नाही. म्हणूनच कृत्रिम भावनांनी ती वही भरण्यापेक्षा कोरी ठेवलेली बरी. तुम्हाला काय वाटतं?''

❑

"तू माझ्याबरोबर अमेरिकेला येणार की नाही, एवढंच सांग."

मी वसुंधरेला 'जरा' वरच्या आवाजात विचारलं, 'जरा' म्हणजे किती? तर काळी दोनच्या कोमल रिषभात. पांढरी तीनमध्ये.

'काळी अडीच' असा जर एखादा स्वर असता तर तीनपर्यंत जाण्याची माझी हिंमत नव्हती.

"अगोदर माझ्यासाठी खर्च किती येईल ते सांगा, मग काय ते ठरवीन असं मी कालच सांगितलं आहे."

"समज दहा हजार."

"मुळीच येणार नाही. मलाच त्यापेक्षा ते दहा हजार द्या. मला खूप खर्च आहेत."

घरातल्या एकूण एक गरजा, नाटक-सिनेमा-हॉटेलिंग, कपडालत्ता, औषधपाणी प्रवास इ. सगळ्या गोष्टी भागवल्यावर वसुंधरेचे आणखीन खूप राह्यलेले खर्च कोणते हे मला कधीच समजलेलं नाही.

आणि समजा मी तिला एकदम पाच हजार दिले तर त्यापैकी ती एकही रुपया खर्च करणार नाही.

तरीही तिला खर्च असतात.

केव्हातरी ती म्हणाली,

"दहा हजार रुपयांत साड्या किती येतील विचार करा."

मी म्हणालो,

"एक रुपयेवाल्या दहा हजार, पाचशे रुपयेवाल्या फक्त वीस."

"बघा."

"बघा काय? दहा हजार रुपयांत पाच गोडाऊन्स भरून चुरमुरे मिळतील— ह्याचा अर्थ."

तेवढ्यात आर्केडी आला.

त्याला आमचा प्रॉब्लेम, चर्चेचा विषय समजलाच. तो म्हणाला,

"काय योगायोग आहे बघ."

असं म्हणतानाच त्यानं त्याच्या हातातला टाइम्स' उघडला.

''आजपर्यंतच्या पस्तीस वर्षांच्या काळात, जगात जेवढी युद्धं झाली ती जर झाली नसती तर त्याच्याऐवजी काय काय करता आलं असतं यांचे आकडे टाइम्सनं दिलेत.''
''असं? क्वाईट इंटरेस्टिंग.''
''नुसतं इंटरेस्टिंग नाही तर खूप अस्वस्थ करणारं आहे.''
मी वसुंधरेला बाहेर बोलावलं.
आर्केडी सांगू लागला.
''गेल्या पस्तीस वर्षांत, छोटीमोठी दीडशे युद्ध झाली. त्यात दहा दशलक्ष लोक मारले गेले आणि ७५,००० कोटी रुपयांचा चुराडा झाला. त्याशिवाय, दुसऱ्या जागतिक युद्धाचा खर्च ४०,००० कोटी रुपये होता आणि पहिल्या युद्धाच्या वेळी ३६०० कोटी रुपये खर्च झाले होते.''
''माय गुडनेस!''
''त्यापेक्षा महत्त्वाचं दुसरंच आहे. एका एफ् फोरटीन फायटरच्या किमतीत नऊ नव्या शळा उघडता आल्या असत्या. एका एअरक्राफ्ट कॅरीअरच्या किमतीत खोपोलीसारखं वीजपुरवठा करणारं केंद्र चालू करता आलं असतं. एका लिओपर्ड रणगाड्याच्या किमतीत तीन खोल्यांचे छत्तीस फ्लॅटस् बांधता आले असते, तर एका ट्रीडण्ट पाणबुडीच्या खर्चात, एक कोटी साठ लाख मुलांचा एका वर्षाचा शिक्षणखर्च करता आला असता आणि एका एम. एक्स. मिसाइलसाठी येणाऱ्या खर्चात पाच इस्पितळं बांधता आली असती.''
वसुंधरेनं विचारलं,
''हे आताच कशासाठी सांगितलं?''
''अकरा झपूर्झात तिसरं महायुद्ध होऊ नये म्हणून!''
आर्केडी शांतपणे म्हणाला.

❑

एक दिवस असतो नोकरीवरचा पहिला दिवस.
एक दिवस असतो शेवटचा.
बाबूराव खोतांचा शेवटचा दिवस. उद्यापासून ते ह्या खुर्चीवर दिसणार नाहीत. खोतांची उपस्थिती जशी कधी जाणवली नाही तशीच त्यांची अनुपस्थितीसुद्धा जाणवणार नाही.
ज्यांच्या असण्याला अर्थ असतो त्यांच्याच नसण्याची पोकळी जाणवते.
इतके दिवस खोत होते. आता नसतील.
तरीही नोटीस फिरेल, वर्गणी जमेल. माणसं वर्गणी वसूल करायची म्हणून चहा-वेफर्स संपवतील. हार-गुच्छ दिला जाईल आणि साहेब घड्याळाकडे पाहत, भुवई चढवीत, कोरड्या आवाजात म्हणतील,
"खोतांसारखा माणूस जाणं हे माझं वैयक्तिक नुकसान आहे, असं मी समजतो."
मी त्या समारंभाला गेलो नाही.
बाबूराव खोतांच्या जागी दुसरा कुणीतरी गठ्ठे हलवणारा आला. तोही जुनापुराणा झाला.
आणि एके दिवशी संध्याकाळी, ऑफिस बंद होता-होता खोत समोर येऊन बसले.
"येता का?"
"कुठं?"
कानाशी तोंड आणत ते म्हणाले, "फंडाचे पैसे एका रकमेनं मिळाले. जरा संध्याकाळ 'एन्जॉय' करू या. आज नाही म्हणू नका."
'एन्जॉय' ह्या शब्दाला खोतांनी चक्क डोळा मारला. मी चक्रावलो. तरी उठलो. केवळ खोतांची 'एन्जॉयमेन्ट' शब्दाची व्याख्या जोखायची म्हणून.
खोतांनी टॅक्सीला हात केला.
इथंच मला श्वास लागला. खोतांची एन्जॉयमेन्टची जास्तीत जास्त कमाल मर्यादा म्हणजे 'केळकर विश्रांती गृहात' एक ग्लास पीयूष पिलवतील. टॅक्सीत बसल्यावर मी विचारलं, "कुठं जायचं?"
"आपण आज ड्रिंक्स घेऊ या."
"तुम्ही म्हणाल तसं!"

कोणत्या तरी दुकानात आम्ही गेलो.

खोत म्हणाले, ''बाबा रे, सर्वांत काही महाग असेल ते दे.''

दीडशे रुपये फेकून आम्ही बाहेर पडलो.

बोरीबंदरपासून आम्ही गेटवे, तिथून नरीमन पॉइण्ट आणि तिथून मलबार हिलवर आलो.

मलबार हिलवर खोतांनी टॅक्सी सोडली.

'प्रिन्सेस नेकलेस' ह्या शब्दात ज्या देखाव्याचं वर्णन होतं त्या गळपट्ट्याकडे आम्ही पाहत बसलो.

''बोला खोतसाहेब.''

''तुम्ही विचारा, मग आम्ही बोलू.''

''उद्यापासून प्लॅन काय?''

''कसला प्लॅन?''

''म्हणजे पुढे काय करणार?''

'' ...''

''व्यवसाय?''

''हो, तसं म्हणायला हरकत नाही.''

एका विशिष्ट पद्धतीने हसत खोत म्हणाले,

''माझा निवृत्तीनंतरच्या भविष्याचा प्रश्न चुटकीसरशी सुटणार आहे.''

''अरे वा! तुमचं प्लॅनिंग...''

''एकदम परफेक्ट.''

त्यानंतर संभाषण थांबलं. खोतांशी बोलायचं तरी कोणत्या विषयावर? तो गट्टीतला माणूस नव्हता. म्हणूनच त्याच्या आवडीनिवडी, छंद, व्यसनं कशाचीच कल्पना नव्हती.

मी विचारल्याशिवाय तो बोलणार नव्हता म्हणून मी विचारलं,

''खोत, घरी कोण-कोण आहेत?''

''तुम्हाला सगळी मंडळी दिसतीलच.''

''म्हणजे?''

''बाटली संपवायची ना?''

''दोघांत?''

''काय बिघडलं?''

''मी तीन पेग्जच्या वर जात नाही, तुमची कल्पना नाही.''

''मला त्यातलं तसं काही कळत नाही.''

''मग हा बेत कशासाठी?''

''ह्या प्रकाराबद्दल मला जबरदस्त कुतूहल आहे; आणि एकेकदा आयुष्यात सगळं घडून जावं.''

''सगळं म्हणजे?''

''सगळं म्हणजे सगळं! आता हे असं बेफिकीरपणे मलबार हिलवर यायचं होतं. मी इथं किती वर्षांनी आलोय सांगू?''

मी 'सांगा' म्हणायची वाट न पाहता खोत म्हणाले, ''अठ्ठावीस वर्षांनी येतोय. लग्नानंतर वत्सलेला घेऊन आलो होतो. त्यानंतर आज.''

मी खोतांना विचारलं, ''मलबार हिलपासून इतक्या जवळ असून...''

''फर्लांगाच्या म्हणजे अंतराच्या हिशेबानं जवळ. पण वेळ मिळायला हवा ना?''

''संध्याकाळी?...''

''तुम्हाला माहीत असेल, मी कामावर रोज एक तास लवकर येत होतो आणि एक तास जास्त थांबत होतो.''

''असं का?''

''मी संथ वृत्तीचा माणूस. स्वभावानं थंड. इतरांपेक्षा मला काम संपवायला वेळ लागायचा. कुणाचं ऐकून घ्यायचा आपला स्वभाव नाही, एवढ्यासाठी ओव्हरटाइम. ऑफिस सुटल्यावर चालत घरी.''

''रोज?''

''रोज! कामावर येताना मी अठ्ठावीस वर्षांत वाहन केलं नाही. पण वाहन केलं असं समजून पैसे बाजूला ठेवीत होतो.''

''काय सांगता काय? किती जमले.''

''आता घरी गेल्यावर तुमच्या हस्ते उद्घाटन करायचं.''

''खोत...''

''पेटी भरलेली आहे.''

''आणखीन एक पेटी आहे.''

''कसली सांगून टाका...''

''रोज दोन कप चहा हॉटेलात घेत होतो.''

''हॉटेलही ठरलेलं असेल तुमचं?''

''हॉटेल म्हणजे ऑफिसातच हो, कँटिनमध्ये.''

''खोत, मी तुम्हाला एकदाही चहा घेताना पाह्यलं नाही.''

खोत हसायला लागले. ते ह्या क्षणी स्वत:वर खूष होते. हसून हसून त्यांच्या डोळ्यांत पाणी आलं. ते पाणी पुसत ते म्हणाले, ''दोन कप चहा कमीत कमी झाला असता, प्रत्येक दिवशी, अशी कल्पना करून तेही पैसे बाजूला ठेवलेत.''

''खोत, पण असं का?''

"एक कप चहानं काय होतंय असं म्हणत सवय लागते. बरं सवयीनं त्या चहा पिण्यातली गंमत जाते. पण घेतला नाही तर माणूस चहापेक्षाही त्या वेळेचा गुलाम होतो. गरज नसताना आपण ही टाकी सारखी भरत असतो. मग ठरवलं, गुलामी जेवढी झुगारता येईल तेवढी झुगारायची. ह्या टाकीचं आणि टाकी भरायच्या वेळेचं गुलाम व्हायचं नाही. वपु, घरी गेल्यावर आपण ती पेटीसुद्धा उघडू या. निव्वळ चहात आपण किती पैसे घालवतो, हे आज समजेल."
"अठ्ठावीस वर्षांत एकदाही ती पेटी उघडली नाहीत?"
खोतांनी मानेनं नकार दिला. मी चक्क खोतांना वाकून नमस्कार केला.
"का हो?"
"खोत, आम्ही आमच्या चिरंजिवांना मिळणारे खाऊचे पैसे पेटीत टाकत होतो. कधीही उघडायची नाही असं म्हणत, दर आठ दिवसांनी उघडत होतो."
खोत हसत म्हणाले, "आम्ही जन्माला आलो तेव्हा गंमत झाली. तेवढी ऐकवतो. मग निघू. तीन-चार वाक्यांचीच गंमत आहे. तुम्हाला कंटाळा येईल अशी नाही."
"तुम्ही बोला, मी गप्पांना कंटाळत नाही."
"आमची जन्म घेण्याची वेळ जवळ आली. आम्ही परमेश्वराला विचारलं, आमच्याबरोबर काय देणार? परमेश्वर म्हणाला, 'तुला मागायला उशीर झाला.' आम्ही गप्प. आमचा संथपणा तिथपासून आमचा मित्र. परमेश्वर म्हणाला, 'जे उरलं असेल ते घेऊन जा.' आम्ही पाह्यलं तर अभिनय, कला, साहित्य, प्रतिभा, विद्वत्ता, धडाडी, महत्त्वाकांक्षा, सगळे कप्पे रिकामे–लोकांनी खाली केलेले. संयम, निग्रहीपणा, असं काय-काय उरलं होतं. जन्माची वेळ जवळ आलेली. हाताला येईल ते घेतलं, आलो पृथ्वीवर. बस्! इतकंच! चला आता."
पुन्हा टॅक्सी करून आम्ही गिरगावात आलो. कोणत्या तरी 'नो एण्ट्री' बोर्डाजवळ टॅक्सी सोडून आम्ही गल्लीत घुसलो.
तीन-चार वळणं घेतल्यावर आम्ही एका इमारतीजवळ आलो. 'या' असं म्हणत खोतांनी मला मागून येण्याची खूण केली. प्रवेशद्वारापाशी एक उसाचं गुऱ्हाळ होतं. खास ग्रामीण ढंगात ताना घेत, दोघंजण चाक फिरवीत होते आणि त्यातला एकजण ऊस चरकात ढकलत होता. फिरवायच्या चाकाला दोन-चार घुंगरू बांधलेले होते आणि दर हिसक्यागणिक ते वाजत होते. दोन्ही बाजूंच्या बाकड्यांवर माणसं गच्च बसली होती. फक्त तिथं Housefull चा बोर्ड नव्हता. मी चरकासमोरून जाताना त्याच वेळी ऊस चरकात ढकलल्यामुळे रसाचे दोन–चार चिकट थेंब माझ्या अंगावर उडाले. रुमालानं त्या जागा पुसत मी खोतांमागे चालत राह्यलो. झिजलेल्या पायऱ्या, हलणारा कठडा ह्यातून

सावरीत मी दोन मजले चढलो. भिंती चिताडलेल्या होत्या. 'शरद डँबीस आहे' ह्या मजकुरापासून 'जिन्यात पाय वाजवू नका' पर्यंत मौलिक माहितीसहित महत्त्वाच्या सूचना पण होत्या. मध्येच एके ठिकाणी 'सुबक टायपिंग करून मिळेल' अशी दीर्घ 'मी' सहित सुबकतेची ग्वाही होती. 'सु'देखील दीर्घ होता. एका दरवाजापाशी बाबूराव थांबले. रवोत ह्याचा अर्थ लावायचा प्रयत्न करताना ध्यानात आलं की ते 'खोत' असंच लिहायचं होतं; फक्त 'वो'नं 'र'पासून घटस्फोट घेतलेला होता. ही खडूनं काढलेली नावाची पाटी बाबूरावांना वर्षो न् वर्षे का खटकू नये?

खोतांनी खोलीचा दरवाजा लावून घेतला. कुणीतरी मध्येच दोन ग्लास आणून दिले.

खोतांनी बाटली फोडली आणि समोरचे दोन्ही ग्लास व्हिस्कीनं भरले.

''बाबूराव, बाबूराव...''

''का हो, काय झालं? ही बाटली संपवायची.'' खोत म्हणाले.

मी त्यांना बसवलं.

''बाबूराव, हा प्रकार कसा घेतात ते कधी पाह्यलं नाही का? हे पन्हं नाही.''

''मी कधी घेतली नाही.''

''ते तुम्ही सांगितलंत, पण कशी घेतात हेही माहीत नाही का?''

''नाही ना.''

''नाटक-सिनेमातून सर्रास दाखवतात.''

''मी आयुष्यात दोन्ही गोष्टी पाह्यल्या नाहीत.''

''पण महिन्यातून एक नाटक आणि सिनेमा पाह्यला असं समजून...''

खोत पटकन म्हणाले, ''नाही, त्याची पेटी केलेली नाही.''

''कथा-कादंबऱ्या वाचून...''

खोत असे काही हसले की काही विचारण्यात अर्थ नव्हता. मी मग दोन रिकामे ग्लासेस मागवले. पाणी मागवलं.

खोतांना विचारलं, ''बर्फ आहे का?''

खोतांनी 'पप्या' म्हणून हाक मारताच एक पोरगं धावत आलं.

''जा पळ, खालच्या गुऱ्हाळातून थोडा बर्फ आण.''

बर्फाचा एक खंड हातात घेऊन पप्या नाचत आला.

बोटं काकडल्यानं त्यानं तो बर्फ टेबलावर ठेवला आणि गारठलेली बोटं तोंडात घातली.

''जा पळ, फोडायला काहीतरी आण.''

पप्या गेला. एक पंचाचा कळकट तुकडा आणि औषध खलायचा छोटा पितळी

बत्ता घेऊन आला. ह्या अशा वातावरणात मी अख्खी बाटली रिचवली असती तरी मला 'किक' आली नसती. ग्लासाऐवजी खोतांनी व्हिस्कीसाठी द्रोण आणले नाहीत हे काय कमी झालं?
आणि मग खोतांनी पहिला घोट घेतला. म्हणजे मी बनवून दिलेला अर्धा ग्लास एका दमात रिकामा केला. मी आता शांत राहायचं ठरवलं.
तेवढ्यात खोतांनी विचारलं, 'पेंडसेची बायको गेली ती कायमचीच ना?''
मी मनात म्हणालो, बाकी सगळं चुकलेलं असलं तरी व्हिस्कीचा पहिला घोट पोटात जाताच, खोतांना पेंडशाची बायको आठवली. हरकत नाही. अजून धुगधुगी आहे.
तेवढ्यात ते म्हणाले, ''काय नशीब बिचाऱ्या पेंडशाचं!''
''बायको कशी होती ते बोला.''
''तेच नडलं नाही का? त्या देखणेपणाला, सौंदर्याला करायचंय काय? सौंदर्य पाहून त्यानं आपलं घर उभं केलं. तेच सौंदर्य त्याचा संसार उधळायला कारणीभूत झालं ना? तिनं घर सोडल्यापासून पेंडसेनं एवढ्या एवढ्या लहान मुलांना कसं वाढवलं असेल?''
मी गप्प बसलो. पाच मिनिटं शांततेत गेली. गुऱ्हाळाच्या घुंगरांचा आवाज मधूनमधून येत होता आणि रसवाल्यानं मारलेल्या ताना.
''चिरमुल्यांच्या मुलाचा तो पोलिओच ठरला ना हो?''
''हो.'' मी तुटक उत्तर दिले.
''काय एकेकाचं आयुष्य असतं. चिरमुलेच्या पोराला एवढ्याशा वयात पोलिओ आणि आता परवा पिटकर सांगत होते की डॉक्टरांनी त्याला 'इन्सोमनिया' आहे म्हणून सांगितलं.''
माझ्या डोळ्यांसमोर पेंडसेची बायको टेचात उभी राहिली होती. आव्हानात्मक हसत होती. क्वचित सूचक विभ्रम करीत होती. त्याऐवजी तिच्या ठिकाणी रात्र रात्र जागणारा, तारवटलेल्या डोळ्यांचा पिटकर आला. पेंडसेच्या बायकोला घालवणाऱ्या बाबूरावांचा मला राग आला.
''बाबूराव, असं मस्त ड्रिंक घेत असताना, असल्या गोष्टी आठवायच्या नसतात.''
''बरं बुवा, गप्प बसतो. तुम्ही बोला जे बोलायचं असतं ते. फक्त एकच सांगा, ढवळ्यांचा मुलगा परवा पाचव्यांदा मॅट्रिकला बसला. तो सुटला का?''
''हा विषय पण योग्य नाही.''
''ओ. के.''
मी मग खोतांना पेंडशांच्या बायकोसमोर आणलं. त्यानं ते हलेनात. मग त्यांना

दोन-चार चावट किस्से ऐकवले. खोत बराच वेळ हसत राह्यले.
दुसरा पेग त्यांनी खास माझ्या दिग्दर्शनाखाली घेतला. जरा वेळ ते थांबले. तंद्रीत हसले. (तंद्री की किक?)
''काळे, आपण फार मस्त आयुष्य जगलो. खूप एन्जॉय केलं.''
''खरं?''
''You will not believe, पण सांगतो, लोकांनी हेवा करत रहावं असं जगलो. वा! मजा आला! आणि हे आयुष्य सतत अठ्ठावन वर्षं चांगल्या तऱ्हेनं जगलो.''
''मस्त जगलात म्हणजे कसं, सांगा तरी.''
''का? का सांगायचं?''
''हेवा करण्यासारखं जगलात की नाही, हे ऐकल्याशिवाय कसं ठरवायचं?''
''तुम्ही कोण ठरवणारे? मी सांगतोय ना, मस्तीत जगलो म्हणून? You should accept it.''
माझी उतरायला लागली. चीडही आली. ह्या प्राण्याला कसं जगायचं हे स्वप्नात तरी कधी समजलं, दिसलं असेल का? ड्रिंक्सबरोबर काही ना काही खायला ठेवायचं असतं हेही ज्याला माहीत नाही, तो माणूस म्हणे मस्तीत जगला.
''असं काय जगलात हो तुम्ही?'' मी चिडून विचारलं.
''म्हणजे काय?''
''मी विचारतो, त्याची फक्त उत्तरं द्या, म्हणजे तुम्ही कसे जगलात, ते मी सांगतो.''
खोतांनी 'विचारा' अशी खूण केली.
''कामावर कधी उशिरा आलात?''
''नाही.''
''लवकर पळालात?''
''कधीच नाही.''
''पान, तंबाखूबद्दल मी विचारीत नाही कारण तुम्ही कधी चहाही प्यायला नाहीत.''
खोत नुसते हसले.
''रमी खेळलात? हरण्यातली येणारी पण व्यक्त करता न येणारी चीड अनुभवलीत?''
त्यांनी मान हलवली.
''म्हणजे रेस, जुगार, सट्टा, आकडा, लॉटरी...''
माझी यादी संपायच्या आत ते म्हणाले, ''ह्यातलं काहीही नाही. कारण मला

पराभवाची दहशत वाटते. मी अपयश, हार सहनच करू शकत नाही. मला भीती वाटते, त्रास होतो.''
''नाटक, सिनेमा नाहीच, म्हणजे मग तमाशाबद्दल बोलायचंच नाही...''
खोतांनी खांदे हलवले.
''कधी कोजागिरी जागवलीत? समुद्राच्या लाटा अंगावर घेतल्यात? परदेश तर सोडाच पण महाराष्ट्र...''
''मुंबई फक्त दोनदा सोडली.''
''खोतसाहेब, कसं व्हायचं तुमचं?''
''आमचं झालं सगळं.''
''झालं म्हणजे संपलं म्हणा. झालं काहीच नाही.''
एवढं बोलून जरा जवळ सरकत मी विचारलं, 'परस्त्री तर सोडाच पण खोतजी स्वत:च्या बायकोला तरी मनसोक्त पाह्यलीत का?'
—माझ्या ह्या प्रश्नावर थोडंही विचलित न होता खोतांनी विचारलं,
''बस्? तुमची यादी संपली?''
''अजून खूप आहे.''
''असेल—बरं, असू दे. तरीही मी सांगतो, मी फार संपन्न आयुष्य जगलो आणि जे राहून गेलं ते आता जगून बघणार.''
माझी व्यक्त न करता येणारी चीड दाबीत, जरा निर्लज्जपणा पत्करीत मी म्हणालो,
''तुमचं संपन्न आयुष्य मला ऐकायचंच आहे. पण त्यापूर्वी ह्या ड्रींक्सबरोबर काहीतरी चावायला आणा.''
खोतही तेवढ्याच निर्लज्जपणे म्हणाले, ''पाह्यलं, असं होतं. स्वभाव संथ असला की त्याचा मेंदूवर परिणाम होतो. सगळ्या गोष्टी उशिरा लक्षात येतात. पप्या...''
पप्या धावला.
''काय सांगू?''
''वेफर्स चालतील, पापड चालतील. मसाला दाणे.''
''फालतू सांगू नका. भारी सांगा. आजचा दिवस...''
''ओके! चीज बिस्किट्स आणि खारे काजू सांगा. चीज-बिस्किट्स म्हणजे चिजलिंग्ज!
''असं बोला!'' असं म्हणत खिशात हात घालून खोतांनी शंभरची नोट काढली आणि ते पप्याला म्हणाले, ''बरोबर भास्करला घेऊन जा, आणि चांगले एक किलो काजू...''

''अहो एवढे...''
''आता तुम्ही बोलू नका. जा, पळ. काजू आण, पापड आण, आणि पैसे उरतील त्याचं आवडेल ते आण.''
पप्या गेल्यावर ते म्हणाले, ''घरासाठी आतापर्यंत कधी काही आणलंच नाही. सुचलंच नाही. जेव्हा कधी वाटलं तेव्हा संथपणा नडला. पुढं ढकलंत राह्यलो.''
मी म्हणालो, ''संथपणा फार घातक.''
''कबूल आहे, पण तसा तो प्रत्येकाच्या रक्तात असतो. उगीचच आपण चालढकल करतो. प्रत्येक माणूस करतो. आम्ही त्यातले चॅम्पियन. तरीही सांगतो, मस्त आयुष्य...''
मी नुसतं त्यांच्याकडे पाह्यलं.
ते शरमून म्हणाले, ''अरे हो, तेच सांगायचं राहून जातंय. पण आता ऐकाच.'' असं म्हणत ते सावरून बसले. त्यांचा आवाज जरा जड व्हायला लागला होता. तरी जमवाजमव करीत ते म्हणाले,
''माझ्या संपन्न आयुष्याचा प्रारंभ चांगल्या आईवडिलांपोटी जन्माला येऊन झाला. नाही तर माझा कधीही लिमये झाला असता.''
''लिमये कोण?''
''माझा क्लासमेट. मी दहा-बारा वर्षांचा असताना लिमयेकडे अभ्यासाला जात असे. त्याच्या घरी रोज भांडणं. मग बापानं लिमयेच्या आईला लाथा घालायच्या.''
''तुमच्यासमोर?''
''माझ्यासमोर. तो बाप तिला मरेमरेतो मारायचा. लिमये तेव्हा मला घट्ट मिठी मारून बसायचा. त्याची आई शेवटी मारहाणीपायीच गेली.''
''बापाला पकडला नाही?''
''पकडला, पण मारहाणीमुळेच ती बाई मेली हे सिद्ध होऊ शकलं नाही. तो सुटला. लिमये तेव्हा माझ्या घरी राहायचा. सकाळ-संध्याकाळ तो माझ्या आईवडिलांच्या पाया पडायचा. त्यांना देव मानायचा. चांगले आईवडील लाभणं हा एक मोठा अपघात आहे, हे तेव्हा समजलं.''
''अपघात?''
''ऑफकोर्स! वाईट गोष्टी सर्रास होतात. चांगल्या अपघातानं होतात. आपण आता इथं पीत बसलो आहोत. तुमच्या मागची भिंत कोसळत नाही, हा अपघात. तो सध्या आपल्या फेव्हरमध्ये आहे म्हणून त्याला अपघात म्हणायचं नाही. तर थोडक्यात, माझा लिमये झाला नाही. मला आईवडील खूप वर्षं पुरले. मी शिक्षणात गटांगळ्या खाल्ल्या नाहीत. मला लहानपणी टॉन्सिल्सचं ऑपरेशन करावं लागलं नाही. माझं शिक्षण संपताच मला नोकरी मिळाली.

बेकारीची झळ लागली असती तर माझा लिमये झाला असता.''
''लिमये म्हणजे...''
''माझा क्लासमेट. त्याला वेडाचे झटके यायला लागले. सध्या कुठे आहे, माहीत नाही. माझी राहायची जागा ऑफिसपासून चार फर्लांगांवर. मुंबईच्या कोणत्याही वाहनाचा गुलाम झालो नाही. हिंदु-मुसलमानांच्या दंग्यांची झळ इथं पोहोचली नाही. तुमचा जन्म नुसताच चांगल्या शहरात होऊन भागत नाही तर त्या शहराच्या चांगल्या विभागांतसुद्धा व्हावा लागतो. मला बायको चांगली मिळाली. नाहीतर माझा पेंडसे झाला असता. काय?
''हो, खरं आहे.''
''आता थोडं पितो, मग बोलतो.''
खोत थांबले.
तेवढ्यात काजूच्या बश्या आल्या. पाठोपाठ चिजलिंग्ज्, वेफर्स, मसाला दाणे आणि पापडसुद्धा.
दोन मोठे घोट घेत खोत म्हणाले, ''मला मुलं झाली. त्यांना पोलिओ झाला असता तर? तर माझा चिरमुले झाला असता—कोणत्याही क्षणी. माझी मुलं मोठी कधी झाली हेही मला समजलं नाही. डायरिया, कांजिण्या, गोवर तर सोडाच— नाकात चिंचोकाही कुणी अडकवून घेतला नाही. पोरं सटासट पास झाली. म्हणून माझा ढवळे झाला नाही. काय?''
''बरोबर.''
''माझी पोस्ट तुम्हाला माहीत आहे. मला कधी पैसे खायचा मोह झाला?''
''तुमचा शत्रूही तसं म्हणणार नाही.''
''नाही तर मी दांडेकरप्रमाणे सस्पेण्ड झालो असतो. नो हार्टअ‍ॅटॅक, नो ब्लडप्रेशर, नो डायबेटिस, नो अल्सर, नो प्रोस्टेट ग्लॅण्ड्स. मि. काळे, नीट पाहा. माझी नजर शाबूत, सिक्स-सिक्स, कान ठणठणीत, दात ओनरशिपचे, पाहा.''
खोतांनी माझ्यासमोर प्रचंड 'आ' केला.

त्यांनी पुन्हा प्रारंभ केला.
''कोणत्याही क्षणी माझ्या आयुष्याचं काहीही घडलं असतं. सगळं सुरळीत-सुरळीत, छान-छान म्हणताना काहीतरी विपरीत होतं. तारकुंड्यांचा पोरगा एकाएकी मरतो. काय कारण? चपलेचा खिळा, गंजलेला. असं आहे तेव्हा काळे, संपन्नतेच्या प्रत्येकाच्या व्याख्या निराळ्या आहेत. तुम्ही विचारलेल्या यादीतली मी एकही गोष्ट केली नाही, पण त्या यादीतल्या सगळ्या गोष्टी करणारी मंडळी कितपत शांत आहेत? तृप्त आहेत? ओता. माझा ग्लास संपला.''
''बाबूराव, माझं ऐका. तुम्ही आज पहिल्यांदाच घेत आहात. तेव्हा, this is just enough. पुढच्या वेळेला...''
''पुढची वेळ? No boss-no next time. ही शेवटची वेळ. थोडं बोलायचंय. ओता!'' ग्लास घेत बाबूराव म्हणाले, ''मी जिंकलो. आयुष्याची शर्यत जिंकलो. ससा-कासव गोष्टीप्रमाणे मी जिंकलो. मी कोण ते सांगायला नकोच. अठ्ठावन वर्षं सतत जिंकलो,'' आकाशाकडे बोट करीत पुढे ते म्हणाले, ''तो हरला.''
''कसा?''
''मी लेखक नाही, तरी एक कल्पना सांगतो. तुमच्या नावावर वापरून टाका.''
''बघू.''
''बघू नाही. तुम्हाला उगीच आणलं काय इथे? तुम्ही माझ्यावर लिहायला हवं. एका संपन्न माणसाची गोष्ट ह्या नावाखाली...You must write one article-You have to promise-''
''मी तुमच्यावर काय लिहिणार?''
''मी जे जे बोललो ते सगळं.''
''खोत, त्याचं असं आहे...''
''कसं ते समजलं. आमच्या आयुष्यात तुम्हा लेखकांना हवं तसं सनसनाटी काही नाही असंच ना? दोन दिवस थांबा.''
मी गमतीनं विचारलं,
''दोन दिवसांत सनसनाटी काय घडवताय, बोला.''
घोगऱ्या आवाजात खोत म्हणाले,
''आज प्रथम बाटलीचा अनुभव घेतोय. आता काय उरलं?''
एवढं विचारून, खोतांनी नाकपुडीवर तर्जनी आपटायला सुरुवात केली.
''खोत, तुम्ही तोही अनुभव घेणार?''
''येस! अजून सगळा ठणठणीत आहे. ओनरशिपचं आहे.''
असं म्हणत ते हसत सुटले.
''खोत...शांत व्हा.''

“I am perfectly alright. तेव्हा दोन दिवसांनी भेटायचं. तोही अनुभव कसा वाटला सांगेन. भेटणार ना?”
“नक्की.”
“दोन दिवसांनी.”
“Yes.”
“माणसं अकारण उशीर करतात.”
“मी नक्की येईन.”
“You have to write on me...”
“Yes”
“प्रॉमिस?”
मी त्यांच्या हातावर हात ठेवला.
“थँक्स! आता ऐका. हे जग आहे ना, ही एक प्रचंड म्युनिसिपालिटी आहे. तो वरचा आहे, तो कमिशनर. ऑफिसातल्या प्रत्येक कर्मचाऱ्याला कमिशनर कुठे ओळखतो? तसंच हे. त्या वरच्या कमिशनरला मी अठ्ठावन्न वर्षं दिसलोच नाही. त्यानं मला कसलीच तकलीफ दिली नाही. आता मी त्याला चान्स देणार नाही.”
“म्हणजे काय?”
“एक-दोन दिवसांत कळेल.”
“काय पण?”
“मी रिटायर होणार.”
“झालाच आहात.”
“मुंबईच्या म्युनिसिपालिटीतून झालो, पण त्यापेक्षाही प्रचंड म्युनिसि...”
“खोत, काय हे?”
“गड्या, this is the time. आता इथून पुढे, सगळे घालवायचे दिवस. डोळे, कान, दात, आदर, मान, दरारा. कधी फिरायला बाहेर पडलो आणि पडलो तर फ्रॅक्चर. पॅरॅलिलिस...नो बाबा, नो...मी त्याला चान्स देणार नाही. तुकारामानं आवडीला विचारलं, तसं मी माझ्या आवडीला एकदा विचारणार, ‘येतेस का?’ ती बहुतेक सांगेल, ‘नातवाचा वाढदिवस...’ ”
मी दचकून विचारलं, “खोत म्हणजे तुम्ही चक्क... ”
“ग्रेट आहात. तुकाराम म्हणजे सदेह वैकुंठाला गेला आणि बाबूराव खोताची सुइसाइड काय?”
“खोत माझं ऐका...”
“No boss.”
“तुमचं धाडस होणार नाही.”

“बघालच. कसाही जगलो असलो—तुमच्या दृष्टीनं—तरी एक सांगतो, एवढी एकच ठिणगी जतन करून ठेवली आहे. पेटी उघडायची नाही ठरवलं की मी अठ्ठावीस वर्षं...पप्या...पेटी आण. लेखकाच्या हस्ते उद्घाटन...”
“खोत...”
“हे ठरलं म्हणजे ठरलं. तो शेवटचा अनुभव घ्यायचा आणि ...”
“खोत असं काही करू नका.”
“कसं?”
“तो राह्यलेला अनुभव घेऊ नका.”
“का?”
“बहुत गुजरी, थोडी रही. अब क्यों ताल बेताल करे?”
खोत काहीही समजण्याच्या पलीकडे गेले होते.
मी निघालो तेव्हा निरोप देण्याच्या परिस्थितीतही ते नव्हते.
मी रस्त्यावर आलो तर पाठोपाठ पप्या धावत आला आणि म्हणाला,
“खोतकाकांनी सांगितलंय उशीर करू नका.”

तिसऱ्याच दिवशी मी स्मशानात.
खोत संपले.
समोर धडाडून पेटलेली चिता.
नंतरच्या दोन दिवसांत मी खोतांकडे का फिरकलो नाही?
मी अकारण संथपणा का केला?
मी खोतांना परावृत्त का केलं नाही?
शेजारी ऑफिसातलाच कुणीतरी चितेकडे बघत उभा होता.
“असं काय घडलं म्हणून ह्या माणसानं धाडस...”
“खूप माहीत आहे. काय सांगू? सदेह वैकुंठ...”
त्या क्षणी तो विचारणारा म्हणाला, “आयला! लेखक आहेस म्हणून त्याला एवढा ग्रेट ठरवू नकोस. त्याला तुकाराम समजतोस?”
मला काहीही समजत नव्हतं.
मी माझ्याच विचारात.
दोन प्रश्न आता सुटणार नाहीत.
“उशीर करू नका” असं खोत वारंवार का म्हणत होते?
आणि
खोतांनी तो शेवटचा राह्यलेला अनुभव घेतला असेल का?

❑

माझ्या अनेक मित्रांपैकी एक मित्र. एक खोड वगळली तर माणूस लाखमोलाचा आहे. असं जर असेल तर त्याची 'न सांगण्यासारखी बाजू' मी समोर मांडायला हवीच आहे का?

मी आर्केडीला ह्याबद्दल विचारलं. तो म्हणाला, ''हे तू लिही. तुझ्या मित्राची ती खोड मला माहीत आहे. ती एक वृत्ती आहे. त्या वृत्तीबद्दल लिहायचं.''

तसा आमचा तो दोस्त म्हणजे अगदीच 'भावबंधन' मधला घन:श्याम पण नाही किंवा 'पुण्यप्रभाव'मधला वृंदावन पण नाही. तरीही, आपला पेशन्स संपुष्टात येईल असा तो बोलतो.

तुम्ही कोणतंही विधान करा, त्याला ते 'अगोदरच' माहीत असतं, इतकंच नव्हे तर तो ते सगळं अगोदरच बोलणार असतो.

काही वेळच तुम्ही हे सहन करू शकता. जाता-येता जेव्हा मित्रांच्या मेळाव्यात तो 'हे मी सांगणारच होतो' म्हणतो तेव्हा त्याचं काय करावं आणि काय करू नये, असं होऊन जातं.

आणि गंमत अशी, जेव्हा एखाद्याचं काहीही करता येत नाही तेव्हाच आपली ही अशी अवस्था होते.

मी जेव्हा आर्केडीला म्हणालो, तेव्हा आर्केडी म्हणाला,

''हे तू त्याला सांगू नकोस. नाही तर तो म्हणेल, असं होतं हे मला माहीत होतं.''

''अशा माणसांचं काय करायचं?''

''काहीही नाही. कारण ह्याच्यापेक्षा एक भयानक अवस्था असते.''

''सांग.''

''आपल्या प्रत्येकाच्या मनात एक जेम्स असतो. कारण नसताना आपण त्या जेम्सला सारखं दटावीत असतो. त्याला बाहेर पडून देत नाही.''

''मनात जेम्स असतो म्हणजे काय?''

''जेम्स म्हणजे विचार. जो योग्य असतो. पण आपण 'बोलू का नको' ह्या संभ्रमात पडतो आणि...''

''कबूल! पण त्या परिस्थितीला 'जेम्स'च का म्हणायचं?''

''सांगतो, ऐक. दुसरं महायुद्ध झालं तेव्हाची कथा. ब्रिटिशांची विमानं

बॉम्बवर्षाव करून मुक्कामाला परत येत होती. पण नेमून दिलेलं काम अर्ध्यावर टाकून त्यांना यावं लागलं, हे चौकशीत सिद्ध झालं. परतलेल्या सर्व विमानांची कसून पाहणी करण्यात आली. त्या पाहणीत असं निदर्शनाला आलं, की विमानाच्या एका ठरावीक भागावर, मशीनगन्सचा मारा झाल्यामुळे विमानं निकामी होऊन परत येत आहेत. सुमारे शंभर विमानांची पाहणी केल्यावर हा निष्कर्ष ग्राह्य मानण्यात आला. दिवस ऐन धुमश्चक्रीचे. तातडीने उपाययोजना आवश्यक होती. शंभर ते सव्वाशे तज्ज्ञांचं मंडळ कार्यमग्न झालं. बॉम्बफेकी विमानाचं मोठं मॉडेल करून ते मध्यभागी ठेवण्यात आलं. विमानाच्या ज्या ज्या भागांवर जोरदार हल्ले होत होते, त्या ठिकाणचे भाग रंगवण्यात आले. मग विचारविनिमय, शंकाकुशंका, आक्षेप, शक्याशक्यता...माय गुडनेस त्या वेळी काय काय झालं असेल, यू कॅन इमॅजिन.''

मी म्हणालो, ''सगळेच तज्ज्ञ, येरागबाळा कोणीच नाही.''

''अगदी करेक्ट. शेवटी होता होता एका तंत्रज्ञानं एक मुद्दा मांडला. उपाय सुचवला. संमतीदर्शक शंभर हात वर झाले.

उपायच बिनतोड होता. ठराव पास होणार. शंकाच नव्हती. उपाय होता तो असा—मशीनगन्समधून गोळ्यांचा मारा, विमानाच्या ज्या ज्या भागावर होतो त्या त्या भागावर डबल पत्रा बसवावा. तिथला भाग जास्त मजबूत बनवला म्हणजे गोळ्यांचा परिणाम होणार नाही आणि विमानं संपूर्ण कामगिरी संपल्याशिवाय परतणार नाहीत.

टाळ्यांच्या गजरात ह्या सूचनेचं स्वागत झालं. हे आपल्याला का सुचू नये असाही विचार अनेकांच्या मनात आला.

गप्प होता तो जेम्स.

ह्या ठरावावर संमतीचं सरकारी शिक्कामोर्तब होणार तोच तो म्हणाला, ''मला ते पटत नाही.''

साहेबाच्या देशात जेव्हा शंभर माणसांच्या विरुद्ध एकच माणूस उभा राहतो तेव्हा त्याला मूर्खात जमा न करता त्याला नक्की वेगळं सांगायचं आहे हे गृहीत धरलं जातं आणि त्याला बोलायची संधी दिली जाते.

शंभर-सव्वाशे विशारदांच्या, तज्ज्ञांच्या विरुद्ध असं ठाम प्रतिपादन करणं, हे धाडस होतं. तरीही त्याचं मत व्यक्त करायला त्याला स्वातंत्र्य होतं. तो म्हणाला, 'तुम्हा सर्वांचं अनुमान चुकीचं आहे. स्वदेशी परतू शकलेल्या विमानांच्या पाहणीवरून तुम्ही तुमचं मत बनवलंत. जी विमानं परत येऊच शकली नाहीत त्यांचं काय? इतक्या ठरावीक जागी गोळ्या लागूनसुद्धा ही विमानं परत येऊ शकतात, ह्याचाच एक अर्थ असा की, परतू न शकलेल्या विमानांना,

ह्या जागा सोडून अन्यत्र गोळ्या लागलेल्या आहेत. तेव्हा तुम्ही सर्वजण सुचवता तेवढाच भाग वगळून, इतर भाग मजबूत करणं आवश्यक आहे.''

मी पटकन म्हणालो, ''फॅण्टॅस्टिक!''

आर्केडी म्हणाला, ''पाह्यलंस? सुज्ञ विचार ह्यालाच म्हणतात. युद्धाचा तुला अनुभव नाही.''

''अनुभव? युद्ध म्हटलं की माझं काय होतं, माहीत आहे? 'शिक्काकट्यार' मधल्या शिवाजीची जी अवस्था होते तीच अस्मादिकांची.

'मोरेश्वरा बा करुणा करावी,
भांड्यात दारू थोडी भरावी
गनीम येतो भडिमार होतो,
लहान्या मुलाचा जीव फार भीतो.'

असं आमचं होतं.''

''तरीही जो योग्य विचार असतो तो संदेशासारखा थेट पोहोचतो.'' आर्केडी म्हणाला,

''म्हणूनच अनेकदा वाटतं की समोरच्या माणसाला विचारावं, जाहीर सभेत, कॉलेजच्या संमेलनात वा अन्यत्र, अधिकारी समजली गेलेली व्यक्ती बोलत असताना, तुमचा तो अस्सल, आतला आवाज आहे, तो तुम्ही उठवता का? का संकोचानं माना तुकवता? तुम्ही 'जेम्स' ठरू शकाल. फक्त निर्भीड व्हा. शेवटी 'कॉमनसेन्स'—

''कॉमनसेन्स' म्हणतात तो थोरामोठ्यांना पण नसतो.''

''थोरामोठ्यांना कॉमनसेन्स नसतो, त्याचं उदाहरण सांगतोस?''

आर्केडी म्हणाला, ''एक शास्त्रज्ञ होता. जगाला हादरे देणारे शोध त्याने लावले. त्याच्या दरवाजाला त्याने एक मोठं भोक पाडलं.''

''का?''

''मांजराला आत येण्यासाठी. मग त्याला आपली चूक कळून त्याने काय केलं? आणखी एक लहान भोक पाडलं.''

''का?''

''मोठ्या मांजरासाठी मोठं भोक आणि पिल्लासाठी छोटं भोक.''

''सांगतोस काय? कोण तो हादरे देणारा शास्त्रज्ञ?''

''न्यूटन.''

मित्राची आठवण होऊन मी आर्केडीला म्हणालो,

''मी तेच नाव घेणार होतो.''

❑

मुकुंदराव ओगल्यांच्या घरी मी ग्रेट डेन जातीचा कुत्रा म्हणजे काय प्रस्थ आहे ते पाह्यलं. कुत्र्याची उंची मोजतात ती नेहमी त्यांच्या शोल्डरपर्यंत मोजतात. मुकुंदरावांचा ग्रेट डेन त्याच्या शोल्डरपर्यंत तीन फूट उंचीचा होता.

खरं तर तो कुत्रा नव्हेच.

ते एक वासरू होतं.

त्याचा आहार खास होता. रोजचा आहाराचा खर्च अठ्ठावीस रुपयांच्या आसपास.

भाताच्या वाफेवर त्याचं मटण शिजवलं जायचं.

मुंबईत जेव्हा 'डॉग शो' असतो तेव्हा मुकुंदराव त्यांच्या ग्रेट डेनला मुंबईला आणतात. ॲम्बॅसॅडर गाडीत मागच्या सीटवर तो एकटा बसलेला असतो.

फ्रंट सीटला मुकुंदराव आणि आणखी कुणीही.

मुकुंदराव हा प्राणी खरोखर विलक्षण.

परमेश्वरानंही विलक्षण चिंतन केल्याशिवाय त्यांना घडवलं नसेल.

ज्या गोष्टीचं वेड घेतील त्यासाठी जीव गहाण ठेवतील.

समोरच्या माणसानं फक्त एकच करायचं.

मुकुंदरावांना फक्त चॅलेंज द्यायचा. 'मुकुंदराव, तुम्हाला हे जमणार नाही.' इतकंच म्हणायचं.

केव्हातरी असंच कुणीतरी आव्हान दिलं ते गुलाबाची फुलं, त्याची निर्मिती, देखभाल वगैरे. यंत्रनिर्मितीत राबणारा माणूस, बागेत रमू लागला. वर्षाच्या आत संपूर्ण व्यासंग करून पुढल्याच वर्षी गुलाबाच्या फुलांचं प्रदर्शन.

कऱ्हाडला साहित्य संमेलनासाठी आम्हा मित्रांची टोळी गेली होती तेव्हा आम्ही मुकुंदरावांकडेच उतरलो होतो. त्यावेळेला प्रत्येकीच्या साडीला मॅचिंग होणारा गुलाब मुकुंदरावांच्याकडे तयार होता. आजही दर १५ ऑगस्टला मुकुंदरावांचं आमंत्रण येतं.

मुकुंदरावांच्या planning प्रमाणे पंधरा ऑगस्टला बागेतली सर्व रंगांची फुलं त्या दिवशी फुललेली असतात.

मुकुंदराव स्वत: गुलाबापेक्षाही जास्त फुललेले असतात.
ग्रेट डेनला मी जेव्हा प्रथम पाह्यलं तेव्हा मी मुकुंदरावांना म्हणालो, ''हा खरा लॅप डॉग.'' मुकुंदराव म्हणाले, ''तुमच्या बोलण्यामागे निराळा हेतू असावा.''
''हो, आहेच. एरवी आपण कुत्र्याला मांडीवर किंवा कुशीत घेतो. इथं आपणच त्याच्या कुशीत जायचं.''
आमचा दोस्त म्हणाला, ''मुकुंदराव त्याची जी बडदास्त ठेवतात त्यावरून पुढचा जन्म घ्यावा तो श्वानाचा—तेही मुकुंदरावांचा श्वान असं वाटतं.''
बाबूराव धोपाटे म्हणाले, ''तुम्ही पुढच्या जन्माच्या गोष्टी करताय, मी मुकुंदरावांना काय सांगितलंय ते विचारा.''
मुकुंदराव म्हणाले, ''ते सगळं मान्य आहे, पण पुन्हा राणीसाहेबांचं पत्र आलं तर काय करायचं ते ठरवा.''
आम्ही सर्व बाबूरावांकडे पाहू लागलो. बाबूराव गप्प.
मुकुंदराव म्हणाले, ''हे बाबूराव मला म्हणतात, ह्या ग्रेट डेनवर तुम्ही एवढा खर्च का करता? त्याच्याऐवजी मी पायरीवर बसून राहीन. अगदी साखळी न बांधता बसून राहीन. द्याल ते खाईन. तुमच्या मित्रांवर भुंकणार नाही. कुत्री दिसली तर धावणार नाही. इन्कमटॅक्सवाले आले तर जोरजोरात भुंकेन, चावेनही. त्याशिवाय इतर कामं करीन, ते वेगळं. मी बाबूरावांना 'हो-नाही' काहीच बोललो नाही. काही दिवसांनंतर एका बड्या संस्थानच्या राणीकडून पत्र आलं. ह्या राणीसाहेबांचं नाव सांगत नाही. त्यांच्याकडे ग्रेट डेन जातीची कुत्री आहे. त्या राणीसाहेबांनी जाण्यायेण्याचा सगळा खर्च आणि वर तीन ते चार हजार देऊ केले आणि आमच्या प्रिन्सला मागणी घातली. तेव्हा मी बाबूरावांना विचारलं की राणीसाहेबांकडे प्रिन्सऐवजी तुम्हाला पाठवायचं...की?''
बाबूराव आताही लाजले.

विडीचा जोरदार झुरका घेत य. गो. जोशी म्हणाले, ''जानेवारीपासून तुझ्या किती कथा छापल्या 'प्रसाद'मध्ये?''

''आठ.''

''मग आता माझं ऐक. आजपासून दोन वर्षं एकही ओळ लिहायची नाही. फक्त वाचन, चिंतन आणि अवलोकन. मग तुझ्या लेखनात किती फरक पडतो ते पाहा.''

मी नुसता पाहत होतो.

कारण माझ्या हातात 'प्रसाद'साठी लिहिलेली पुढच्या अंकाची कथा होती. दर महिन्याला एक, असं वर्षभर मी प्रसादसाठी लेखन करावं, असं 'यगों'नीच मला सांगितलं होतं.

''मग आता आणलेली कथा देऊ की नको?''

''ती नाही दिलीस तरी चालेल.''

एवढं सांगून त्यांनी मुलाला हाक मारली.

तो आल्यावर ते म्हणाले, ''आत सांगायचं, आपला मुलगा आलाय. त्याला ताक द्या.''

यगोंकडून ताक पिऊन मी केसरी कार्यालयात गेलो. ज्यांना भेटायचं होतं ते भा. द. खेर पंख्याचं धोतर, शर्ट अशा नेहमीच्या पेहरावात, गॅल्या वाचत वाचत जिना उतरत होते. मला पाहून ते पुन्हा वर आले.

''नवीन काय लिहिताय?'' त्यांनी विचारलं.

''सध्या काही नाही.''

''का बुवा?''

''आताच यगोंकडून आलो. ते म्हणाले, 'तुझी कोंडलेली वाफ मोकळी करण्यासाठी मी तुझ्या कथा ओळीनं छापल्या. आता दोन वर्षं विश्रांती घ्यायची. मग आपोआप, लिहिशील ते मोजकंच आणि चांगलं लिहिशील.' ''

भा. द. म्हणाले, 'यगो मोठे आहेतच. पण मी आता त्यांच्यापेक्षा मोठ्या माणसांचं मत सांगतो. साहित्यसम्राट तात्यासाहेब केळकर मोठे आहेत ना?''

''वा, हे काय विचारणं झालं?''

''ते म्हणतात, दोनशे पानं चांगली लिहायची असतात तेव्हा त्यासाठी दोन हजार पानं लिहावी लागतात.''

''म्हणजे...''

''दोन हजार पानं लिहावीत तेव्हा कुठे त्यातली दोनशे चांगली ठरतात. मी दोनशेच पानं लिहीन पण ती चांगलीच लिहीन, असं निव्वळ ठरवून जमत नाही. तेव्हा घरी जाल तेव्हा पुन्हा सरसावून बसा आणि लिहा.''

घरी आलो. टेबलाजवळ गेलो. नुसता बसून राह्यलो. काही जमेचना. दोन हजार तर विसराच, दोनशेचं पण काही खरं नाही. जमत नाही तेव्हा दोन पानंही हुकमी जमत नाहीत.

"सध्या नवीन काय लिहितोस?"

"दोन वर्षं लेखन बंद केलं आहे."

"बंद केलं, कुणी?" शांतारामबापूंनी विचारलं.

"माझं मीच."

हे उत्तर देताना मला अकारण यगोंची आठवण झाली. एकोणीसशे सत्तावन्न साली त्यांनी मला 'दोन वर्षं काही लिहू नकोस' म्हणून सांगितलं होतं. मी ते मानलं होतं आणि दोन वर्षं गप्प बसलो होतो. आज आता वीस वर्षांनंतर मलाच आपण होऊन 'लिहू नये' असं वाटत होतं.

"का बंद केलं?" व्ही. शांताराम ह्यांनी विचारलं.

"माझ्या लिखाणात तोच- तो पणा येतोय असं वाटू लागलं आणि..."

"बोल-बोल."

"मी निराळं काही जगत नाही. जे जगतो ते लिहितो. जगण्यात मोनोटोनी आली तीच लिखाणात येईल असं वाटतं. मी निराळं काही सांगू शकेन असं मला वाटत नाही."

"असं होता कामा नये."

"पण ते अपरिहार्य नाही का? पापपुण्य, नीतिअनीती, संस्कार, चालीरीती, साहित्यिक संकेत वगैरे आपले सगळे विचार पंधरा-वीस वर्षं लेखन केल्यावर स्थिर होतात, पक्के होतात. नंतर सगळी पुनरुक्ती होत नाही का?"

शांतारामबापू म्हणाले, "कलावंताला असा विचार करायचा अधिकार नसतो. आयुष्य त्याच त्या पणानं भरलेलं आहे, ह्याच्यावरच माझा विश्वास नाही. भोवतालचं जग प्रत्येक क्षणाला बदलत आहे. जगण्याच्या तऱ्हा बदलत आहेत. त्याबरोबर विचार बदलत आहेत. आपल्या आजूबाजूला रोज इतकं नवं-नवं घडत असताना, कोणत्याही लेखकाला थांबायचा अधिकारच नाही."

"पण आपलंच आपल्याला Outstanding नाही वाटलं तर? तुम्हाला असं कधी फीलिंग येतं का?" मी भीतभीतच विचारलं.

पण ते मोकळेपणी म्हणाले, "माझा प्रत्येक चित्रपट बघताना मला तसं वाटतं."

"खरं?"

"त्याचं काय होतं, माझं चित्रीकरण जवळजवळ एक वर्षभर चालतं.

एडिटिंगच्या वेळी काही सीन्स आठ दिवसांपूर्वीचे आणि काही वर्ष-सहा महिने-आठ महिन्यांपूर्वीचे असतात. वर्षभराच्या काळात मी खूप बदललेला असतो. सारखं वाटत राहतं, की आज जर पुन्हा शूटिंग करायची संधी मिळाली तर खूप काही निराळं केलं असतं.''

''मग काय करता?''

''तो सगळा विचार नव्या चित्रपटासाठी राखून ठेवतो. फार हळहळायचं नाही. नव्या शक्तीनं उभं राहायचं. थांबून चालत नाही, थांबता येतही नाही.''

''मग...''

''तुझे विचार थांबतात का?''

''नाही, विचार थांबत नाहीत एवढं खरं. सारखी मोडतोड चालू असते.''

''विचार चालू आहेत तोपर्यंत कलावंतानं पण चाललं पाह्यजे.''

धीटपणा आणायचा प्रयत्न करीत मी विचारलं,

''एक फार विचारावंसं वाटतंय, विचारू?''

''विचार की.''

''तुम्ही निर्माते झाला नसतात तर तुमच्यातला कलावंत—शांतारामसाठी तुम्ही जास्त वेळ देऊ शकला नसतात का?''

''मला निर्माता नाइलाजानं व्हावं लागलं.''

''का?''

''प्रभातमध्ये असताना मी माझ्या सहकाऱ्यांना एके दिवशी विचारलं, 'किती पैसा मिळाल्यावर तुम्ही मला निर्मितीसाठी हवे ते प्रयोग करून देणार आहात?' त्यावर प्रत्येक पार्टनरनं सांगितलं, 'आम्हाला एक एक लाख मिळायला हवेत.' एकोणीसशे चाळीस सालातील ही हकीकत आहे. त्या काळात प्रत्येकाला 'अपेक्षेप्रमाणे' इच्छेनुसार एक एक लाख मिळाले. मग मी विचारलं, 'आता?' त्यावर ते म्हणाले, 'मोठ्या नशिबानं एवढे पैसे मिळाले. ते आता घालवायचे म्हणजे...' तेव्हा 'प्रभात' सोडायचं ठरवलं. मी सहकाऱ्यांना सांगितलं, ''पैसा नशिबानं मिळत नाही, मिळालेला नाही. आपण कष्ट केले म्हणून मिळाला. नशीब रुसलं म्हणून लक्ष्मी सोडून जात नाही, माणसाचे कष्ट माणसानंच थांबवले म्हणजे लक्ष्मी रुसते.' ''

वय वर्ष सत्त्याहत्तरचे तरुण व्ही. शांताराम मला हसत हसत सांगत होते—

''जो थांबला तो संपला.''

❑

एका बड्या—फार बड्या घरचा सोहळा.
पेडर रोड. प्रभुकुंज.
आंतरराष्ट्रीय कीर्तीच्या गायिकेच्या भाच्याचं बारसं.
नाव ठेवलं 'आदिनाथ'.
पाळण्यातल्या त्या एवढ्याशा जिवाला कसलीच दखल नव्हती. त्याचा सगळा आनंद एवढ्याशा मुठीत होता आणि त्याचं विश्व आईच्या कुशीत होतं.
वसंतराव देशपांडे नेहमीच्याच मस्तीत, मस्त गात होते. त्यानंतर जसराज गाणार होते.
'हाच मुलाचा बाप' हृदयनाथ समोर उभे होते. वसंतरावांच्या एका तानेला श्रोत्यांनी दाद दिली. लतादीदी पण त्या कौतुकात अग्रभागी होत्या.
हृदयनाथ म्हणाले,"हा जो क्षण आहे ना आताचा, तो क्षण खरा. पुन्हा तो तसाच उगवणे नाही. प्रत्येक निर्मितीच्या क्षणाचं हे असंच असतं. त्याचं 'असणं' हेच महत्त्वाचं. का, कसं, कधी, पुन्हा कधी हे त्या असण्याला संभवत नाही. तो क्षण आयुष्यभर शोधत बसावा लागतो."
हृदयनाथनी बोलणं थांबवून एकदम 'या गो दरियाचा—दरियाचा—दरियाचा दरारा मोठा' ही ओळ तानेसकट म्हणून दाखवली आणि त्यांनी पुन्हा बोलायला आरंभ केला, "आता ही ओळ, अशी का, कशी सुचली, पुन्हा अशीच एखादी चाल सुचेल का, हे सांगता यायचं नाही. त्या त्या क्षणाचं ते देणं असतं. एक गोष्ट सांगतो. ही गोष्ट प्रत्येक कलावंताची आहे."
वसंतरावांच्या गाण्याच्या पार्श्वसंगीतावर हृदयनाथ कथा सांगू लागले—

एक माणूस जंगलातून चालला होता. मानेपासून पायापर्यंत त्याच्या अंगावर लोखंडाच्या साखळ्या होत्या. तो जवळपास जखडलेल्या परिस्थितीत होता. पावला-पावलावर तो वाकत होता. हाताला येईल तो दगड उचलून घेण्याचं काम तो करीत होता. दगड घ्यायचा, अंगावरच्या साखळ्यांना तो लावून बघायचा आणि फेकून द्यायचा. ही एकच क्रिया तो सातत्यानं करत होता. समोरून येणाऱ्या एका माणसानं त्याला विचारलं, 'तू हे काय करीत

आहेस?''
तो म्हणाला, ''मी परीस शोधतोय. ह्या सगळ्या साखळ्या जर सोन्याच्या झाल्या तर आयुष्यात मला दुसरं काहीही करायला नको.''
मध्ये बरीच वर्षे लोटली. तोच माणूस पुन्हा भेटला.
फरक इतकाच, अंगावरच्या सगळ्या साखळ्या त्याच्या इच्छेप्रमाणे सोन्याच्या झाल्या होत्या. वार्धक्यामुळे आणि सोन्याच्या साखळ्यांच्या वजनानं तो पार वाकला होता. तरीही त्याच्या हातात एक लोखंडाचा तुकडा होता आणि त्या तुकड्याला दगड लावून बघण्याचं यांत्रिक काम तो करतच होता.
मागे भेटलेला माणूस पुन्हा एकवार समोर आला.
त्यानं विचारलं,
''तुझी हाव संपली नाही का? ह्या सगळ्या साखळ्या सोन्याच्या होऊनही समाधान नाही झालं? हातातला तो एवढासा लोखंडाचा तुकडा सोन्याचा नाही झाला तर काय फरक पडणार आहे?''
ह्यावर त्या माणसानं सांगितलं,
'भल्या माणसा, ह्या अंगावरच्या साखळ्या सोन्याच्या झालेल्या तू पाहतोच आहेस. ह्याचाच अर्थ काय, मला परीस सापडला होता. पण दगड लावून पाहायचा आणि लगेच तो टाकून दुसरा दगड उचलायचा हे काम मी इतक्या यांत्रिकपणानं करीत होतो की कोणत्या क्षणी आणि कोणत्या दगडामुळे ह्या साखळ्या सोन्याच्या झाल्या ते समजलं पण नाही. परीस आला कधी, गेला कधी ह्याचा पत्ताच लागला नाही. आता मी तोच दगड पुन्हा शोधतोय.'
''वपु, प्रत्येक कलावंत तोच परीस आयुष्यभर पुन: पुन्हा शोधत राहतो.''

❑

वेळ रात्रीची.

गॅलरीत टाकलेल्या पलंगावर मी आणि अण्णा बसलो होतो. मी कामावरून संध्याकाळी परतलो होतो. अण्णा राजकमलमधून संध्याकाळी सहानंतर दामोदर हॉलवर जाऊन पेंढारकरांच्या कोणत्या तरी नाटकाचं नेपथ्याचं काम संपवून नुकतेच परतले होते.

जेवणं आटोपली होती.

आम्ही वाऱ्यावर बसलो होतो. अण्णा नेहमीसारखे गप्प होते. वयाच्या त्र्याहत्तराव्या वर्षी माझ्यापेक्षा जास्त तास शारीरिक कष्ट करून ते आता विश्रांती घेत बसले होते.

तेवढ्यात सुहास अण्णांना येऊन चिकटला.

मी त्याला म्हणालो, ''अण्णा दमलेत. त्यांना त्रास देऊ नकोस.''

खरं तर नातवाशी गप्पागोष्टी हा अण्णांच्या दैनंदिनीतला सर्वांत सौख्याचा काळ.

गोष्टी झाल्या. कविता झाल्या.

निरभ्र आकाशात एकाच बाजूला मजेदार ढगांचा पट्टा पसरला होता. चांदण्यात तो पट्टा अतिशय विलोभनीय वाटत होता.

अण्णांनी विचारलं, ''वसंत, हे ढग कसे दिसताहेत?''

मी म्हणालो, ''भरती ओसरल्यावर चौपाटीच्या वाळूवर लाटांचं इम्प्रेशन जसं उमटतं, तसे हे ढग वाटतात.''

अण्णांनी सुहासला विचारलं,

''सुहास, आता तू सांग, हे ढग कसे दिसतात ते.''

आकाशाकडे बघत, क्षणभर विचार करीत सुहास म्हणाला,

''मी चटईवर नागडा झोपलो म्हणजे माझ्या ढुंगणावर चटई जशी उठते तसे हे ढग दिसतात.''

अण्णांनी मला विचारलं, ''डायरी लिहितोस का नियमितपणे?''

मी 'नाही' म्हणालो.

अण्णा म्हणाले, ''डायरी एवढ्यासाठीच लिहायची असते. आजचं सुहासचं

बोलणं लिहून ठेव. साहित्याची निर्मिती अशी होते, काहीतरी टोचलं म्हणजे.''
मी डायरीत नोंद केली. १० ऑगस्ट १९६१. सुहास तेव्हा चार वर्षांचा होता.

❏

जाहिरातीशिवाय धंदा करणं म्हणजे एखाद्या पोरीला अंधारात डोळा मारण्यासारखं आहे.
आपण तिला डोळा मारला हे फक्त आपल्यालाच समजतं.
ड्रिंक पार्टीची तयारी करता-करता मला मध्येच हे वाक्य का आठवावं? अर्थात ह्या प्रश्नाला काही सूत्र नाही, अर्थ नाही. केव्हा काय आठवावं ह्याला काही हिशेब आहे का? किंवा काय सुचावं ह्याला? मनमोहन नातूंच्या कोणत्या तरी एका कवितेतल्या ह्या ओळी.

शृंगार सुचावयास
काळवेळ लागत नाही.
आता हॉर्न वाजवताना
पुढे रस्ता दिसत नाही...
अक्षरावरील हे किर्रर्रर रफार काढताना
तुझ्या बटा आठवतात.

हे मनंच सालं विचित्र! ते आपलं असून आपलं नसतं. कुठे कुठे फिरतं, काय काय टिपतं आणि त्याला वाटेल तेव्हा त्या टिपलेल्या गोष्टी ते आपल्या समोर ठेवतं. अर्थात आपणही तसे चतुरच असतो. मनानं समोर ठेवलेल्या गोष्टी आपल्याला समजल्याच नाहीत असं आपणही दाखवतोच. हे असं वागणं म्हणजेदेखील अंधारात डोळा मारण्यासारखंच आहे, असं का म्हणू नये? तेही स्वत:लाच?
आतादेखील ड्रिंक्ससाठी तयारी करताना, 'दारू पिणं हे काही खरं नव्हे' असं म्हणत—म्हणत तयारी करायची, हे स्वत:ला डोळा मारण्यासारखंच नाही का? मी सरळ सरळ 'दारू' म्हणतोय हे आमचा चित्रकार दोस्त अवचट ह्याला आवडायचं नाही.१
तो म्हणतो, "आपण पितो ते मद्य, इतर ढोसतात ती दारू. पुन्हा एक शब्द चुकलो, 'मद्य' प्यायचं नसतं, 'मद्य घेतो' म्हणायचं. 'दारू' ही ढोसायची असते."
'पोटात शिरून डोक्यात चढणे' असा त्या द्रव्याचा एकच 'वन-वे' असला तरी

क्रियापदं बदलली की बरं वाटतं. प्रत्यक्ष क्रियेपेक्षा पदाला महत्त्व मानणारा हा देश.

हेही डोळा मारण्यासारखंच.

बेधडकपणे जे पितात त्यांची गोष्ट वेगळी. ती थोर मंडळी सगळ्याच गोष्टी बेधडकपणे करतात. पण जमलेल्या मंडळींच्या मनात सातत्यानं 'प्यावी' की 'पिऊ नये' हा घोळ चाललेला असतो. ड्रिंक्स घेता घेता, 'हे आता सगळं थांबवायचं आहे' हा विचार आणि चर्चा चाललेली असते. कुणी एखाद्यानं भर मैफलीत दारू सोडण्याचा निर्णय जाहीर केला की, 'तुम्ही फार कुठं पिता?' असं समजावणारे निघतातच. त्यांचा तो निर्णय मग व्हिस्कीतल्या बर्फासारखा व्हिस्कीतच विरघळतो. व्यवस्थित उद्यापन वगैरे करून मद्यपानाला विधीपूर्वक 'अलविदा' म्हणणारा एखादाच अरुण देशपांडे. तसा निरोप देताना त्यानं तीर्थप्रसादासाठी 'स्कॉच' आणली होती. मुहूर्त 'गोरज' होता.

शेवटच्या वळणावर ह्या प्रेयसीचा निरोप घेताना तो इतका 'बॅलन्स्ड' होता की मला,

'वो अफसाना जिसे तकमील तक

लाना न हो मुमकिन

उसे एक खुबसूरत मोड देकर

छोडना अच्छा'

ह्या ओळींची आठवण झाली. तो निरोप देण्यात आदळआपट, त्रागा, उणीदुणी काढणं, असं काही नव्हतं. आकाशाशी नातं जोडून ढगांशी हितगुज करायला लावणाऱ्या ह्या प्रेयसीला 'गेलीस ढगात' असं अरुण म्हणाला नाही.

स्वागताबरोबर निरोप-समारंभाला एक शान असते हे त्यानं दाखवलं.

अस्मादिकांचं सगळं विचित्रच.

मैफलीच्या प्रारंभीच, ही मैफल संपणार ह्याची हुरहूर. खुद्द आम्ही असे आणि आमचे मित्रही तसेच.

रवी हुदलीकर पार्टीला येईल.

चिअर्स म्हटलं की ग्लासात बोट बुडवून तो एक थेंब कार्पेटवर टाकेल. कारण विचारलं की सांगेल, 'माझ्या गुरूंनी सांगितलं होतं, दारूच्या पहिल्या थेंबाला स्पर्श करू नकोस. त्याप्रमाणे पहिला थेंब सोडून दिला. आता उरलेली माझी.'

मी केव्हातरी त्याला म्हणतो,

''स्वतःची एवढी फसवणूक का करायची?''

''म्हणजे?''

"तुझ्या गुरूनं संपूर्ण बाटलीला स्पर्श करू नकोस, असं सांगितलेलं असतं तर तू अख्खी बाटली कार्पेटवर ओतली असतीस का?"
"गुरू तसं सांगणार नाही."
"का?"
"शिष्याला कितपत त्याग सहन करता येईल हे गुरूनं पण जाणलेलं असतं."
"Good defence."
"त्यालाही गुरूपद टिकवायचंय, विसरतोस?"
मी मग उगीचच गंभीर होत म्हणतो,
"ड्रिंक्स ह्या प्रकाराची खरं तर मुळीच गरज नाही."
हुदलीकर पटकन म्हणतो,
"गरजेचा प्रश्न कुठं आला? काहीच लागत नाही माणसाला तसं म्हणशील तर—Go back to stone age."

मोहन सुखटणकरची डोळा मारायची वेगळीच तऱ्हा. हा प्राणी घड्याळात बघत धावत-पळत येणार.
त्याच्या हाताला इम्पोर्टेड घड्याळ. ह्या घड्याळात तारीख, वार, महिना, तिथी, नक्षत्र, ह्या क्षणी लंडनच्या घड्याळात किती वाजले असतील ते समजण्याची सोय. त्याशिवाय म्युझिक.
अशाच एका बैठकीत मित्रानं त्याला एकदा विचारलं,
"ह्या सर्व गोंधळात वाजले किती? — हे कसं समजतं?"
मी म्हणालो,
"ते कुणालाही विचारता येतं. हल्ली प्रत्येकाकडे घड्याळ असतं."
मोहनच्या ह्या घड्याळात सोळा-सोळा मिनिटांनी गजर होण्याची सोय आहे. का? तर एक पेग संपला इकडे लक्ष राहावं. तिसरा गजर झाला की मोहन एक्झिट्ला तयार.
तिनाच्या वर घ्यायची नाही, असं डॉक्टरांनी सांगितलंय म्हणतो.
"तीन पेग्जनी तुला काय मजा येणार?"
—त्यावर मोहन म्हणतो, "खरं सांगायचं तर तीन पेग्ज हीच माझी मर्यादा आहे. म्हणून मी प्रथमपासूनच डॉक्टरांना सांगितलं होतं, की कमीत कमी सात-आठ पेग्ज घेतो. डॉक्टर म्हणाले, 'तिनावर जाऊ नका.' "

भाऊ ठाकूरदेसाई डॉक्टरची चिठ्ठीच खिशात ठेवून हिंडतो. पार्टीला कुणी ड्रिंक्स घेण्यासाठी गळ घातली तर 'पिऊ नका' हा संदेश देणारी ती डॉक्टरांची चिठ्ठी

काढून दाखवतो.

पंतवैद्य परवा त्याला म्हणला, "पूर्वी पिण्यासाठी परमिट लागायचं. आता तू न पिण्यासाठी परमिट बाळगतोस!"

"नाइलाज आहे."

"आणि तुलाच जेव्हा जबरदस्त इच्छा होते तेव्हा?"

भाऊ म्हणाला,

"त्या दिवशी न विसरता ही चिठ्ठी घरी विसरावी लागते."

वेळच्या वेळी सगळे जमले.

पण आज सुधीर मोघेचाच पत्ता नाही. बाटली आणायचं काम त्याच्याचकडे, म्हणून चिठ्ठी घरी विसरून आलेला भाऊ पण कासावीस.

सुधीर आला. सगळ्यांनी श्वास सोडले. कारण सुधीर हा इतका बेभरवशाचा इसम की अनेकदा 'येतो' म्हणून सांगतो तेव्हा येतोसुद्धा. तो आला, पण आज गडी नेहमीच्या मूडमध्ये नव्हता. स्वत:बरोबरच इतर कवींच्या प्रतिभेवरही खूष असलेला माझ्या पाहण्यातला हा दुर्मिळ कवी. ह्या वृत्तीमुळे कोणत्याही कवीला बहर आला तरी हा प्राणी फुललेला असतो.

पण आज मामला निराळा. कितीही वेळा जवारी लावायचा प्रयत्न केला पण षड्ज-पंचम लागेना. षड्ज-पंचम जुळत नाहीत तोवर गंधार उमटणार कसा?

खनपटीला बसलो तेव्हा सुधीर सांगू लागला,

"आज माझं नेहमीचं दुकान बंद होतं. माझ्या दुकानापलीकडे चार दुकानं सोडून आणखी एक दुकान आहे. पण तिथं मी जात नाही."

"का?"

"मला काउण्टरवरचा गृहस्थ आवडत नाही. त्याचा चेहराच भयानक आहे. ह्या माणसांनी काष्ठौषधी विकाव्यात."

"तुला तिथं अरबियन नाइट्समधली एखादी युवती असावी..."

"तसं नाही, पण...जाऊ दे. आज मला तिथंच जावं लागलं. पण आज गंमत झाली. बाटली बांधता-बांधता तो म्हणाला, 'तुम्हाला पाह्यल्यासारखं वाटतं.' आमची कॉलर ताठ. आम्ही म्हणालो,

'टीव्हीवर पाह्यलं असेल.'

चेहऱ्यावरची रेषा न हालवता तो म्हणाला,

'बरोबर! तुम्ही गाता का?'

'नाही, कविता करतो.'

'मोघे का?'

मग तर आम्ही आभाळातच.

एवढं होईतो त्याच्या नोकरानं रोलिंग शटर अर्ध बंद केलं. मी जवळजवळ रांगतच त्या शटरखालून बाहेर आलो. वाकता वाकता डोक्यात विचार हाच की, 'तुमची ओळख झाली हा अलभ्य लाभ. नेहमी आता इथं या.' असं हा म्हसोबा का म्हणाला नाही? पण हा विचार पुरा व्हायच्या आत त्या माणसाचे खेदयुक्त शब्द आले,

'सतीश दुभाषी असेच गेले.' ''

आम्ही सगळे गप्प.

डोळ्यांसमोर आता सतीशच. त्याच्या आक्रमक भूमिका, बेफिकीर, कलंदर वृत्ती.

चवच गेली सगळ्याची. आपल्यालाही केव्हा तरी असेच शेवटचे डोळे मिटून कायम अंधारात जायचं म्हटल्यावर, अंधारात डोळा मारायची आठवण राहील का?

❑

गदिमा आणि मी टॅक्सीत.

टॅक्सी दादरच्या दिशेनं. वेळ रात्री नऊची.

मी विचारलं,

"अण्णा, जेवणार कुठे?"

"जाऊ कुठेतरी."

"माझ्या घरी येता?"

अण्णा होकार द्यायला नाखूष वाटले. मी उमेद न सोडता म्हणालो,

"अगदी घरच्यासारखं मी चला म्हणतोय. जे असेल ते खाऊ. काही नसेल
असं कधीच घडत नाही. वसुंधरेच्या हातून कधी कमी स्वयंपाक होत नाही.
त्यातून आजचाच दिवस अपवाद घडला तर ब्राह्मण आहे मी. झुणका-भाकरी,
पिठलं-भात वाटेल तेव्हा होऊ शकतो."

अण्णा म्हणाले, "असेल ते खावं लागेल ह्याला माझी मुळीच 'ना' नाही. पण
आज मी तुमच्या सौभाग्यवतीसाठीच येत नाही."

"का? ती प्रसन्नतेनं स्वागत..."

"त्यात शंका नाही, तरीही बायकांची एक गंमत सांगतो, त्यांच्या हातून ज्या
दिवशी मस्त मेनू जमलेला असतो, त्या दिवशी—म्हणजेच, त्यांची अशी जी
बेस्ट डिश असते ती पाहुण्याला जावी असं त्यांना वाटतं. आज मी येईन,
सकाळच्या पोळ्याही चवीनं खाईन. पण तुमच्या बायकोला ते कायम लागून
राहील. नंतर मी तुमच्या घरी शंभरदा पंचपक्वानांचं जेवून गेलो, तरी पहिल्या
वेळेला ह्या माणसाला, जे होतं ते खावं लागलं ह्याचं बायकांचं शल्य कधी
जात नाही, हे मी तुम्हाला माझ्या बायकोवरून सांगतो. तेव्हा, अगोदर मी
पूर्वसूचना देईन, मग येईन. जेवायला येणार नक्की!"

आज वाटतं की धरणं धरून त्या दिवशी शिळं तर शिळं, पिठलं-भात तर
पिठलं-भात, पण सत्याग्रह करून त्यांना घरी न्यायला हवं होतं.

कारण, तो गीतरामायणकार माझ्या घरी कधीच आला नाही. तसा योगच आला
नाही.

आर्केडी धावतपळत भेटला.

एक वाचलेली गंमत सांगतो म्हणाला.

''सांग.''

तो म्हणाला, "Marriage is a Three Ring Ceremony! Engagement ring, Marriage ring आणि तिसरी Suffering!

❑

आमची जागा चाळीतली. एक दरवाजा मागचा. स्वयंपाकघरात घुसवणारा. दुसरा राजमार्ग. बैठकीच्या खोलीत आणणारा. पण त्यासाठी 'केप ऑफ गुडहोप' प्रमाणे, दोन बिऱ्हाडांत डोकावीत यावं लागत असे.

काही चुकार पाहुणे 'नो एन्ट्री'मध्ये घुसावं त्याप्रमाणे मागच्या दरवाजातूनच घुसत. त्यामुळे शेजारच्या दोन बिऱ्हाडकरूंना माझ्याकडे कोण आलंय हे समजत नसे. कमीत कमी त्यांचा विचार करून तरी त्या काहींनी तसं वागायला नको होतं.

वसुंधरेच्या माहेरची माणसं तर नेहमी एकदम स्वयंपाकघरातच अवतार घेत असत.

आत्ताही मागच्या दाराची कडी वाजली. मी उठलो नाही. कारण येणाऱ्या पाहुण्यांमध्ये काही पाहुणे वात्रट पण होते. जाता-जाता मागच्या दाराची कडी वाजवून ते पुढे सटकत. आपण ते दार उघडेपर्यंत पाहुणे खी: खी: करत समोरून येत.

कडी पुन्हा वाजली. मी दार उघडलं.

दारात एक बारा-तेरा वर्षांचा मुलगा. खांद्यावर भलामोठा पत्र्याचा चौकोनी डबा. चेहरा अत्यंत भाबडा, कोवळा, निरागस, गोंडस. त्यानं भरून आलेल्या आवाजात विचारलं, ''तुम्हाला बटाटेवडे हवेत का?''

''नकोत?''

त्याचा चेहरा एकाएकी रडवेला झाला.

''दोन तरी घ्या ना!''

''नकोत.''

''एक?''

''नको, एकही नको.''

त्याच्या डोळ्यांत पाणी आलं.

डोळे न पुसता त्यानं विचारलं, ''असं केलंत तर मी शिकायचं कसं?''

मी गप्प राह्यलो. तो नेटानं म्हणाला, ''मला मग एक पुस्तक घेऊन द्या.''

''कोणतं?''

"इंग्लिशचं आहे.''

"केवढ्याचं?''

"दोन रुपये चाळीस पैसे.''

"पुढच्या दारानं ये.''

'केप ऑफ—' ला वळसा घालून तो पुढच्या दारानं आला. खांद्यावरचा डबा त्यानं खाली ठेवला. वळसा घालेतो त्यानं येणारं रडणं आवरलं होतं.

"नाव काय?''

"विनय दत्तात्रय थत्ते.''

"कितवीत आहेस?''

"दहावीत.''

"कोणती शाळा?''

"छबिलदास.''

"राहतोस कुठे?''

"ईलम महाल, डी सिल्व्हा हायस्कूलसमोर.''

"घरी कोण—कोण आहेत?''

"आई आणि दोन लहान भाऊ.''

"वडील?''

त्यानं हाताच्या ओंजळीत चेहरा लपवला. जोराचा हुंदका दिला. त्याला मग रडणं आवरेना.

'धाय मोकलून' ह्या शब्दाचा खरा अर्थ मला तेव्हा समजला. मी पुढं झालो. त्याला जवळ ओढून घेतलं—सुहासला मी जसा जवळ घेतो तसा—तशाच भावनेनं.

पाच एक मिनिटं तो खळखळून रडत होता. मलाही विलक्षण भरून आलं. त्याच्यासमोर रडायचं नाही म्हणून मी आत गेलो. बाहेर येईतो त्यानं स्वतःला सावरलं होतं.

"वडील केव्हा गेले?''

"तीन वर्षं झाली.''

"कशानं गेले?''

"माटुंग्याला रेल्वेचा अपघात झाला होता ना...''

"ते नेमके त्याच गाडीत होते?''

"तेच गाडी चालवत होते.''

माझा आवाज बंद झाला.

"वडे कोण करतं?''

"आई."

मी मग जास्त चौकशी केली नाही. वडे घेतले नाहीत. तीन रुपये मात्र लगेच दिले.

"मी तुम्हाला पुस्तक घेतलेलं दाखवायला आणीन."

"नको! माझा तुझ्यावर पूर्ण विश्वास आहे."

पुन्हा एकवार, तो अवजड डबा खांद्यावर पेलीत विनय निघून गेला. हा सगळा प्रकार पाहत सुहास तिथंच उभा होता. तो चांगलाच बावचळला होता.

मी त्याला जवळ ओढून घेतलं अन म्हणालो,

"बब्या, परिस्थिती कशी असते एखाद्याची, पाह्यलंस? किती हाल, किती अपेष्टा? त्या विनयला प्रत्येक बटाटेवडा विकताना, खपवताना डोळ्यांसमोर वडील दिसत असतील. कसा रडत होता, पाह्यलंस ना?"

सुहास मला बिलगला. काहीशा वेगळ्या भावनेनं. अनामिक भीतीनं. त्याच्या स्पर्शातून ती भीती व्यक्त होत होती.

मी काहीसं स्वतःशी, पण एका विशिष्ट हेतूनं पुढे म्हणालो, "सुहास, तुला खूप मोठं व्हायला हवं, खूप शिकायला हवं. केवळ स्वतःसाठीच नाही तर अशा काही मुलांसाठीसुद्धा. अशा दुःखी पण प्रामाणिक, कष्टाळू मुलांना, अल्प का होईना, मदत नाही मिळाली तर ती वाईट मार्गाला लागतात."

सुहास हं हं करीत होता, पण त्याचा स्पर्श अजून निराळंच सांगत होता. त्या स्पर्शानं, क्षणभरच विनयच्या ठिकाणी मला सुहास दिसला. एका क्षणात मला माझं घर परकं वाटायला लागलं. धावाधाव करून सजवलेलं ते घर मला हसू लागलं. प्रत्येक वस्तू एकदम गंभीर झाली. मला माझी स्वतःचीच, हार घातलेली तसबीर दिसू लागली आणि मी काचेतून—गारगोट्या झालेल्या नजरेतून–घराकडे पाहतोय असं वाटायला लागलं. तसबीर व उजव्या हाताला लिहिलेली माझी जन्मतारीख आणि डाव्या हातची मृत्यूची तारीख—दोन्ही तारखा मला एकदम दिसायला लागल्या. माझ्या घरी मग कोण कोण माणसं जमतील, काय बोलतील, कोण पाठीशी उभं राहील, इत्यादी. नातेवाईक, मित्रमंडळींची श्रेयनामावली डोळ्यांसमोरून सरकायला लागली. पण, चित्रपटात ज्याप्रमाणे, पार्श्वसंगीतात मोठा घंटानाद होऊन दिग्दर्शकाचं नाव ठसठशीत आणि ठणठणीतपणे थिएटरभर घुमतं तसं एकही नाव मला सापडेना की ज्याच्या जिवावर मी अकाली मरावं.

ह्या विचाराच्या पाठोपाठ पुन्हा विनय आठवला. कोपऱ्यात कुठंतरी बसून वडे करणारी विनयची, बिनचेहऱ्याची आई दिसायला लागली. सणक आली. बस. विनयच्या घरी जायचं, त्याच्या आईला भेटायचं. मदतीचा हात पुढं

करायचा. करता येईल तेवढं दुःख हलकं करायचं.
सुहासला घेऊन मी अर्ध्या तासात ईलम महालमध्ये दाखल झालो.
पहिल्याच माणसाला विचारलं, ''थत्ते कुठं राहतात हो?''
''पत्ता काय?'' त्याचा प्रश्न.
मी म्हणालो, ''इथंच.''
सर्वांत मूर्ख कोण? अशा तऱ्हेचा प्रश्न, रामदासस्वामींनी 'जगी सर्व सुखी असा कोण...' ह्या धर्तीवर विचारला आहे की नाही हे मला माहीत नाही. बहुधा नसेलच. कारण मूर्खांची गणना करायची गरजच नाही. तरीही, जागा किंवा पत्ता शोधणारा माणूस हा मूर्खांचा मुकूटमणी म्हणायला हरकत नाही. कारण पत्ता किंवा 'कुठे राहतात हो?' ह्या प्रश्नापाठोपाठ 'संपूर्ण पत्ता काय आहे?' हा प्रश्न येतोच. अशा वेळी एक 'ड्रॉपकिक्' मारावीशी वाटते. संपूर्ण पत्ता माहीत असणारा पत्ता विचारीत कशाला फिरेल?
मला थत्ते सापडले नाहीत. कारण त्या पत्त्यावर ते नव्हतेच. मी मग इरेला पडलो. दुसऱ्या दिवशी छबिलदास शाळेत गेलो. प्रिन्सिपॉलनी तर 'थ' आणि 'त' ही व्यंजनं प्रथम ऐकल्याप्रमाणे चेहरा केला.
मग कळलं, अशी फसवणूक होणारा मी एकतिसावा. थत्ते नावाचा विद्यार्थी नव्हताच. कुणीतरी सांगितलं, त्या कोणा मुलाचे वडील हयात आहेत.

दुःख कशाचं? तीन रुपयांचं? छे!
आपण सहजासहजी फसवलो गेलो, ह्याचं! कुणीही अलबत्या-गलबत्यानं यावं, माझ्या भावनांना हात घालावा, मला रडवावं आणि बनवावं, हेच सहन होईना.

टायपिस्ट सोनवणे टायपिंग थांबवून म्हणाला, ''त्या पोराला एकदा पाह्यलंच पाहिजे.''
''का?''
''तुला एक 'चमाल' ध सांगतो. तशी फार चमाल नाही, पण बरी आहे. 'हा माझा मार्ग एकला' नावाचा एक सिनेमा आठवतो?''
''ऑफकोर्स, बाबूजींच्या एका गाण्यासाठी...''
''जीव ओवाळावा वगैरे वगैरे, असंच ना? आता गंमत ऐक. त्याच चित्रपटात लहान मुलाचं काम करायला त्यांना एक चुणचुणीत पोरगा हवा होता. पेपरला तशी जाहिरातही आली होती. जाहिरात पाह्यली आणि आम्ही आमच्या चुणचुणीत चिरंजीवांना घेऊन सकाळी सात वाजता सुधीर फडक्यांच्या घरी हजर.''

''डोंबिवलीहून?''

''तेव्हा मी कर्जतला राहत होतो आणि चिरंजीव पुण्याला. आदल्या दिवशी डेक्कननं गेलो आणि रात्री मद्रासनं चिरंजीवांना घेऊन आलो.''

''काय सांगतोस काय? केवढी यातायात...''

''केली खरी! पण का?...तर ही आयुष्यातली शेवटची पळापळ, ह्या भावनेनं. मद्रास मेलमध्ये सुभाषला वर अर्ध्या बर्थवर झोपवलेलं आणि झोपेत तो पडू नये म्हणून मी रात्रभर उभा. तशाही परिस्थितीत मी इतर प्रवाशांना म्हणत होतो, अर्थात मनात, 'लेको, हा शेवटचा प्रवास. उद्या सुभाषचा इंटरव्ह्यू. पुढच्या आठवड्यापासून शूटिंग. त्याच्या बरोबर राहावं लागेल. प्रथम रजा घ्यायची. काम्प्युटेड, हाफ पे, विदाऊट पे...पुरुषांना बाळंतपणाची रजा मिळत नाही म्हणून, नाहीतर तीही घेतली असती. ती नाही तर नाही. पण अगदी कुत्रा चावल्यावर मिळणारी रजाही वसूल करायची. मग राजीनामा. राजीनामा देण्यासाठी कंपनीच्या गाडीतूनच जायचं. रोज शूटिंग, रेकॉर्डिंग, ट्रायल्स, रशेस पाहायच्या, रिटेक्स, डबिंग and what not! आणि मग... एके दिवशी प्रीमियर, फोटो, हार, मुलाखती आणि मग व्ही. शांताराम, बिमल रॉय, खोसला, राज कपूरपासूनची पत्रं...'

असं म्हणत म्हणत मी रात्रभर उभा आणि सकाळी सात वाजता जेव्हा बाबूजींच्या घरी गेलो, तेव्हा काय घडलं असेल?''
''काय?''
''जस्ट इमॅजिन.''
''सांग सांग''
''स्मार्ट, चुणचुणीत वर्णनात बसतील अशी दोनशे-सव्वा दोनशे मुलं आणि त्यांचे पालक.''
''खरं?''
''खरं म्हणजे! माझ्याप्रमाणेच दोन महिन्यांत राजीनामा द्यावा लागणार नोकरीचा, अशीच स्वप्ने पाहत उभे.''
''बरं पुढे!''
''राजाभाऊ परांजपे आणि सुधीर फडके ह्यांनी आमच्या चिरंजिवांना बरेच प्रश्न विचारले. चिरंजिवांनी फाड्‌फाड्‌ उत्तरं दिली. नकला करून दाखवल्या आणि मग राजाभाऊ म्हणाले, 'बाळ, मला आता थोडं रडून दाखव.'
चिरंजीव तसेच उभे. राजाभाऊंनी परत परत रडायला सांगितलं, पण चिरंजीव तसेच.
राजाभाऊंनी मला, 'नंतर कळवतो' असं सांगितलं.
मी काय ते समजलो. रस्त्यावर येताच मी सुभाषला विचारलं,
'तू एवढं सगळं चांगलं बोललास, धीटपणानं समोर उभा राहिलास, मग रडून का नाही दाखवलंस?'
चिरंजीव म्हणाले, 'पडल्यावर लागलं तर आणि कुणी मारलं तरच मला रडायला येतं.'
ह्यावर काय बोलशील?—मारल्याशिवाय न रडणारा आमचा छोकरा आणि वडील हयात असताना त्यांना राजरोस मारून, धक्का सहन न झाल्याचं दाखवून तो विनय हुकमी रडतो, तुला रडवतो. एक अभिनयसम्राट तुझ्या घरी पायधूळ झाडून गेला. त्या तीन रुपयांवर त्याचा अधिकार नव्हता का?''

मला बरं वाटलं.
पैसा खर्च झाल्याचं समर्थन सापडावं लागतं, मग खर्चाचं दुःख नसतं. थत्तेच्या अभिनयाला तोडच नव्हती आणि तीन रुपयांचं दुःख कसं विसरायचं हेही सोनावणेनं सांगितलं.
आणि त्याहीपेक्षा, विनय दत्तात्रय थत्तेनं माझे आजतागायत शेकडो रुपये वाचवले आहेत.

कारण त्यानंतर प्रवासात सूटकेस चोरीला गेली, इंटरव्ह्यूला जाण्यासाठी नऊ रुपये कमी पडताहेत, के. ई. एम. मध्ये भावाची डेड बॉडी पडली आहे इथपासून जीप अपघातात कुटुंबातील सगळी माणसं मारणाऱ्या एकाही माणसानं मला पाझर फोडलेला नाही.

❑

एकूण एक सरकारी वा निमसरकारी ऑफिसात सर्वांत वरिष्ठ किंवा कोणत्याही वरिष्ठ अधिकाऱ्याची हाताखालच्या माणसाला एक प्रश्न विचारण्याची पद्धत असते.
पद्धत म्हणा वा अधिकार.
किंबहुना हा प्रश्न विचारण्याचा ज्याला यंत्रणेकडून अधिकार मिळतो, त्यालाच साहेब म्हणतात. खुद्द हा माणूस जेव्हा छोटा असतो तेव्हा त्याला त्या प्रश्नाची तिडीक असते.
स्वत: अधिकारी झाल्यावर त्याला ह्याचा विसर पडतो का त्याला भूतकाळाचा सूड घ्यावासा वाटतो हे कळत नाही. कारण काहीही असो. पण आता तो माणूस, तोच उपमर्दकारक प्रश्न समोरच्या माणसाला, तेही चार माणसांसमोर विचारतो,
'Why this was not done before?'
ह्या प्रश्नातला DONE हा शब्द वगळून त्याऐवजी thought, told, written...थोडक्यात म्हणजे असं क्रियापद की ज्यात तुमचा अपमान करण्याची प्रचंड क्षमता असते.
दुसरा माणूस जेव्हा असा प्रश्न विचारतो, तेव्हा मनातल्या मनात, वा संधी मिळेल तेव्हा उघडपणे चार शिव्या घालून वैतागाला वाट करून देता येते. पण स्वत:च्या स्वत:लाच, 'हे तुला प्रथम का सुचलं नाही' असा प्रश्न जेव्हा विचारण्याची वेळ येते, तेव्हा काय करायचं? ज्या माणसाला हे वेळेच्या खूप अगोदर सुचतं त्याला आपण द्रष्टा म्हणतो.
मग इतर सगळे कोण?
तर वपु.

पुण्यामुंबईच्या अनेक प्रवासांपैकी एक प्रवास.
पुण्यात 'बालगंधर्व' नाट्यगृहात कथाकथनाचा कार्यक्रम. ऑफिस सुटल्याबरोबर टॅक्सी करायचं ठरलेलं. सिंहगडची तिकिटं मिळाली नव्हती. डेक्कन क्वीनचा तर कधीच भरवसा देता येत नाही. सिंहगड एक्स्प्रेसची तिकिटं न मिळाल्याचा

कुठंतरी आनंदच.

ही बया डबल डेकर झाल्यापासून मी त्या गाडीशी जवळजवळ घटस्फोट घेतलेला असतो, म्हणजे आहेच. सरकारी यंत्रणा किती निर्लज्ज आहे हे जरी भारतीय जनतेला समजलेलं नसलं तरीही भारतीय जनता किती सहनशील आणि अडलेली आहे हे रेल्वेला माहीत आहे. उद्यापासून दीडशे किलोमीटर्सपर्यंत किंवा दोनशेपर्यंत प्रवाशांसाठीसुद्धा मालगाड्या सोडायच्या असं ठरवलं तरी माणसं प्रवास करतील.

नाहीतर, सिंहगड-डबलडेकर आणि मालगाडी ह्यात काय फरक आहे? तेव्हा आता टॅक्सी पकडणे!

टॅक्सीतले तीन तास आता माझ्या मालकीचे.

माझे आणि प्रवासाचे काय ग्रह आहेत, काही कळत नाही. ज्या दिवशी प्रवास असतो त्या दिवशी बेदम काम असतं. नेमकी त्याच दिवशी साईटवर कोणीतरी बडी व्यक्ती येणार असते. स्कूटरच्या क्लचवायरनं त्याच दिवशी तुटायचं ठरवलेलं असतं.

मग बसची आराधना. साईटवर साहेब असतात. ऑफिसची क्वचित गाडी असते. मग परतीच्या वाटेवर 'घरी जाऊन येतो' म्हणता येत नाही. मग सरळ ऑफिस गाठायचं. ह्या पळापळीत जेवण बोंबलतं. साहेब जमातीला कधीच भूक लागत नाही. साहेब जमातीसाठी खरं तर साईटवर कंत्राटदारानं सँडविचेसपासून बरंच काही काही खायला आणलेलं असतं.

एरवी जेव्हा आमच्यापैकी कुणी जातं तेव्हा फक्त चहा असतो. जो दिला नाही तर आपण 'उपेक्षित' वाटतो आणि दिला तर पश्चात्ताप वाटावा इतका भयानक असतो.

पण साहेबमंडळी साईटवर काही खात नाहीत म्हणून आपल्याला खाता येत नाही. त्यात भर म्हणजे साईटवर आमच्या साहेबांनी मागच्या राऊंडच्या वेळेला कंत्राटदाराच्या खोडसाळपणापायी मला 'चार्जशीट देईन' इथपर्यंत माझा अपमान केला होता. तेव्हापासून तिथं पाण्याचा थेंब घ्यायचा नाही असं मी ठरवलेलं. ही सगळी पार्श्वभूमी.

त्या क्रमानं आज सगळं घडलं. आज क्लचवायर तुटली नाही. कारण स्कूटर मुळातच सुरू झाली नाही.

ऑफिसात परतायला दीड वाजला.

आमच्या कँटिनमध्ये दुपारी दीडपर्यंत बसायला जागा मिळत नाही आणि दीडनंतर जेवण मिळत नाही.

'खोपोलीला काहीतरी खाऊ' असं म्हणत दादर गाठलं.

पुणे-मुंबई टॅक्सी स्टँडजवळ शे-दीडशे टॅक्सीज पाह्यल्याबरोबर समजलो, आज पॅसेंजर्स नाहीत.
टॅक्सी-बूथजवळ, डगडगणाऱ्या खुर्च्यांवर दोन प्रवासी बसलेले. भावनेचा लवलेश नसलेल्या माणसाच्या प्रेतयात्रेला रीत सांभाळायची म्हणून जेव्हा जावं लागून कवटी फुटेपर्यंत थांबायची पाळी येते, तसा चेहरा करून ते दोघे बसलेले.
मग मी त्यांच्यात सामील. मी त्या दोघांचं आकारमान पाहून घेतलं आणि तिघांनाही किती अवघडून घ्यावं लागेल ह्याचा अंदाज केला. त्या दोघांपैकी फ्रंटसीट कुणाची असेल?
चौथा पॅसेंजर कितपत बाळसेदार? कोणत्या जातीचा? आणि तो कधी येईल? वाट पाहण्यात पाऊण तास.
पाऊण तासानं चौथा पॅसेंजर म्हणजे एक पारशीण आली आणि तिच्याबरोबर एक तीन-चार वर्षांचा पोरगा. मनात म्हणालो, प्रवासाची वाट लागली! हे पोरटं प्रवासभर छळणार. किनऱ्या आवाजात पारशीण त्याला दम देत राहणार किंवा त्याचा प्रत्येक हट्ट पुरा करीत राहणार. टॅक्सीतले आजचे तीन तास आपल्या मालकीचे नव्हते.

फ्रंट सीट साहजिकच बाईला द्यावी लागली. ज्या पहिल्या पॅसेंजरनं क्लेम लावला होता तो काहीसा वैतागूनच मागं येऊन बसला.
टॅक्सी हलली तेव्हा साडेचार वाजलेले.
मला आता निराळी विवंचना.
टॅक्सी किती वाजता पोहोचणार?
आठ-साडेआठ नक्कीच!
प्रयोगाच्या अगोदर फार खाऊन चालत नाही. तीन ते साडेतीन तास सतत बोलायचं असतं. नाटकाप्रमाणे इतर पात्रांच्या संवादामुळे जी प्रत्येकाला थोडी विश्रांती मिळते, तशी सवलत कथाकथनात नाही.
प्रारंभ केला की एकाही मिनिटाची उसंत नाही. प्रेक्षकांना प्रत्येक क्षणी गुंतवून ठेवावं लागतं.
म्हणून पोट तुडुंब भरता येत नाही.
अर्थात टॅक्सी मिळाल्यावर मी भूक विसरलो.
मला झोप हवी होती.

माझे आणि प्रवासाचे ग्रह विचित्र असं मी म्हणालो, तसं आजही घडलं. मुंबईत सहजासहजी सहसा वीजपुरवठा बंद पडत नाही. बंद पडलाच तर फार काळ तो बंद राहत नाही. पण काल रात्री पाच वेळा लाईट गेले. वीज गेली की सिलिंग फॅन बंद. फॅन बंद की लगेच डासांचा हल्ला. डासांच्याच सहवासात मी इतका असतो की कॉलनीला 'साहित्य सहवास' का म्हणायचं हे कळत नाही. मुंबईत कधीनवत थंडी पडली तर दारंखिडक्या बंद करून झोपावं लागतं ते पंख्याखालीच!

विजेनं वारंवार संप पुकारल्यामुळे जवळजवळ रात्रभर जागरण झालेलं.

तीन तास टॅक्सीत हमखास झोप मिळाली की तीन तास उभं राहून वटवट करण्याची शक्ती मला नक्की येईल, ह्या भरवशावर मी दिवस रेटलेला.

आणि आता टॅक्सीत मूल.

अगोदर मूल, त्यात ते पारशी! आता खेळ खल्लास!

टॅक्सी शीवला आली आणि मी पोझ जुळवून डोळे मिटले.

जाग आली तेव्हा लोणावळा आलेलं.

काही टॅक्सीवाल्यांची खोपोलीशी सोयरीक जमलेली आहे. खोपोलीला खाण्यापिण्याचे नो प्रॉब्लेम.

ह्या उलट लोणावळा. काही काही टॅक्सीवाले खोपोलीला सगोत्र निघालेल्या किंवा एकनाड आलेल्या वा मंगळाच्या मुलीला डावलतात त्याप्रमाणे डावलून लोणावळ्यालाच थांबतात.

नाईलाजानं उतरलो. फक्त चहा घेतला. टॅक्सीत आलो. आणखी एक तास झोपणार होतो.

फ्रंटसीटची पारशीणही उतरली होती. तिचं लेकरू गुणी होतं. शांत होतं. मी अकारण धास्तावलो होतो.

टॅक्सी लोणावळ्याहून निघाली.

आणि नवल म्हणजे पारशिणीजवळचं मूल, गुडघ्यावर उभं राह्यलं. त्यानं विंडस्क्रीनकडे पाठ करून आमच्याकडे तोंड वळवलं आणि त्यानं उजवा हात पुढं करीत मूठ उघडली.

त्या छोट्या हातात तीन चॉकलेट्स होती.

मन गोंधळलं. वृत्ती संकोचून गेली. चॉकलेट्सचा आम्ही स्वीकार करीपर्यंत ते चिमणे हात तसेच पुढे होते. आम्ही चॉकलेट्स घेतली. थँक्स म्हणालो, त्यात काही अर्थ नव्हता.

तो केवळ एक 'नाद' होता.
शब्द नव्हता.
त्या चिमण्यानं एक चॉकलेट टॅक्सी ड्रायव्हरला पण घ्यायला लावलं.
आमच्यापैकी एकानंही त्या कोकराची आठवण ठेवली नव्हती. मी तर प्रवासारंभी त्या लेकरावर कातावलोच होतो.
आणि मग लोणावळ्यापासून पुणे येईतो नुसती हुरहूर.
मधून मधून डुलकी घेत होतो.
पण त्यातली विश्रांती हरवली होती.

मी शिवाजीनगरच्या पुलाजवळच उतरलो.
नवल म्हणजे तीही उतरली.
तिचाच जातभाई त्याची गाडी घेऊन तिथं संकेत असावा तसा थांबला होता.
ते पिल्लू त्या गृहस्थाकडे झेपावलं.
कमीत कमी पुढे व्हावं. त्याच्या गालावरून हात फिरवावा, त्याचा मुका घ्यावा आणि त्या गृहस्थाला सांगावं,
'इतकं शांत मूल, गुणी मूल मी आत्तापर्यंत पाह्यलं नव्हतं.'
ह्या विचारानं मी पुढे होणार तोच समोरचं दृश्य पाहून पाय जमिनीलाच चिकटले.
त्या तिघांच्याही खाणाखुणांवरून समजलं, तो निष्पाप, निरागस जीव जन्मत:च बहिरा व मुका होता. ते त्यांच्या गाडीतून गेले.
माझ्यासमोर रिक्षा येऊन उभी राह्यली तरी मी तसाच त्यांच्या मोटारीकडे बघत उभा.
आणि तेव्हापासून तो अपमानास्पद प्रश्न कायमचाच आता मानगुटीवर ' Why did it not strike to me before ?'

❑

मी आर्केडीला म्हणालो.
"साहेब खरा द्रष्टा!"
तो म्हणाला, "अंशत:!"
मी त्याला म्हणालो,
"दुसऱ्याचे गुण गाताना तू कधी आखडत नाहीस, मग आजच असं का?"
आर्केडी म्हणाला,
"मी आजच चर्चिलचं पुस्तक संपवलं. त्यात चर्चिलनं, भारताला स्वातंत्र्य देण्यापूर्वी जे वक्तव्य केलं होतं ते मी वाचलं."
"बरं मग?"
"ॲटलींनी ब्रिटिश हाऊस ऑफ कॉमन्समध्ये भारताला स्वातंत्र्य द्यावं असा ठराव मांडला तेव्हा चर्चिल म्हणाला,
'Liberty is man's birthright. However, to give the reins of Government to Congress at this juncture, is to handover the destiny of hungry millions into the hands of rascals, rogues and free booters. Not a bottle of water or a loaf of bread shall escape taxation, only the air will be free and the blood of these hungry millions will be on the head of Mr. Atlee. India will be lost in political squabbles. It will take a thousand years for them to enter the periphery of philosophy or polities. Today, we hand over the reins of Government to men of straw, of whom no trace will be found after a few years.' "
"आर्केडी, पस्तीस वर्षांपूर्वी साहेबानं जे जे भवितव्य वर्तवलं, त्यातला शब्द न् शब्द खरा ठरला की रे!"
"वादच नाही."
"तरी तू साहेबाला पूर्ण क्रेडिट देत नाहीस?"
"नाही."
"का?"
"ONLY THE AIR WILL BE FREE ' ह्या वाक्याच्या अगोदर

चर्चिलसाहेबांनी जर POLLUTED हा शब्द वापरला असता तर आपण सलाम केला असता.''

मी आर्केंडीला सलाम केला.

अनेक सकाळींपैकी एक सकाळ.

बेल वाजली. दार उघडलं आणि समोर जेव्हा निशिगंध प्रकाशनाच्या जोशीबुवांना पाह्यलं तेव्हा म्हटलं ही सकाळ वेगळी आहे.

आगतस्वागत, चहापाणी झाल्यावर मी विचारलं,

''सुप्रभाती येणे कैसे?''

''काल रात्रीच आलोय.''

''सांगता काय? मग रात्रभर बेलचं बटण शोधत होता काय?''

''इथं आत्ताच आलो. काल रवीन्द्र थिएटरमध्ये होते.''

''का?''

''निशिगंध प्रकाशनसंस्थेची नाट्यशाखा काढली आहे. त्या शाखेतर्फे नाटक बसवलंय. त्याची काल रात्री तालीम होती, म्हणून.''

''जोशीबुवा, You are great! पुस्तकाचं प्रकाशन करून पुरेसं नुकसान झालेलं दिसत नाही.''

''नाही ना, तेवढ्यासाठी तुमचंसुद्धा पुस्तक काढून पाह्यलं, तरी हवं तेवढं नुकसान नाही.''

मी त्यांना टाळी देत म्हणालो,

''माझं नाटक बसवायला घ्या, म्हणजे समजेल. नुकसानच नुकसान.''

जोशींकडे कम्पाऊंडरसारखी उत्तर तयार असतात. ते लगेच म्हणाले, ''एवढा गर्व बरा नाही. मराठीत इतर नाटककार आहेत. प्रथम नेहमी इतरांना अपयशी व्हायची संधी द्यावी. दुसऱ्याचं अपयश आपण असं हिरावून घ्यायचं नसतं.''

''पण मग माझं नाटक?''

''तुमचं नाटक मी संपूर्ण दिवाळं जाहीर करण्यासाठी राखून ठेवलंय.''

THIS IS JOSHI!

ह्या माणसाचं सगळंच अचाट. ह्यांनी 'निशिगंध' मासिक सुरू केलं. वार्षिक वर्गणी ठेवली दोन रुपये. अंक अठ्ठावीस पानांचा आणि नवल म्हणजे जोशीबुवांनी साडेतीन हजारांच्या वर वर्गणीदार मिळवले. हे मासिक त्यांनी तीन वर्ष चालवलं. ते तेव्हा अभिमानानं सांगायचे, दोन रुपयांची मनिऑर्डर करण्यासाठी वर्गणीदार पोस्टात येतात हे खूप आहे. आम्ही त्यांना जातायेता म्हणत असू, जोशीसाहेब वर्गणीचा जरा विचार करा. ते म्हणायचे, जो प्रयोग

मी करतोय तो खरं तर किर्लोस्कर कंपनीनं करायला हवा. किर्लोस्करांनी मासिकातल्या जाहिराती पाहिल्या तर त्यांनी वर्गणीदारांना अंक फुकट द्यायला हवा.''

आजही काहीतरी अफाट कल्पना त्यांच्या मनात असणार. चार सज्जन निर्मात्यांप्रमाणे सरळ सरळ संस्था काढून नाटक सादर करून ते बुडणार नाहीत.

''एक योजना सांगतो.''

''जरूर.''

''तुमचं सहकार्य—''

''आहे.''

''मी तुमचं जे पुस्तक प्रकाशित केलं आहे ते जर एका दिवसात तुम्हाला रेल्वेनं प्रवास करणाराच्या हातात, एखाद्या बसस्टॉपवर, दुकानात, थोडक्यात म्हणजे जिथं तिथं प्रत्येकाच्या हातात दिसलेलं आवडेल का? की सात-आठ वर्षं आवृत्ती हलके हलके संपलेली आवडेल?''

''मीच काय, कोणत्याही लेखकाला चार दिवसांत स्वत:च्या पुस्तकाची आवृत्ती खपलेली आवडेल. पण ते कसं जमणार?''

जोशी म्हणाले,

''तीच योजना घेऊन आलोय.''

''चर्चगेट स्टेशनवर फुकट वाटल्या तरच...''

''वाटणारच आहे, पण स्टेशनवर नाही.''

''मग?''

''आमच्या नाटकाचं दहा रुपयांचं तिकीट घेणाऱ्याला दहा रुपयांचं पुस्तक भेट म्हणून.''

''ही सवलत?''

''पाच रुपये ते दहा रुपये तिकिटांसाठी, सर्व प्रेक्षकांकरता. माझ्याकडच्या प्रत्येक लेखकाची पाचशे-पाचशे पुस्तकं दोन-तीन नाट्यप्रयोगांत संपून जातील. तर ह्या योजनेत तुमचं पुस्तक टाकायची परवानगी—''

''दिली.''

''थँक्स!''

''पण जोशी, निशिगंधला फायदा...''

''पुस्तकाचे गठ्ठे जिथं ठेवले आहेत ते गोडाऊनचं भाडं वाचेल.''

''जोशी, चेष्टा करू नका.''

''चेष्टा नाही आणि खरं सांगायचं तर तुम्ही माझी चिंता करू नका. तिकिटांचे

दर, पुस्तकांच्या किमती हे सगळं गणित मी बरोबर बसवलंय.''

''आपण आता प्रेक्षक काय काय म्हणतील त्याचा विचार करू.''

''ओ. के.''

''प्रेक्षक असं म्हणतील, नाटक भिकार होतं पण पुस्तक चांगलं आहे. पुस्तक बंडल आहे पण नाटकात वेळ चांगला गेला किंवा दोन्ही भिकार आहेत किंवा दोन्हीत दम नाही. त्याच्या पलीकडे काही म्हणतील का? काहीही झालं तरी प्रेक्षकांचं नुकसान कशातच नाही.''

मग मी विचारलं,

''पण हे सगळं का करायचं?''

''मराठी माणसांसाठी.''

माझा चेहरा पाहून ते पुढे म्हणाले,

''मराठी माणसाची वृत्ती अशी आहे की एक काहीतरी फुकट मिळत असेल तर दुसऱ्या गोष्टीसाठी तो पैसे खर्च करायला तयार होतो.''

''तरीसुद्धा...''

''थांबा, आणखी एक पॉईण्ट सांगतो. ह्या प्रकारचे उपद्व्याप प्रत्येक धंदेवाल्याला करावे लागतात. ह्यातून टाटाची पण सुटका नाही.''

''कशी?''

''टाटा विकतो तो पाचशेएकचा साबण, तो वाईट आहे का?''

''मुळीच नाही.''

''तीन बार एकदम घेणाऱ्याला टाटा कधी कधी छोटी प्लॅस्टिकची बादली देतो. किंवा एक बादली घेणाऱ्याला तो बार देत असेल. ती बादली वाईट असते का?''

''नाही ना! दोन्ही चांगलं असतं.''

''मग जे टाटाला चुकलं नाही ते जोशींना कसं चुकवता येणार? मग परवानगी?''

''ती तर प्रथमच दिली आणि आमच्या परवानगीला तसा अर्थ नाही. तुम्ही आमची रॉयल्टी प्रथमच दिलीत. नफा-तोटा ह्याचा भार उचलणार तुम्ही. आम्ही टाळ्या वाजवणारे. तरीही वाटतं...''

''तुम्ही काय म्हणणार आहात ह्याची कल्पना आहे. तरी एक सांगतो, पुस्तकं अशीच घराघरातून घुसवावी लागतात. माणसं सुगंधासाठी खर्च करतात, पण...''

''हे विधान बरोबर नाही. मुद्दाम अत्तरं, परफ्युम विकत घेणाऱ्यांचं प्रमाण किती असेल?''

जोशी पटकन म्हणाले,

''मुद्दाम अत्तराच्या बाटल्या विकत घेण्याची गरज नाही. साधा अंगाचा साबण
घेताना तुम्ही वडी नाकाला लावून बघता. उदबत्ती घेताना तसंच करता.
टाल्कम पावडर, दाढीचा साबण, आफ्टर शेव लोशन म्हणजे ह्या ना त्या
स्वरूपात तुमचं सुगंधाशी नातं जमतं. तसं साहित्य तुमच्या घरात सुगंधासारखं
घुसायला हवं. त्या दिशेनं एक प्रयत्न.''

नंतर जोशी इतर योजना सांगत राह्यले.

ही घटना एकोणीसशे एकाहत्तर सालातली.

पण आजही जोशींचं, 'साहित्य सुगंधासारखं घरात घुसलं पाह्यजे' ह्या वाक्याचा
दरवळ माझ्या मनात रेंगाळतो आहे.

❑

तुळपुळे हा एक मजेदार माणूस.
व्होकेशनल गायडन्स ब्युरोत एक अधिकारी. एखाद्या माणसाला मित्र मानलं की तो त्या माणसाच्या हिताबाबत एकदम जागरूक.
अनेकांनी त्यांना संसारातल्या अडचणी सांगाव्यात. त्यांनी त्या ऐकाव्यात.
'न कंटाळता ऐकणं' हा एक दुर्मिळ गुण, ह्या माणसात. उत्तम श्रोता हा एक लोकप्रिय माणूस असतो.
तुळपुळे तसाच.
कधीतरी मी म्हणालो,
"सुहासचं आणि गणित विषयाचं जमत नाही. काय करू?"
ते म्हणाले, "बघू या."
त्यानंतर त्यांनी सुहासला केव्हातरी त्याबद्दल विचारलं.
सुहास म्हणाला, "गणित येत नाही आणि येत नाही म्हणून आवडत नाही."
"कबूल आहे. पण गणित हा विषय एक तर तसा अवघड नाही आणि दुसरं म्हणजे तो विषय जरी आवडला नाही तरी फार महत्त्वाचा आहे. आपल्या जीवनात तो विषय मिसळून गेला आहे."
मी मध्येच विचारलं, "म्हणजे कसा?"
तुळपुळे पटकन म्हणाले, "तुम्ही जेव्हा सुहासला सांगता, की 'राजा, दोन घास खाऊन घे,' तेव्हा त्यातला 'दोन' आकडा गणितातला आहे."
अशा मजेदार माणसाला तितकीच मजेदार बायको भेटावी ही आणखीन एक मजा आहे. त्या एकदा म्हणाल्या, "ऑफिस सुटायचे वेध लागले की सगळ्या साळकाया-माळकाया टॉयलेटकडे धावतात. तोंडं धुवायची, पावडरचे थर चढवायचे, लिपस्टिकची पुटं चढवायची आणि मग लोकलसाठी पळायचं."
मी विचारलं, "ह्यात गैर काय? तेवढ्यानं टवटवीतपणा येत असेल, बाई फ्रेश दिसत असेल तर काय बिघडलं?"
"आपण दमलेल्या दिसू नये, एवढ्यासाठी हे का करायचं तेच मला कळत नाही. संसारासाठी दिवसभर, ऑफिसात आणि नंतर प्रवासात दमलेली बाई कितीतरी देखणी दिसते. दमलेल्याचं पण एक अवीट सौंदर्य असतं. ते

चेहऱ्यावरून का धुवायचं?''
'दमलेल्यांचं पण सौंदर्य असतं!'— हा विचारच नवा होता.

ह्या वयातही मावशींचा उत्साह आणि सौंदर्याबद्दलचा काटेकोरपणा वाखाणण्यासारखा आहे. कोणत्या सीझनमध्ये कोणती साडी नेसायची इथपासून त्यांच्याजवळ काही संकेत आहेत. मावशी म्हणजे पिट्सबर्गच्या बाळ ऋषींच्या वास्तूत भेटलेली साठीच्या घरातली तरुण स्त्री. हिंदुस्थान देशाच्या फाळणीत सर्वस्व गमावलेली एक निर्वासित. सध्या कायम वास्तव्य अमेरिकेत, पिट्सबर्ग येथे. बाळ ऋषींची एक आलिशान वास्तू, तीन मोटारी, एक मोटरबोट आणि मावशी ह्यांपैकी कोणतीही एक वस्तू मला पळवायची परवानगी दिली असती तर मी चक्क मावशींना पळवून आणलं असतं.

'दमलेल्यांचं सौंदर्य' हे शब्द मावशींना मानवलेच नसते. धुणी, भांडी, स्वयंपाक, झाडलोट, एक मांजरं, दोन कुत्री, पिंजऱ्यातले पक्षी, ह्या सर्व गोष्टी करून, संध्याकाळी वॉश घेऊन, चांगली साडी नेसून त्या जावई-लेकीच्या ड्रिंक्समध्ये भाग घेतात.

वसुंधरेनं मावशींना एक विशिष्ट साडी नेसून दाखवा म्हटलं.

मावशी म्हणाल्या,

"तुझ्यासाठी नेसेन. पण ही साडी ह्या सीझनची नाही. ही साडी इथं फॉल सुरू झाल्यावर नेसतात."

"काही खास कारण..."

"ह्या साडीवर किती रंगीबेरंगी फुलं आहेत, पाह्यलीस ना? म्हणून ही साडी मी नेसत नाही. बर्फ पडायला सुरुवात झाली म्हणजे इथं हिरव्या रंगाचा टिपूस दिसत नाही. सगळीकडे बर्फ. पांढऱ्या रंगाशिवाय बात नाही. त्या सीझनला मग सगळी माणसं जास्तीत जास्त रंगीबेरंगी कपडे वापरतात."

मी मावशींकडे कौतुकानं पाहत होतो. त्या पुढे डौलात म्हणाल्या,

"Now I am senior citizen!"

"म्हणजे काय?"

"म्हाताऱ्या माणसांना पूर्वी इथं ओल्ड सिटिझन्स म्हणत असत. इथल्या सर्व म्हाताऱ्या माणसांनी 'ओल्ड' ह्या शब्दाला हरकत घेतली. आता आम्हाला सर्वांना 'सीनिअर सिटीझन्स' म्हटलं जातं."

अमेरिकेच्या वास्तव्यात मी असे सीनियर सिटीझन्स असंख्य पाह्यले. वार्धक्याचाही रुबाब करणारा तो देश. आर्थिक परिस्थिती हा घटक महत्त्वाचा ह्यात शंकाच नाही. पण, वृत्तीही तितकीच महत्त्वाची हे नजरेआड करता येत

नाही. 'आमचं आता काय राह्यलंय' हे वाक्य आपल्या देशात चाळिशी उलटताच परवलीचं होऊन बसतं, त्याचं काय? पण हा विचार मी जर यच्चयावत सगळ्या ब्युटी पार्लर्स चालवणाऱ्या बायकांना ऐकवला तर त्या आमच्या तुळपुळे वहिनींना शिवाजी पार्कवर ठोकून काढतील.

गेल्या एक-दोन वर्षांत जर काही क्रांतीची नवी दिशा सापडली असेल तर ती म्हणजे 'ब्युटी पार्लर' नावाची एक टूम. काही स्त्रियांच्या बाबतीत परमेश्वर ज्या चुका करतो, त्या चुका अंशत: सुधारणारे कारखाने सर्वत्र दिसू लागले आहेत. त्या कारख्यान्यांतून भुवयांचे केस उपटण्यापासून, कांतीचे वर्ण बदलण्यापर्यंत सर्व कामं होतात. ज्या पद्धतीनं हे काम केलं जातं त्या पद्धती ऐकल्या तर भल्याभल्यांच्या बायका, थपडा खायला का जातात, दोऱ्याला पीळ देऊन केस अक्षरश: उपटून का घेतात, हे मला कळेनाच आणि आजही कळत नाही. झकपक कपड्यांतले हे 'वारीक'च. बहिरंग बदलून देण्यासाटी सलून्स उघडून बसलेले.

अंतरंगाचे काय? ते बदलणारी एखादी 'सेना न्हावी'च्या घराण्यातली बाई पुढे येईल का?

सेना न्हावी म्हणतो,

'आम्ही वारीक वारीक । करू हजामत बारीक।।

विवेक दर्पण आयना दाऊ । वैराग्य चिमटा हालवू।।

उदक शांती डोई घोळू । अहंकाराची शेंडी पिळू ।।

भावार्थाच्या बगला झाडू । कामक्रोध नखे काढू।।

चौवर्णा देऊनी हात । सेना राहिला निवांत।।'

सुंदर दिसण्यापेक्षा सुंदर असण्यात जास्त 'सौंदर्य' नाही का? त्याहीपेक्षा प्रत्येक वयाचं एक सौंदर्य असतं. त्या त्या वयाच्या सौंदर्यावर दुसरं कृत्रिम वय लादण्यात काय अर्थ आहे? प्रसन्न मनानं हसणारी व्यक्ती ही एकमेव सुंदर व्यक्ती असते.

काळाला ज्या गोष्टीवर मात करता येत नाही ती गोष्ट म्हणजे प्रसन्न हास्य! पिट्सबर्गच्या मावशी हे त्याचं उदाहरण. चालतं बोलतं!

❑

माणूस घडतो तो वृत्तीतून.
ही वृत्ती घडवावी ह्या दृष्टिकोनातून किती संसारात प्रयत्न दिसतात? अमेरिकेचा दौरा करून आल्यावर मला अनेकांनी एक ठरलेला प्रश्न विचारला,
"अमेरिकेहून काय आणलंत?"
मी म्हणालो,
"खूप दिवस टिकणारी एक अलौकिक वस्तू आणली."
त्यावर ऐकणाऱ्यांनी सांगितलं,
"तिकडच्या वस्तू टिकतातच. काय आणलंत पण?"
मग मी कुणाला काही, कुणाला काही उत्तर दिली. फक्त एकाच माणसाला खरं उत्तर दिलं.
तो माणूस आर्केडी.
मी आर्केडीला म्हणालो, "मी अमेरिकेहून येताना अस्वस्थता आणली."
सुबत्ता, ऐपत ह्या गोष्टी विसरा. ते पाहून मी दिपून गेलो, अस्वस्थ झालो नाही. अस्वस्थ झालो ते माणसं पाहून.
साडेतीन हजार मैल मोटारीनं प्रवास केला मी. पण रस्त्याला एकही खड्डा आढळला नाही. पन्नास दिवसांच्या वास्तव्यात मोटारीचा हॉर्न ऐकला नाही. रस्त्यावर कुत्री, गाई, म्हशींसारखी जनावरं बघितली नाहीत. फेरीवाला नाही. हायवेवर पादचारी नाही. थुंकणारा माणूससुद्धा पाह्यला मिळाला नाही. एकाही घराभोवती तारांचं वा दगडी कुंपण पाह्यलं नाही. घरासमोरील हिरव्यागार लॉनवर गार्डन चेअर्स ठेवल्या असतील तर त्या तशाच राहतात. त्या पळवल्या जात नाहीत. हायवेवरून प्रवास केला तो मैलो न् मैल. समोरची गाडी थांबली तर मागचा माणूस हॉर्न वाजवून त्याला जीव नकोसा करीत नाही. रस्त्याच्या एका बाजूला एक खास पट्टा असतो. त्याला 'हार्ड शोल्डर' म्हणतात. तो पट्टा केवळ पोलीस आणि वाहतूक नियंत्रण करणाऱ्या अधिकाऱ्यांसाठी राखून ठेवावा लागतो. त्या पट्ट्यावरून इतरांना गाडी चालवायची मनाई आहे. साडेतीन हजार मैलांच्या माझ्या प्रवासात मी एकही मोटार त्या पट्ट्यावरून धावताना पाह्यली नाही.

लहान मुलांच्या शाळेजवळ 'थांबा' अशी पाटी असते. त्या पाटीजवळ रात्री बारा-एकनंतरसुद्धा एक-दोन सेकंद प्रत्येक गाडी थांबत होती. टेलिफोनची पेटी तुमचे पैसे खात नाही.
पैसा खाण्याची सवय झालेल्या आपल्या देशात, निर्जीव पेट्याही पैसे खातात. एकाच पृथ्वीच्या पाठीवर, एकाच आकाशाच्या पांघरुणाखाली, जमिनीच्या एका तुकड्यावर भारत देश आहे आणि त्या तुकड्यापासून दहा तासांच्या अंतरावर दुसरा देश आहे, इंग्लंड किंवा अमेरिकेसारखा.
पण एका देशात तुम्हाला पावलोपावली चीड यावी, अनागोंदी कारभार दिसावा, रस्तोरस्ती घाण दिसावी आणि एकाच जमिनीवरच्या दुसऱ्या देशात ह्याउलट चित्र दिसावं. दोन्हीकडे माणसंच राहतात. फक्त एका देशात 'इथं माणसंच राहतात' हे सिद्ध करावं लागतं. हे सगळं पाह्यल्यावर 'अस्वस्थता' आणायची नाही तिकडून, तर दुसरं काय आणायचं?
सर्व तऱ्हेचं दारिद्र्य पचवता येतं. वैचारिक दारिद्र्य पचवता येत नाही, कारण ते फार झपाट्यानं वाढतं आणि चिरकाल टिकण्याइतकं ते चिवट असतं.
अमेरिकेत जे जे मी बघत होतो, ते ते सगळं छोट्या प्रमाणात बाळ ऋषींच्या घरातही बघत होतो. पन्नास दिवसांच्या दौऱ्यात खरं तर ज्या पंधरा-सोळा कुटुंबांतून मी राह्यलो, त्या सर्व घरांतून मी तीच शिस्त, तोच नीटनेटकेपणा, स्वच्छता आणि सौंदर्यदृष्टी ह्या सगळ्या गुणांचा मनसोक्त उपभोग—पाहुणचार घेतला.
ह्या देशातलं प्रत्येकाचं घर नीटनेटकं होतं म्हणून तो अख्खा देशच नीटनेटका होता. काही कमी चांगली, काही जास्त चांगली.
ऋषी फॅमिलीनं तर जे जे केलं त्याला तोड नव्हती. हे सगळं कसं आणि कोणत्या जन्मी आपण फेडायचं ह्या विचारांनी मी अस्वस्थ.
आपण हे एवढे—नाना प्रकारच्या मर्यादांनी वेढलेले.
न राहवून मी एकदा उषाताईंना म्हणालो,
"उषाताई, हे सगळं आम्ही कसं आणि कोणत्या जन्मी फेडायचं?"
उषाताई म्हणाल्या, "हे फेडणं अगदी सोपं आहे, ह्याच जन्मी सगळं फेडायचं."
"कसं?"
"आम्ही तुमच्यासाठी जे काही केलं ते तुम्ही आम्हाला परत करू नका. कारण तसं ते परत करायचं नसतं. तुम्ही तुमच्यापेक्षा जो गरजू माणूस भेटेल, त्याच्यासाठी काहीतरी करा. तुम्हाला जेवढं करता येईल तेवढं करा. भविष्यकाळात केव्हा तरी तुम्हाला अशी गरजू, अडचणीत सापडलेली व्यक्ती

नक्की भेटेल. त्या वेळी तुम्ही त्याच्यासाठी काही केलंत, की आमचं देणं आपोआप फिटेल.''

''पण ते तुम्हाला कसं कळेल?''

''नाही कळणार. न कळताच ते देणं फिटलेलं असेल. हा हिशेब असाच पुरा करायचा असतो. काही देणी अशीच असतात. न सांगता, न समजता फिटतात.''

उषाताईंनी हे सांगितलं आणि एकदम हलकं वाटलं. आपणही कुणासाठी काहीतरी करू शकतो एवढा विचारच, उषाताईंचा पाहुणचार घेताना वाटणारा संकोच दूर करायला समर्थ होता आणि मनातला न्यूनगंडही.

पंखात पुन्हा बळ आलं.

❑

वेळ ऑफिसची. दृश्य नेहमीचं. लांबच लांब रांग. न थांबणाऱ्या बसेस. मोठ्या माणसांच्या अर्ध्या रिकाम्या पळणाऱ्या मोटारी. मोटारीतले कुर्रेबाज चेहरे. ह्याउलट कुणीतरी ओळखीचं भेटून मोटार थांबवेल आणि ऑफिसपर्यंत पोहोचवेल अशा खोट्या आशेनं प्रत्येक मोटारीकडे पाहणारे रांगेतले परस्वाधीन चेहरे.

डबलडेकरचं धूड गुरगुरत थांबतं.

कंडक्टरची आरोळी 'सिर्फ दो!'

अस्मादिक, एक मागचा माणूस आणि नंतर कंडक्टरचा आडवा हात.

"सिर्फ दो का मतलब, फक्त दोन, Only two!"

राष्ट्रभाषा, मातृभाषा आणि साहेबाची भाषा. तरी तिसरा अनाहूत उभाच.

कंडक्टरची बेल. धूड हलतं. पुन्हा बेल. धूड थांबतं.

"भाईसाहेब, बस छोड दीजीये."

"फार उशीर झालाय हो!"

"कबूल आहे, पण काय करू?"

कंडक्टर आमची साक्ष काढतो. बाजू कुणाची घेणार?

एकाला बस हवी आहे. दुसऱ्याला जास्तीचा पॅसेंजर नकोय.

"त्यांना कशाला विचारता? ते काय बसचे मालक आहेत? मला ऑफिसात वेळेवर जायलाच हवं आहे, नाहीतर रिपोर्ट होईल."

"माझ्याविरुद्ध रिपोर्ट होऊ दे का?"

"कशाबद्दल?"

"जास्त पॅसेंजर घेतला म्हणून?"

"नाही व्हायचा. कंपनी ह्या माणुसकीबद्दल दुवा देईल."

"दुवा पाहायचाय? हा पाहा!"

सर्वच पाहतात. 'Best conduct'– अशी कंपनीकडून मिळालेली शिफारस.

"इतरांची खोटी करू नका. गाडी सोडा." बेस्ट कंडक्टर नम्रपणे सांगतो.

आपली खोटी होत आहे ह्याची आता इतरांना जाणीव. मग चुळबूळ. असंतोष. कपाळाला आठ्या.

'Please.' – पुन्हा विनंती.

बेस्ट कंडक्टर गळ्यातली तिकिटांची, पैशांची बॅग काढून बाजूला ठेवतो. मारामारी?

पॅसेंजर क्रमांक तीन टरकतो. बेस्ट कंडक्टर आता कोटही काढतो.

टोपी उतरवतो. कठीण आहे.

ह्याच माणसाला शिफारसपत्र मिळालंय ना?

"हे कपडे तुम्ही घाला. गाडी घेऊन जा. मी उतरतो." कंडक्टर नम्रपणे सांगतो.

अनाहूत पॅसेंजर क्रमांक तीन खजील होतो. बस सोडून जातो.

कंडक्टर निर्विकारपणे कोट चढवतो. बॅगा गळ्यात अडकवतो. पुन्हा बेल. धूड हलतं.

क्वचित कुणी हसतं, कुणी खांदे उडवतं.

"कंडक्टर काय करणार? त्याला कायदा आहेच की मान पकडायला. मी काय माणूस नाही?" कुणाला तरी तिकीट देताना त्याचं समर्थन. घटना घडून गेली. मी मात्र त्याच विचारात होतो. मी पहिल्या दोनात होतो हे भाग्य. मी तो तिसराही होऊ शकलो असतो.

कंडक्टरला शिव्या देत खाली उतरलो असतो. कंडक्टर माणूस असतो ह्याचा विसरच पडतो. असं का व्हावं? तर केवळ युनिफॉर्ममुळे! युनिफॉर्म ही एक फार भयानक गोष्ट आहे. वयाच्या सातव्या वर्षी हा गळ्यात पडतो. अंगावर गणवेश चढला की साने गुरुजींची ही फुलं लगेच विद्यार्थी होतात. त्याबरोबर विद्यार्थ्यांनी काय करावं, काय करू नये, हे त्यांचं वय आणि बालस्वभावाला विसरून त्यांच्यावर लादलं जातं.

मुलं वेडीवाकडी वागायचीच पण विद्यार्थ्यानं सरळच वागायचं.

ह्याच न्यायानं रात्रपाळीच्या गुरख्याला डुलकी येता कामा नये.

ऑफिसातल्या शिपायानं दमता कामा नये. डोअर-कीपरनं खाली बसता कामा नये.

असे काही काही संकेत आपण युनिफॉर्मवर—आतल्या माणसाला विसरून लादतो.

मध्ये बरेच दिवस गेले.

एक रात्री अनंतराव निरगुडकरांकडे गेलो.

बेस्ट क्वॉर्टर्स परळ.

थोड्या गप्पा झाल्या.

आणि शेजारच्या खोलीतून एकाएकी तारस्वरात रडण्याचा आवाज आला. हातातलं काम टाकून वहिनी धावल्या.
''काय प्रकार आहे?'' मी विचारलं.
''आमच्या शेजारी एक कंडक्टर राहतो. घरी आला की पोराला मारतो. एक नंबरचा तापट आहे. पण गंमत म्हणजे 'best conduct'चं सर्टिफिकिट मिळवतोय गेली तीन वर्षं.''
वहिनी रडणाऱ्या मुलाला घेऊन आल्या.
''काय झालं आज निमित्त?''
''काही नाही. 'जरा सरकून बस' असं ते म्हणाले आणि हा लवकर सरकला नाही. तेवढं निमित्त पुरलं.''
पाच मिनिटांच्या अंतरानं तो बाप आला.
''काय बाबूराव, लेकराला का मारलंत आज?'' अनंतरावांनी विचारलं.
''चूक झाली.'' असं म्हणत बाबूराव समोर बसले. अनंतरावांनी ओळख करून दिली.
मी त्यांच्याकडे बघत राह्यलो. बाबूराव तापट माणूस वाटत नव्हता. ह्या क्षणी तरी तो अत्यंत सालस, सरळ वाटत होता.
''चूक झाली ह्या दोन शब्दांनी आमचं समाधान होईल. ह्या एवढ्याशा पोरानं काय करायचं? तुमची घरी यायची वेळ झाली की पोरगं रोज दोन तास तुमची वाट बघत गॅलरीत उभं असतं. माहीत आहे?''
वहिनींनी बाबूरावांवर सरळ सरळ हल्ला केला.
बाबूरावांनी 'ये रे पोरा' म्हणत मुलाला जवळ बोलावलं.
ते मूलही बापाला पटकन बिलगलं.
बाबूरावांच्या डोळ्यांतून पटकन पाणी आलं. त्या एवढ्याशा जिवाचं बापाकडे लक्ष होतं. त्यानं स्वत:च्या छोट्या सदऱ्याच्या टोकानं वडिलांचे डोळे पुसायचा प्रयत्न केला.
मुलाचा मुका घेत बाबूराव म्हणाले,
''मारून झाल्यावर आपलं चुकतं, हे रोज कळतं. पण काय करणार?''
''आज काय झालं?''
''पॅसेंजर्सचा राग ह्या लेकरावर काढला मी.''
''का पण?''
''मी त्याला सरकून बसायला सांगितलं आणि हा सरकला नाही.''
''तुम्हाला एवढं निमित्त पुरतं मारायला?''
बाबूराव ओशाळलेल्या आवाजात म्हणाले, ''मी आठ-आठ तास उभा असतो.

धावत्या बसमध्ये असतो. तोल सांभाळत मागेपुढे चालत असतो. बस रोज किती मैल पळते हे काढता येईल. बसमधल्या बसमध्येच कंडक्टर किती चालतो हे कुणाला सांगता येईल का? कॅश संभाळायची, हिशेब मांडायचा आणि गेंड्याच्या कातडीच्या निर्लज्ज पॅसेंजर्सना दिवसभर, 'आगे बढते रहिये', 'सरकून घ्या,' असं आवाज बसेपर्यंत सांगायचं. जास्त आवाज चढवता येत नाही. कारण आम्ही 'बेस्ट कन्डक्ट'वाले. पण मला सांगा, एक माणूस दिवसभर किती वेळा, 'सरकून घ्या, सरकून घ्या' म्हणेल?''

''म्हणून आज मुलाला मारलंत का...सरकत नाही म्हटल्यावर...?''

बाबूराव म्हणाले, ''मी माझ्या मुलाला कुठे मारत होतो? माझ्या डोळ्यांसमोर, असाच एक सूटबूटवाला, सुशिक्षित, पण पुढे न सरकणारा पॅसेंजर होता. मी त्याला मारत होतो, ह्याला नाही.'' असं म्हणून बाबूरावांनी मुलाचा मुका घेतला.

❑

मुंबईच्या एका मुक्कामात मुकुंदराव ओगले असेच सहज भेटायला आले. कोणत्या तरी स्थळाबद्दल विषय चालला होता. नियोजित वराचा स्वभाव कसा असेल ह्याबद्दल अंदाज चालले होते.

मुकुंदराव म्हणाले, ''एखादा मुलगा आपल्या बायकोशी कसा वागेल ह्याचा अंदाज करणं कठीण नसतं.''

''तुमची काय पद्धत आहे?'' वसुंधरेनं विचारलं.

''तो मुलगा स्वतःच्या आईशी कसा वागतो, ते पाहून तो बायकोशी कसा वागेल ह्याचा अंदाज करता येतो.''

''तो कसा?''

''तो जर आपल्या आईशी आदरानं, प्रेमानं वागत असेल तर बायकोशीही तो चांगला वागणारच. ज्याची आईबरोबरची वागणूक तुसडेपणाची असते, अपमानास्पद असते, तो कालांतरानं बायकोशी पण तसंच वागणार. माझी स्वतःची अशी धारणा आहे की, नवरा-बायकोचं जे नातं असतं ते संसारात कालांतरानं बदलतं. शारीरिक आकर्षणापेक्षा वात्सल्याचं प्रमाण वाढत जातं आणि पत्नी हीच पतीची मातेप्रमाणे देखभाल करू लागते. पुरुषाला आईच्या प्रेमाची गरज आयुष्यभर भासते. म्हणूनच जो आईला आदरानं वागवतो तो बायकोलाही मानानं वागवेल.''

❑

ओळखीतलं, नात्यातलं—कुणीही, कोणत्याही परीक्षेला बसलेलं नव्हतं. त्यामुळे वर्तमानपत्रातला रिझल्टचा कागद पाहण्याचं कारण नव्हतं. मॅट्रिकला पहिल्या तिसात जे होते त्यांची नावं वाचली. आपल्या शाळेचं नाव दोन-तीनदा चमकलं तेव्हा बरं वाटलं.

आपण शाळा सोडल्यानंतर शाळेचा दर्जा बराच वाढलेला दिसतोय (शाळेचं कौतुक करून, त्या विषयावरून बायकोला जरा चिडवता आलं, 'बघ, बघ, आमची शाळा' वगैरे वगैरे).

त्यानंतर दोन दिवस मध्ये गेले. स्कूटर मेकॅनिककडे होती म्हणून ऑफिससाठी गाडी पकडली. फर्स्टक्लासच्या डब्यात फर्स्टक्लासपैकी उभा राह्यलो. कानावर एरवी कुणाचे ना कुणाचे संवाद पडतातच. त्यांना आजचाही दिवस अपवाद नव्हता.

"किती पर्सेंट मार्क मिळाले?"

"एटीफाईव्ह!" रुबाबात उत्तर आलं.

"कॉलेजला ॲडमिशन घेतलीस का?"

"घेतली, पण हव्या त्या कॉलेजात नाही."

"का?"

"पर्सेंटेज कमी पडलं."

"एटीफाईव्ह कमी?"

"त्या कॉलेजात शेवटची ॲडमिशन नाईन्टीटूवाल्यांची आहे."

"माय गुडनेस!"

"यह जिन्दगी है भय्या! इथं सबकुछ ए-वन हवं. बाकीच्यांनी मरावं."

गाडीतल्या त्या संवादानं पाठपुरावा केला. 'सबकुछ ए-वन हवं' विचार करीतच ऑफिसात आलो. तिथं हाच विषय. कॉलेज, ॲडमिशन्स, पर्सेन्टेज—इत्यादी. सर्वत्र हेच चाललंय. पास व्हायचं तर पहिल्या विसात या. फर्स्टक्लास मिळवा. मग चांगलं कॉलेज. चांगलं शिक्षण. चांगला भविष्यकाळ. मग चांगली नोकरी. गलेलठ्ठ पगार. फॅसिलिटीज. साहजिकच अशा भाग्यवंतांना श्रीमंत मुली मिळतात. स्वरूपसुंदरही मिळतात, पैशाकडे पैसा जातो.

श्रीमंतांना मदत करायला सगळेच तयार असतात. इन्कल्युडिंग सरकार.
खरोखरच जगावं तर श्रीमंतांनी. सगळं ए-वन असणाऱ्यांनी.
एके काळी मॅट्रिक म्हटलं म्हणजे दरारा होता. आता बी. ए.ला किंमत नाही.
एम. ए.ला आहे की नाही ह्याची कल्पना नाही.
सामान्य मार्क मिळवून पास होणारा तर अशिक्षितासारखा राबवला जातो.
त्याला कॉलेजात प्रवेश नाही. पुढचं शिक्षण नाही की चांगली नोकरी नाही.
विचार आला की ब्रिलियंट मुलं किती असतील?
फार थोडी!
बाकीच्या कोट्यवधी सामान्यांनी काय करायचं?
कसंतरी जगायचं. कारकून व्हायचं. निव्वळ कारकून. दोन खोल्यांतला संसार.
ओढाताण. मग चिडखोरपणा. आजारपण. सामान्य बायकोशी रडतखडत संसार. सामान्यांना बायकाही सामान्यच मिळतात. सुंदर पोरी पटकावण्याचा मान 'सब कुछ ए-वन' वाल्यांचा.
श्रीमंतांनी आणखी श्रीमंत व्हायचं.
गरिबांनी आणखीन गरीब.
जन्मतःच बुद्धी हवी. ती गोष्ट तर आपल्या हातात नाही.
मग ही साखळी सुरू. नो पर्सेंटेज, नो प्रॉस्पेक्ट्स.
त्यातून काय?
तर फस्ट्रेशन. वैताग, संप, असंतुष्टता. मग बुद्धिवानांचा, श्रीमंतांचा राग. त्यात काहींच्या चर्चा चालूच, 'आजचा तरुण अस्वस्थ का?'
ह्यावर बोलणार कोण? तर म्हातारे!
लंच टाइम होईपर्यंत असलेच विचार छळत होते.
लंचला म्हणून बाहेर पडलो. नेहमीच्या हॉटेलात आलो, पण दाराशीच गर्दी.
मारामारी?
संप?
तसं काही नव्हतं.
कुणाभवती तरी गर्दी होती. घुसलो.
पाहतो तर एक पॉलिशवाला.
सामान्य बूटपॉलिशवाला. नाही पण.
सामान्य नव्हे. अंदाज चुकला.
हा पोरगा जातिवंत पॉलिशवाला नव्हता. त्याचा चेहरा वेगळा. हात पण वेगळेच. पेहराव वेगळा. फूटपाथवर बसण्याची पद्धत पण न शोभणारी.
पाटावरच बसणाऱ्या भटजीला टेबलखुर्चीवर जेवायला लावलं तर?

नंतर लक्ष बाजूच्या बोर्डाकडे वळलं.
तिथं चक्क सर्टिफिकिट्स लावलेली. मॅट्रिकचं, फर्स्ट इयरचं आणि इंटर आर्टस्‌चंसुद्धा. शिवाय काही प्रशस्तिपत्रकं, क्रीडानैपुण्याबद्दल झालेले गौरव. सर्टिफिकेट्सनी भरलेल्या त्या बोर्डाशेजारी, आणखी एक फलक. 'माझं इंटरपर्यंत शिक्षण झालेलं आहे. तरुणांनी स्वस्थ न बसता, लाज न बाळगता कोणताही व्यवसाय केला पाहिजे, हे त्यांना पटवण्यासाठी मी हा व्यवसाय मुद्दाम करीत आहे. माझ्याकडून पॉलिश करवून घेऊन मला मदत करावी' अशा आशयाचा तो फलक.
मग अस्मादिकांची त्याच्याशी चर्चा.
त्याला घरी आमंत्रण. त्याप्रमाणे तो संध्याकाळचा आला. चर्चेतून समजलं ते असं—
''मी फार उनाड मुलगा होतो. लहानपणापासूनच मला तशी चोऱ्या करण्याचीसुद्धा सवय होती. मात्र किरकोळ चोऱ्या. त्याही फक्त खाद्यपदार्थांच्या. हॉटेलातून खायचे जिन्नस पळवायचे आणि चापायचे. वेड होतं ते खाण्याचं. नंतर-नंतर ही सवय कमी झाली. घरची गरिबी. वडील तापट. त्यांना शिक्षणाचीसुद्धा आवड नाही. शिकत बसण्यात आयुष्य घालवण्यापेक्षा सरळ कमवायला लागावं असं म्हणतात. इथपर्यंत शिकलो ते आईच्या कृपेनं. सकाळी पेपरची लाईन टाकायला जातो. रोज त्यासाठी चाळीस जिने चढावे लागतात. ओळखीचे लोक, क्लासमेट्स ह्यांची घरं पण पेपर टाकायच्या यादीत असतात. त्यांना नोकऱ्या हव्या आहेत. पर्सेंटेज कमी पडलं. तेव्हा आता पुढचं शिक्षण बंद झालं. बाप किती वर्षं शिकवणार? आमचं तेच झालं. पण मला नोकरीची फिकीर नाही. कारकून आणि पॉलिशवाला ह्यात साला फरकच नाही. कोणत्याही कामाची लाज वाटता कामा नये. मला हेच दाखवायचं आहे. बेकारीचा प्रश्न हा कृत्रिम प्रश्न आहे.''
''तुमचा हा व्यवसायातला अनुभव?''
''फार वाईट आहे. मलबारी फेरीवाल्यांनी मला मारहाण केली. त्याचं दुःख नाही. कॉम्पिटिशनचा प्रश्न आहे. दुःख आहे इतरांचं.''
''म्हणजे?''
''माझं इंटरपर्यंतचं शिक्षण बूटपॉलिशच्या आड येत आहे. इंटरपर्यंत शिकलेल्या माणसानं आपल्या बुटाला हात लावावेत हे लोकांना आवडत नाही. ते तसेच पैसे द्यायला तयार होतात, मदत म्हणून.''
''त्यांचं बरोबर आहे.''
''मुळीच नाही. एकजात साले ढोंगी आहेत. शिवी दिली, माफ करा.''

''ढोंगी का?''

''हेच सूटबूटवाले, कारकून असले तर साहेबांच्या बुटाला पॉलिश करतातच की हांजी हांजी करून! आणि तेच स्वत: जर साहेब असतील, तर हाताखालच्या सगळ्या डिग्रीवाल्या लोकांना, पॉलिशवाल्यासारखं वागवत नाहीत काय? मग माझ्याकडून पॉलिश करून घ्यायची शरम का?''

''तुम्ही तो सर्टिफिकीट्सचा बोर्ड काढून टाका.''

''आमचे मलबारी फूटपाथवाले दोस्त हेच सांगतात.''

''मग?''

''मग काय? पर्सेंटेज नाही म्हणून फक्त कारकूनच व्हायचं म्हणून घरी बेकार बसणाऱ्या आमच्या दोस्तांचे डोळे कसे उघडणार?''

माझ्याजवळ उत्तर नव्हतं. तुमच्याकडे आहे का?

❑

ज्या मोहमयी दुनियेबद्दल, शालेय जीवनापासून एक जबरदस्त कुतूहल असतं त्या कॉलेजच्या रंगीबेरंगी गोकुळात जाण्याचा मला योग आला नाही. अप्पासाहेब फडक्यांच्या कादंबऱ्यांतील वर्णनावरच मला समाधान मानून घ्यावं लागलं. म्हणूनच एकदा कार्लेकरनं जेव्हा मला विचारलं, ''आज येतोस का मराठीच्या पिरीयडला?''

तेव्हा मी विचारलं, ''मी? तुझ्या कॉलेजला?''

मनातून खूप आनंदून गेलेलो. पण हे जमणार कसं?

''चल, चल.''

''अरे पण...''

''प्रोफेसरना च्यायला पत्ताही लागत नाही.''

''खरंच?''

''चक्क पाट्या टाकतात रे!''

''मला आवडेल. पण इन्सल्ट वगैरे...''

''वो बात छोड दो. तू चल आणि तेही आजच. आज एक प्रोफेसरणीचा फालुदा करायचाय. धमाल येणार आहे, चल.''

आर्टस् कॉलेज आणि त्यातही काहीतरी आखलेली धमाल.

मी धावलोच.

आम्ही वर्गात जाईतो, विद्यार्थ्यांचा 'कट' संपूर्ण शिजून तयार होत. बेल झाली.

कधीनवत वर्ग, परीक्षा असावी इतका शांत झाला.

मुलांचे श्वास थांबले.

प्राध्यापकबाईंनी प्रवेश केला आणि कार्लेकरनं कपाळावर हात मारून घेतला.

'मर गया' तो पुटपुटला.

वर्गातल्या बऱ्याच मुलांचे चेहरे उतरले. विपरीत घटना घडणार असावी असे सगळे कावरेबावरे झाले.

तोपर्यंत शांत, धीम्या शब्दात बाईंनी बोलायला प्रारंभ केला.

एखाद्या गायिकेनं षड्ज लावावा तसा त्यांचा सूर लागला.

वर्गात विचित्र शांतता.

शेवटी कुणाला तरी एकाला शांत बसणं अशक्य झालं. दहा मिनिटं तरीही कळ सोसून त्यानं हाक दिली.

"बाई..."

वर्गाच्या एका कोपऱ्यातून हाक आली.

प्राध्यापिका थांबल्या.

भान हरपून इतका वेळ त्या बोलत होत्या. शिकवत होत्या. नाही, पण चुकलंच. बोलणं, शिकवणं— हे शब्द फार व्यावहारिक झाले. जुजबी झाले. त्या प्राध्यापिकाबाईंवर अन्याय करणारे झाले.

बाई तो प्रसंग प्रत्यक्ष त्या क्षणी जगत होत्या. देहभान हरपल्या होत्या. समोर वर्ग नव्हता, विद्यार्थी नव्हते की विद्यार्थिनी नव्हत्या. ते खरं तर लेक्चर नव्हतं. प्रकट चिंतन होतं.

आणि त्या चिंतनात व्यत्यय आला.

कोपऱ्यातून हाक आली, "बाई."

"Yes, what is that?"

"बाई, आपण लेसन इथंच थांबवावा."

"का?"

"तुमच्या साडीवर वेडेवाकडे डाग पडले आहेत."

ह्या पोरांचा डाव काय होता ते मला आत्ता समजलं.

बाईंनी शांतपणे साडीकडे पाह्यलं.

काठपदर असलेली त्यांची गढवाल साडी रंगात माखून निघाली होती. तांबड्या रंगाच्या त्या वेड्यावाकड्या पट्ट्यांनी बाईंच्या पांढऱ्या शुभ्र साडीची पुरी वासलात लावली होती.

त्या तांबड्या रंगापेक्षा बाई आता जास्त लाल होतील अशी प्रत्येकाची अपेक्षा. पण झालं निराळंच. अनपेक्षित.

बाईंनी एकदाच साडीची वाट लागलेली पाह्यलं आणि नंतर दुसऱ्याच क्षणी काहीच घडलं नाही असं समजून त्यांनी वर्गाला विचारलं,

"मी कुठपर्यंत आले होते. कुणी सांगेल का?"

"पण बाई—"

"ते साडीचं राहू दे. फर्गेट इट्! माझा मूड घालवू नका. साडी धुता येईल घरी गेल्यावर."

"बाई, तो ऑईलपेंट आहे."

"म्हणजे तो डाग कायम राहणार असंच ना?"

“होय बाई!” कोपऱ्यातून उत्तर आणि पाठोपाठ हुंदका आला.
“मग धुवायची पण कटकट मिटली. लेट् अस् नाऊ कॉन्सेन्ट्रेट.”
बाई पुन्हा शून्यात गेल्या. तटस्थ झाल्या. पुन्हा हवा तो मूड येण्यासाठी क्षणभरच समाधीत गेल्या आणि मग अचूक स्वर सापडला. शब्द सुटायला लागले.
बाई भान हरपल्या होत्या. एका विरळ, तरळ वातावरणात अधांतरी होत्या. पण बाकीचं कॉलेज जाग्यावरच होतं. टोले देणाऱ्या शिपायासकट. तास संपला. बाई भानावर आल्या. नव्हे, त्यांना जबरदस्तीनं आणण्यात आलं.
बाई निघाल्या. पण त्यांचं पाऊल वर्गाबाहेर पडू शकलं नाही. मुलांनी-मुलींनी तत्पूर्वी त्यांना घेरलं. घोळक्यातून हुंदक्यावर हुंदके आले.
“बाई, क्षमा करा.”
“काय झालं?”
“बाई, टेबलाला रंग मी लावून ठेवला होता.”
“ठीक आहे.”
“बाई, पण...”
“अरे माणसानं इतकं हळवं राहून कसं चालेल? ज्या हेतूनं तू ही गोष्ट केली, तो हेतू साध्य झाला. तुला तर आनंद व्हायला हवा.”
“नाही—नाही.”
“तुझा दुसरा हेतू मात्र सफल झाला नाही. साडी खराब करायची होती, ती झाली. मी भडकायला हवं होतं. पण मी शांत राह्यले. तुझा हिशेब त्या बाबतीत चुकला. त्याला इलाज नाही. कारण तुझी व्यक्तीची निवडच चुकली.”
“बाई, पाया पडतो. खरं सांगतो, व्यक्तीच चुकली.”
“म्हणजे–”
“बाई, हा प्रयोग तुमच्यावर करायचाच नव्हता.”
“मग?”
“ते नाही आम्ही सांगणार.”
“आम्ही म्हणजे?— ह्या कटात तू एकटा नव्हतास तर?”
“नाही.”
काही वेळ सगळे चुपचाप.
“बाई, तुमची साडी आम्ही धुऊन देतो. अगदी पहिल्यासारखी करून देतो.”
“आणि पहिल्यासारखी नाही झाली तर वर्गणी काढून अश्शीच आणून देतो. काय रे!”
“हो!” कोरस झाला.

“पण हे सगळं का?”
मुलांची भीड चेपली. मोकळेपणी उत्तर आलं, “तुमच्यावर हा प्रयोग करायचा नव्हता.”
“मग?”
“तुम्ही हा पिरीयड घ्याल असं वाटलं नव्हतं.”
“मलाही माहीत नव्हतं.”
“तुम्ही बाई, एकदम आलात आणि शिकवायला सुरुवात केलीत. सावध करायला सवड मिळाली नाही.”
“मला आता त्या दुसऱ्या व्यक्तीचं नाव...”
“बाई अख्ख्या कॉलेजला ते माहीत आहे.”
“मी ह्या कशात नसते.”
“बाई, मोटारीतून येणाऱ्या एकच प्राध्यापिका आहेत कॉलेजात.”
“झिरझिरीत कपडे घालणाऱ्या.”
“दागिने मिरवणाऱ्या.”
“हेअरस्टाईलच्या झोपडपट्ट्या बांधणाऱ्या.”
भराभर कॉमेंट्स येऊ लागले.
“तुम्ही हे सगळं करा. पण त्याबरोबर चांगलं शिकवा हो. मग आमचं काही म्हणणं नाही. टॉपलेस आलात तरी...”
बोलणाऱ्या व्यक्तीला चिमटा बसला तरी हशा आलाच. तेवढ्यात डोक्यावर टिचक्या मारीत कुणीतरी म्हणालं,
“तिला टॉप नाहीच.”
पुन्हा हशा.
“तिची साडी खराब करून काय मिळणार?”
“आमची नाराजी कळली असती.”
“अरे ती मोटारवाली तशा शंभर साड्या घेऊ शकते. एका साडीनं तिचं काय होणार.”
“मग आम्ही काय करायचं?”
“तुमच्या अंगात प्रामाणिकपणे परामर्श घेण्याची ताकद यायला हवी. धीटपणा हवा. प्रिन्सिपॉलकडे सरळसरळ सगळ्यांनी जाऊन निषेध नोंदवावा. एवढं धैर्य यायला हवं. मात्र हे करीत असताना, तुम्हाला सभ्यतेचा विसर पडता कामा नये. माणुसकीचा विसर पडता कामा नये. कोणत्याही अन्यायाविरुद्ध दाद मागायची ती अन्याय करून मागणं योग्य नाही. त्यामुळे मूळ व्यथा दूर राहते आणि तुमचा अन्याय, झुंडशाही ह्यांचं दर्शन आधी घडून, न्याय मागण्याची

तुमची पात्रता नाही, असा निष्कर्ष काढला जातो. तेव्हा दाद जरूर मागा. पण किमान सभ्यपणानं वागा. सभ्यता हा विद्यावंतांचा प्रथम आविष्कार असायला हवा.''

बाई जाऊ लागल्या.

''बाई, तेवढी साडी...''

''माझ्या मुलाच्या हातून खराब झाली असं मानते मी.''

बाई शांतपणे कॉरिडॉरमध्ये आल्या.

मागून एक हुंदका.

❑

के. ई. एम. हॉस्पिटल.

वरचा मजला वाढवायचा होता. जुने प्लॅन्स सापडत नव्हते. मग असलेल्या इमारतीची सगळी मापं घेणं आलं. त्या मोजमापांवरून प्रथम प्लॅन तयार करायचा.

मग इतर बांधकामाचा विचार.

अस्मादिकांचा नोकरीतला अनुभव नवा.

जमेची बाजू इतकीच की नगरपालिकेचे जुने आणि जाणते स्थापत्य विशारद पडते माझ्या मदतीला. कोण्या एके काळी पडत्यांनीच त्या इमारतीचे आराखडे बनवलेले. के. ई. एम. इस्पितळाची त्यांना संपूर्ण माहिती. पलिकेच्या सेवेत नुकताच रुजू झालेला मी आणि सेवानिवृत्तीच्या वयाला आलेले पडते.

पडत्यांची एक दणदणीत मोटार-सायकल. त्याला साइडकार. डोळ्याला गॉगल न लावता तुफान वेगानं मोटार-सायकल चालवणं हे पडत्यांचं वैशिष्ट्य. वाऱ्याच्या झोतामुळे त्यांच्या दोन्ही डोळ्यांतून पाण्याच्या धारा लागत. पण तरीही त्यांच्या दोन्ही डोळ्यांत कधी कचरा गेला नाही.

एका हॉलची मापं घेऊन झाली. पडते मापं सांगत होते, मी लिहून घेत होतो.

"खिडकी साडेचार फूट."

"पुढे?"

"मध्ये भिंत आठ फूट."

"लिहिलं."

"आता पुढची मापं तुम्ही सांगा." पडते म्हणाले.

मग मी टेप हातात घेतली.

"दरवाजा पाच फूट."

"तो उघडा."

"पलीकडे काय असेल?"

"वीस वर्षांपूर्वी प्लॅन्स बनवले तेव्हा लॅबोरेटरी असं लिहिल्याचं आठवतं. सध्या तो हॉल कशासाठी वापरत आहेत, माहीत नाही."

"कुणी ओरडणार नाही ना?"

“आपण आर्किटेक्ट आहोत, डोण्ट वरी.”
मी दार ढकललं. थिजून गेलो.
मध्यभागी एक टेबल. त्यावर एका गोऱ्यापान बाईचा उघडा देह. मोकळे सोडलेले केस. मोराच्या पिसाऱ्यासारखे ते टेबलाच्या काठावरून जमिनीपर्यंत लोळत होते.
आणि त्या विवस्त्र देहावर गिधाडासारखे तुटून पडलेले तिघं-चौघं. त्या गोऱ्यापान, नाजूक, सुकुमार शरीराची चिरफाड करताना त्यांना काहीही वाटत नव्हतं.
भिंतीचा आधार घेत मी मागे सरकलो.
मी कापत होतो. जिभेला कोरड, डोळ्यांपुढे अंधेरी. पडत्यांनी आधार दिला. ते बेधडक आत गेले. त्यांनी निर्विकार मनानं सगळी मापं आणली. ते बाहेर आल्यावर आम्ही कॉरिडॉरमध्ये आलो. नर्सेस क्वार्टर्सकडे जाणारा आणि इस्पितळाच्या मुख्य इमारतीला जोडणारा हा लांबच लांब कॉरिडॉर. मी पाह्यली ती पोस्ट-मार्टेम रूम होती, हे ध्यानात आलं होतं. तिच्याकडे पाठ करून आम्ही मुख्य इमारतीकडे जाऊ लागलो. पोस्ट-मार्टेम रूमपासून लांब लांब जात होतो खरा, पण ती मागेमागे येतच होती.
तो गोरापान देह नजरेसमोरून जात नव्हता.
तो केशकलाप! कितीजण त्यापायी घायाळ झाले असतील? एखाद्या प्रियकराची ‘बरसात की रात’ ह्या केसांत भिजली असेल का? त्या गोऱ्यापान, नितळ हस्तस्पर्शानं कुणाचं जीवन सार्थकी लावलं असेल? त्या हातात हिरवा चुडा किती शोभला असेल? का हे सुखोपभोग वाट्याला येण्यापूर्वीच तिला घाईघाईनं जावं लागलं?
समोरून ड्युटी संपवून, पांढऱ्या शुभ्र गणवेशातल्या परिचारिका हास्यविनोद करीत येत होत्या. त्यांच्याच वयाच्या एका युवतीची मरणोत्तर चिकित्सा शंभर फुटांवर चालली आहे ह्याची त्यांना दखल नव्हती. का? असं का?
कुणीतरी तेवढ्यात जोरजोरात रडू लागलं.
कोण रडतंय? तिचा आत्मा? माझं मन? आवाज कर्कश्श होता.
पाहतो तो एक मूल कळवळून रडत होतं. तेवढ्यात दुसरं. मग तिसरं रडू लागलं.
मी थांबलो. पडते पण थांबले. तेवढ्यात समोर एक बाई येऊन उभी राह्यली. तिला रडणाऱ्या मुलाचं काहीच वाटत नव्हतं. ती आमच्याकडे पाहत होती. आमच्या हातातली आयुधं पाहत ती म्हणाली,
“आला का? छाऽऽन! बेस!”

“त्याला घ्या ना! रडणं ऐकवत नाही.”
“त्ये तसंच द्वाड हाय.”
“कुणाचं?”

“माजंच हाय.”
“आणि ते पलीकडचं?”
“त्ये, तेच्या पल्याडलं, तेच्या पल्याडलं, समदी माजीच हायती.”
मी पाहत राह्यलो.
“एक विसा न् तीन प्वारं हायती.” मग ती हसायला लागली. त्या बाईचं भान हिलाही नव्हतं.
“आरं बाबा, हितं कामाला येत्यात, त्या बायांची ही लेकरं! म्या संभाळतो. तू कशापायी आलास?”
मी म्हणालो, “मजला वाढवायचा आहे. मोजमापं घ्यायला आलो.”
तिला उमेद आली. रडणाऱ्या मुलांचे आवाज भराभर बंद करीत तिनं आम्हाला बसायला जागा करून दिली आणि विचारलं, “यंदाच्या सीजनला काम संपणार का?”
“का?”
“धा डाव, म्हंजी पगा, पाच साल झालं. हपीसर मानसं येत्यात, मापं घेत्यात आणि पुडं काय बी होत नाय. आता तुमी आलासा. माजी ही येवढी लेकरं, चांगली जागा हवी की नगं?”
पडते काही सांगणार, पण तिला दम नव्हता. तिनं पडत्यांना थांबवीत सांगितलं, “मंत्र्यावानी सांगायचं नाय. ही समदी पोरं हितं असत्यात, आन् ह्या वाटेवरनं जो मरंल त्येचा मुडदा जातो.”

"किती माणसं जातात?"
"चार-पाच, कवा कवा धा बी जात्यात. आता सांगा, पोरांसाठी दुसरीकडं जागा हवी की नगं?"
मी मध्येच विचारलं, "तुम्ही रोज मेलेली माणसं बघता?"
"दिसत्यातच. काय करणार?"
"तुम्हाला भीती वाटत नाही?"
ती पटकन म्हणाली, "भ्या? भ्या कशाचं? मेलेल्या मानसाचं? बाबा, तू नवा हायस. लेकरावानी हायस. मी सांगते. मला भ्या नाय वाटत. म्या तिकडं बगतच नाय. माज्या म्होरं ही पिल्लं असत्यात. जल्माला येत्यात. जगन्यासाठी धडपडत्यात. रडत्यात. हसत्यात. मग मेलेल्या मानसाकडं कवा बगायचं? त्यो तर गेला. सुटला. जो जीव जगाया बगतो त्येच्याकडं आपुन ध्यान ठिवायचं."
बोलता बोलता ती पाळण्याकडे धावली. तिनं झोका दिला. पाळणा हसू लागला.
माझाही आक्रोश थांबला.
"काय करायचं?" मी पडत्यांना विचारलं.
ते म्हणाले, "अजून थोडी मापं राह्यली आहेत."
मी म्हणालो, "चला, घेऊन टाकू."
आम्ही पुन्हा पोस्ट-मार्टेम रूमकडे निघालो.
डोळ्यांसमोर ती बाई नव्हती.
तर, पाळण्यातलं मूल.

❑

केबिनमध्ये एका अनोळखी वृद्ध माणसानं प्रवेश केला, माझ्या नावाची चौकशी केली. मी पटकन त्याला बसायला खुर्ची दिली. नमस्कार केला.

त्याच वेळी चहावाला आला. मी त्या अनाहुतासाठी पण चहा मागवला.

''कशाला त्रास?''

''त्यात त्रास कसला?''

माझं वाक्य पुरं व्हायच्या आत त्यानं कप तोंडाला लावला. त्याला चहा हवाच होता. केस पिकलेले, चेहऱ्यावर सुरकुत्या, डोळे खोल, डोळ्यांभोवती काळी वर्तुळं. शर्टाची कॉलर नुसती उसवलेली नव्हे तर संपूर्ण पिवळी पडलेली, विरलेली. कोटाची अवस्था बघवत नव्हती. ह्या सर्व परिस्थितीपायी चेहऱ्यावर आलेला एक अगतिक, करुण भाव. कपातला शेवटचा थेंब बशीत पडेतो आणि बशीतला शेवटचा थेंब ओठी लागेतो, चहा प्यायला. 'कशाला त्रास' असं तो म्हणाला, पण मी जर माझाही चहाचा कप त्याच्यासमोर ठेवला असता तर त्यानं तोही संपवला असता. विलक्षण अजीजीच्या स्वरात तो म्हणाला, ''तुमच्या ऑफिसच्या कामात मी तुम्हाला त्रास द्यायला आलोय.''

''डोण्ट वरी! बोला.''

''तुमच्या ऑफिसात वष्ट नावाचा मुलगा आहे का?''

मनात म्हटलं हा अडलेला वधुपिता असणार. कुणीतरी नाव सुचवलं असेल आणि बिचाऱ्याचा शोध सुरू झाला असेल.

मी विचारात पडलो. वष्ट आडनावाचा एकही देह आमच्या खात्यात नव्हता. एकदा वाटलं, 'मला काही कल्पना नाही' असं म्हणावं, बेल वाजवून शिपायाला बोलवावं आणि समोरच्या गृहस्थाला दुसऱ्या खात्यात पाठवून द्यावं. पण बशीतला शेवटचा चहाचा थेंब ओठावर घसरावा म्हणून संपूर्ण बशी, जमिनीशी नव्वद अंशाचा कोन साधेपर्यंत धरणाऱ्या ह्या जिवाला कटवणं बरं नाही. तरीही, लग्न वगैरे जुळवून देण्याच्या ह्या प्रकारात मी कधीच भाग घेतला नसता. कारण माणकीकर नावाच्या एका दुसऱ्या ऑफिसातल्या माणसाचा ह्या बाबतीत मी धसका घेतला होता. खरं तर माणकीकरबद्दल मी तेव्हा तटस्थ राहायला हवं होतं. कारण आइनस्टाईन, चर्चिल, जयंतराव नारळीकर ह्या तीन

नावांनंतर चौथं नाव आपलंच अशा थाटात (पण नोकरी महानगरपालिकेतच) हे चिरंजीव वावरत असत. अशाच एका वयोवृद्ध माणसाला मी त्याच्याकडे पाठवलं. माणकीकरनं त्या गरीब वधुपित्याला, 'माझी अपॉइण्टमेण्ट घेतल्याशिवाय का आलात?' असा गुरगुरत सवाल केला.

हा कोणी वष्ट असाच आढ्यताखोर निघाला तर? मी विचारात पडलो.

"इथं नसतो का तो?" म्हाताऱ्यानं अधीरतेनं विचारलं. तेवढ्यात वसईचे पाटील केबिनमध्ये आले. मी चौकशी केली. पाटील म्हणाले, "आपल्या खात्यात नाही, पण डेव्हलपमेंट किंवा हायड्रॉलिक खात्यात असेल."

"जरा चौकशी करता?"

"दोन मिनिटांत सांगतो." पाटील नेहमीच्या तत्परतेनं गेले.

"वष्टची माहिती कुणी दिली?" मी विचारलं.

"कसली माहिती?" त्यांनी उलट विचारलं.

"वष्ट लग्नाचा आहे का?"

"त्याबद्दल नाही हो, त्या पोरानं मला फसवलंन" हे सांगता सांगता तो म्हातारा चक्क रडायला लागला. मी आणि माझ्या केबिनमधली इतर माणसं गोंधळून त्या गृहस्थाकडे बघत राह्यलो. त्याचा तोच शांत झाला.

"आपलं नाव?"

"दत्तात्रय विष्णुपंत घाग." त्यानं संपूर्ण नाव सांगितलं.

"वष्टनं फसवलं म्हणजे..."

"चोरानं पैसे बुडवले."

"तुम्ही माझ्याकडे कसे आलात?"

"म्युनिसिपालिटीत नोकरीला आहे, असं वष्टनं मला सांगितलं, नंतर केव्हातरी रूमपार्टनरशी बोलताना, 'तो साला वपु लेखक आमच्याच ऑफिसात आहे' असं तो बोलला. मॅनर्स तर अजिबात नाहीत. तुम्हाला तो एकेरी नावानं..."

"त्याचं मला काही वाटत नाही. बरीच माणसं जास्तीची जवळीक दाखवण्यासाठी पाठीमागे असंच बोलतात. मला फक्त तुम्हाला फटका कितीचा बसला ते सांगा."

दाटून आलेल्या आवाजात घाग पुन्हा म्हणाले, "त्यानं माझे सहा रुपये बुडवले हो."

"किती?" मी चमकून विचारलं. त्यांनी सहाशे सांगितलं आणि मी सहा ऐकलं की काय?

"सहा रुपये."

"आपल्या घरी कोण कोण असतं?"

"मी एकटा उरलो हो! सावित्रीबाई दोन महिन्यांपूर्वी गेल्या."

माझा चेहरा पाहून ते म्हणाले, 'माझी पत्नी' आणि एवढं सांगताना घाग गदगदून रडायला लागले. तेवढ्यात पाटील आले.
''वष्ट हायड्रॉलिककडे आहेत.''
घाग उठले, ''मी येतो.''
''का?''
''तो तुमच्या खात्यात नाही, मग तुम्ही काय काय करणार?''
''आपण पाहू तर खरं!''
मी वष्टला शिपायातर्फे निरोप पाठवला. मला काही कारण नव्हतं. पण कुठेतरी खोलवर 'तो साला वपु' असं माझ्या मागे म्हणणारा 'वष्ट' मला 'जस्ट' डोळ्यांखालून घालायचा होता.
शिवाजीमहाराजांबद्दल बोलताना आज आपण 'क्षत्रिय कुलवतंस, गोब्राह्मण' पासून प्रारंभ करीत नसलो तरी, साला शिवाजी तर नक्कीच म्हणत नाही. तसंच नुसतं 'वपु' मी समजू शकतो. पण 'साला' शब्द फार सलत होता.
वष्ट आला.
तो तरुण...तरुण म्हणण्यापेक्षा संतप्त तरुण होता. 'निधर्मी राज्य' अशी जाहिरात करणाऱ्या भारत सरकारच्या प्रत्येक अर्जावर ज्याप्रमाणे नुसतं जात लिहून भागत नाही तर पोटजात पण लिहावी लागते त्याप्रमाणे तरुणांची पोटजात 'संतप्त तरुण' आहे. तर वष्ट हा संतप्त तरुण पोटजातीचा.
डोळ्याला चष्मा. ओठावर मिशी. हनुवटीवर दाढी. चेहऱ्यावरचा भाव 'तद्दन दुनिया भुक्कडांनी भरलेली' असल्याप्रमाणे. केबिनमध्ये येताच त्यानं माझ्याकडे पाह्यलं आणि समोर घाग दिसताच, आवाज चढवून तो म्हणाला, ''ह्यांच्याकडे आलात का? हे काय माझं वाकडं करणार आहेत? मी ह्यांच्या हाताखाली काम करीत नाही आणि करत असतो तरी...''
''वष्ट तसा कोणताच प्रश्न निर्माण झालेला नाही. तुम्ही उगाच आवाज का चढवताय? घाग काय म्हणतात तेवढं जरा...''
''ते काय म्हणणार! त्यांना गरज होती म्हणून त्यांनी आम्हाला पेइंग गेस्ट म्हणून ठेवलं.''
मी शांतपणे विचारलं, ''गरज त्यांना होती, तुम्हाला नव्हती, असंच ना!''
वष्ट गुरगुरला, ''मी जागा सोडली.''
''दुसरी मिळाली म्हणून...''
''अर्थात!''
''म्हणजे तुमची गरज प्रथम भागली.''
''अरे, पिरपिऱ्या मालक हवाय कुणाला?''

"कबूल."

तेवढ्यात घाग उसळले. "माझी पिरपिर का चालायची विचारा वपु! भुतासारखा हैदोस घालायचे, दिवे रात्रभर ठेवून झोपायचे आणि शेवटी पैसे..."

"सहाच रुपड्या ना?"

"वष्ट, तुच्छतेनं सहाच रुपड्या म्हणताय तर देऊन टाका ना?"

"आणि तेवढ्यासाठी हा म्हातारा बोरीबंदरपर्यंत आला?" वष्टनं विचारलं.

"अरे, मग तुम्हाला गाठायचं कुठे? तुम्ही तोंड दाखवत नाही..."

"आम्हाला छळलंत का?"

"काय छळलं सांगाल का?"

"मेन स्विच बंद का करीत होतात?"

"वपु, ही मुलं रात्रभर लाइट ठेवून झोपायची. रोज. त्यांच्या विनवण्या केल्या. पण मला छळायचं म्हणून दिवा रात्रभर ठेवायचे. का? तर लाइटबिलाचे दोन रुपये मी निराळे घेत होतो, ते वसूल करायचे म्हणून रात्रभर दिवा."

"म्हणून म्हातारा मेन स्विच बंद करायचा. आमचं काही वाकडं झालं नाही. म्हाताऱ्याचं काय झालं विचारा."

वष्टचं बोलणं संपताच घाग म्हणाले, "माझ्या सावित्रीला ह्यांनीच मारली."

घाग पुन्हा रडायला लागले. रडता रडता सांगू लागले, 'मेन स्विच बंद करून मी झोपायला लागलो. सगळ्या घरात त्यापायी अंधार व्हायचा. रात्रभर एक कंदील आणून ठेवला आणि सावित्री...अंधारात...त्याच कंदिलावर आपटून..."

वष्ट शांत होता. डोळे पुसत घाग शांत होत पुन्हा वष्टला म्हणाले, "माझे सहा रुपये..."

"अहो, पण त्यातले बोरीबंदरला येण्यात किती गेले?"

वष्टने एक निर्लज्ज युक्तिवाद केला.

आता माझा संयम संपला. तरी कटाक्षानं शांत राहून मी म्हणालो, "वष्ट, ही पाळी तुम्हीच त्यांच्यावर आणलीत हे एक आणि दुसरं म्हणजे त्या सहा रुपयांची त्यांना किती गरज आहे, हे लक्षात घ्या."

"मला वेळ नाही तेवढा."

"ऑलराइट, तुम्ही गेलात तरी चालेल."

वष्टची पाठ फिरल्याबरोबर घाग म्हणाले, "पाह्यलंत, किती मग्रूर.."

"जाऊ दे. अनेक प्रकारची माणसं असतात."

"ह्याच्यापायी सावित्री..."

"काय झालं एक्झॅक्टली?"

"कार्टी रात्रभर दिवा ठेवायची. मग मेन स्विच..."

''ते ऐकलं मघाशी.''

''एके दिवशी म्हणजे चौदा एप्रिलला, कंदिलातलं तेल संपलं. कंदील विझला. अंधारात त्याच कंदिलावर सावित्रीचा पाय पडला. सावित्री पडली. मोरीच्या काठावर डोकं—''

पुढं त्यांना बोलवेना.

मी खिशातून सहा रुपये काढले.

''तुम्हाला कशाला भुर्दंड?''

''भुर्दंड कसला? मी वष्टकडून वसूल करीन.''

''कसे?''

''ही म्युनिसिपालिटी आहे. आज नाही, पण केव्हातरी तो ह्या खात्यात माझ्याच हाताखाली येईल.''

''नक्की?''

''तुम्ही फिकीर करू नका.''

घागनी पैसे घेतले.

जसा चहा घेतला, तसे.

दहा वेळा नमस्कार करीत घाग निघून गेले.

पाटील म्हणाले,

''तुम्ही पेच चांगला सोडवलात. पण वष्टकडून पैसे वसूल करणं...''

''मी घागना थाप मारली. त्याशिवाय त्यांना बरं वाटलं नसतं. सहा रुपयांसाठी मी वष्टसारख्या मग्रूर आणि काळीज नसलेल्या माणसाच्या नादी लागू शकेन का?''

पाटील म्हणाले,

''तुमचं मन...''

''मोठं वगैरे मुळीच नाही. प्रश्न सहाच रुपयांचा होता. सहाशे तर सोडाच पण वष्टनं साठ रुपयांना जरी टांग मारलेली असती तरी मी हे औदार्य दाखवू शकलो नसतो. आपण केलं हे काहीच नाही, असं ज्या मर्यादेपर्यंत वाटतं तिथपर्यंतच आपण त्याग करतो किंवा कधीकधी त्याच्या पुष्कळ अलीकडे आपण थांबतो.''

तरी पाटील भारावलेले. ते म्हणाले,

''प्रश्न रकमेचा नाही, वृत्तीचा आहे. तुमच्यासारखा माणूस घागना पुन्हा भेटेल?''

मी म्हणालो,

''माझ्यापेक्षा मोठ्या मनाची माणसं भेटतील. पण परमेश्वर करो आणि दुसरा वष्ट न भेटो!''

□

रस्ता क्रॉस करता करता समोर लक्ष गेलं. बाई ओळखीची वाटली. जरा थबकलो. पुन्हा चालायला लागलो. पुन्हा तिकडे लक्ष गेलं. माझा रस्ता क्रॉस होण्याची ती वाट पाहत होती. नाव आठवेना. अर्थात नाव न आठवणं, ही अस्मादिकांची नेहमीचीच अडचण. नाव लक्षात येण्यासाठी मग संभाषण आडून आडून सावधपणानं.

म्हणजे कसं?—तर असं—

'काय इकडे कुणीकडे?' माझा प्रश्न.

'म्हणजे काय? इथंच तर राहतो मी.' त्या कुणाचं उत्तर.

त्यावर मी हॅहॅ हसत म्हणतो, 'ते माहीत आहे हो! इकडे कुणीकडे म्हणजे ह्या वेळेला कसे? असं मला विचारायचं होतं.'

'अहो, ह्या वेळेला माझा क्लास नसतो का?'

क्लास...क्लास...क्लास...डोक्यात तो एकच शब्द थैमान घालायला लागतो. गाण्याचा, नाचण्याचा, व्हायोलिन, सतार, तबला, शॉर्टहँड, टायपिंग सगळ्या पाट्या नजरेसमोर नाचून जातात. तरी आमची पाटी कोरीच राहते. तरी चिवटपणा न सोडता, 'काय म्हणतो क्लास?'

'हॅण्डिक्राफ्टचा क्लास. म्हणून म्हणून काय म्हणणार? मागील अंकावरून पुढे.'

'एकदा पाहायला यायचं आहे.'

'केव्हाही, म्हणाल तेव्हा.'

'तिथं आल्यावर पण, कोण हवंय म्हणून सांगायचं?'

'भले, म्हणजे सरळ सांगा ना तुमचं आडनाव विसरलो म्हणून.'

मी मग सावरून घेत म्हणतो, 'असं कसं होईल? तुमच्या आडनावाची दोन माणसं असली की आटोपलं.'

'भलतंच! जोशी, कुलकर्णी, देशपांडे असली आडनावं असली की पंचाईत. तेव्हा डोन्ट वरी! नाना धबडगावकर हे आडनाव क्लासमध्येच नव्हे तर मुंबईतही एकच असेल.'

माझं विमान आता धावपट्टीवर उतरतं.

मी रस्ता क्रॉस केला. ती समोर आली. तिने नमस्कार केला. मी केला. आता किती वेळ चाचपडत राहायचं ह्याचा विचार मला सतावू लागला.
‘‘तुम्ही मला ओळखणार नाही. मी मंदाकिनी पाटील. तुमच्या पाल्याची टिचर.’’
—पाल्या?—मला ऐकू आलं पारल्याची.
‘‘पार्ल्याला असता काय?’’
‘‘अय्या, पार्ले नाही की—पाल्य. म्हणजे स्वाती. तुम्ही स्वातीचे पालक ना?’’
—मी पालक म्हणजे स्वाती पाल्य. आता कळलं.
‘‘हां हां.’’
‘‘तर तिची मी मराठीची टीचर.’’
‘‘असं असं, नमस्ते.’’
‘‘मुलगी हुशार आहे. इमॅजिनेशन शक्ती तर अफाट आहे. अर्थात लेखकाचीच मुलगी, तेव्हा इमॅजिनेशन शक्ती ट्रिमेंडस असायचीच. तरी तिला जरा गाइड करा.’’
‘‘का बरं?’’
‘‘तिला सांगा, कल्पनाशक्तीचं जेट कितीही उंच उडालं तरी त्यालाही वास्तवतेचा रनवे लागतोच.’’
‘‘वा, झकास वाक्य आहे.’’ मी मुद्दाम बोललो. पण मराठीच्या टीचरला ते कळलंच नाही.
ती म्हणाली, ‘‘आता स्वतःच्या नावावर तुम्ही हे कथेत वापरणार ना?’’
‘‘कुणी सांगितलं?’’
‘‘माझा अनुभव आहे.’’
‘‘तुमची माझी ओळख तर आत्ता झाली.’’
‘‘इतर लेखकांचा अनुभव आहे ना!’’
‘‘इतर कोण?’’
‘‘पु. भा. भाव्यांपासून, नवरे, कर्णिक, तेंडुलकर सगळेच! म्हणजे मुंबई-पुण्याचे सगळे लेखक असलेच. कितीतरी लेखकांना मी आतापर्यंत जर्म्स पोचवले आहेत.’’
‘‘कधी कोवाड, कोल्हापूर ह्या बाजूला गेला होतात का?’’ मी उगीचच विचारलं.
तिला ते कळलं नाही. ती नाही म्हणाली. मी मनात म्हणालो, कमीत कमी खांडेकर, रणजित देसाई सुटले.
‘‘बरं, स्वातीचं काय?’’

''तिच्या एसे रायटिंग वहीत मी क्लिअऽऽर इन्स्ट्रक्शन दिल्या आहेत.''
''थँक्यू!''
घरी आलो. स्वातीची वही पाह्यली. मराठी निबंधाची वही आणि पोरगी चक्क नापास? दोनशेच्यावर कथा लिहिणाऱ्या लेखकाची पोरगी मराठी निबंधात नापास?
बरं, विषयही साधा—माझा आवडता प्राणी.
काय कठीण होतं?—शेजारच्या शिवडेकरांनी पोपट पाळलाय. त्यावर लिहायचं ठरवलं असतं तरी सोपं होतं. विचार करायचीसुद्धा गरज नव्हती. त्या पोपटाच्या सगळ्या हालचाली, सवयी ह्यांची माहिती लिहायची खोटी—लोकांनी आश्चर्यानं तोंडात बोटं घातली असती.
एखाद्या माणसाप्रमाणे त्याला आवडीनिवडी होत्या, घरात स्वतंत्र स्थान होतं. इतर घरातल्या पोपटांप्रमाणे तो कधी पिंजऱ्यात स्थानबद्ध होऊन राहिला नाही. तो घरभर संचार करायचा. त्याला आमचं घर फार प्रिय होतं. मुलं त्याला तासन्तास मांडीवर घेऊन बसायची आणि एकीकडे अभ्यास करायची. बरं, तोही असा की मानही न हलवता ध्यानस्थ तपस्व्याप्रमाणे तासन्तास बसून राहायचा. दोघांच्याही घरांचे दरवाजे उघडे असले की तो लुटुलुटु चालत, मधला पॅसेज आणि दोन उंबरे ओलांडून यायचा. घरातल्यांपैकी कुणी मध्येच 'जाऊ नको' म्हणून ओरडलं तर मधल्या पॅसेजमधून तो अक्षरश: पळत सुटायचा. त्या जिवाला हे ज्ञान कुठून यावं ह्याबद्दलचं माझं आश्चर्य अद्यापि लोपलेलं नाही.
त्याचा जेवणाचा थाट तर साक्षात भटजीसारखा होता. तमाम पोपट जमातीचा, 'खातो डाळ कच्ची, मला म्हणतो लुच्ची' असला धान्यफराळ त्याला कधीच मानवला नाही. तो चक्क पाटावर बसून गरम भात, तूप, साय असा सर्वोदयी आहार घेत असे. मिरच्या, टणक कच्चे पेरू असला तामसी आहार त्यानं कधीच घेतला नाही.
शिवडेकरांचा श्रीरामही 'पुत्र व्हावा ऐसा' ही समर्थोक्ती सार्थ करणारा. एवढा हरहुन्नरी आणि सतत श्रम करणारा कल्पक पोरगा मी पाह्यला नाही. त्याने पोपटासाठी स्वत: एक छोटासा पाट बनवला होता. ताटली ठेवण्यासाठी साजेसं दोन इंच उंचीचं टेबल. ते सगळं त्या पोपटाचं वैभवात्मक कौतुक पाह्यल्यावर वाटायचं, चौऱ्याऐंशीचा फेरा पुन्हा चुकणार नसेल तर 'शुककुलोत्पन्न' एक जन्म अशा एखाद्या शिवडेकरांच्या घरात जावा. पण त्याहीपेक्षा नवल ते त्या पोपटाचे. पानातला भात जर निवलेला असेल तर ताटलीची कड चोचीत पकडून ताट भिरकावून देताना आम्ही सर्वांनी त्याला

प्रत्यक्ष पाह्यलेलं आहे. कोणताही तामसी आहार न घेऊनही ह्या मुक्या जिवाचा असा दुर्वास का होतो हे मला कळत नसे.

तो कुणी निराळाच होता.

पोपट असून पोपटपंचीपासून दूर. ह्यानं कधीही कुणाच्या नकला केल्या नाहीत. ऐकून ऐकून काही पाठ केलं नाही. फक्त शिट्टीवर 'रघुपती राघव राजाराम' हे झकास म्हणायचा.

इतका सगळा 'व्यक्ती आणि वल्ली' टाईप मसाला जवळ असताना, स्वाती निबंधात नापास व्हावी?

मी काहीशा रागारागानं निबंध वाचायला प्रारंभ केला आणि काय सांगावं?

स्वातीनं शब्द न् शब्द वर्णन करून पोपटाला जिवंत केला होता आणि तेच चुकलं होतं.

दुसऱ्या दिवशी मी मग हिरिरीनं कॅमेऱ्यात फिल्म भरली. पोपटाच्या प्रत्येक हालचालीचे फोटो घेतले. 'मध्येच फोटो कशासाठी?' शिवडेकरांनी विचारलं.

''मराठीतल्या तमाम लेखकांना जर्म्स पोचवणाऱ्या मराठीच्या टीचरला हा वास्तवतेचा रनवे पाठवायचाय.''

मी उत्तर दिलं.

शिवडेकर पाहतच राहिले.

न समजून.

❑

"भाऊंना आज पण उलटी झाली." वसुंधरा म्हणाली.
"ऑफिसात की घरात?"
"आता तसं काही राह्यलं नाही. एक घास पोटात गेला तरी उलटी होते. पोटात काही ठरतच नाही. काय करायचं?"
"आपण काय करणार? ते फार चालढकल करताहेत."
"त्यांना भीती वाटते."
"ऑपरेशनची?"
"अर्थात! ऑपरेशन सक्सेसफुल झालं नाही तर काय?— असाच सारखा विचार करतात."
"आपण त्यांना तयार करू."

के. इ. एम.
प्रशस्त वॉर्ड. असंख्य रोगी, असंख्य रोग. सगळे वेदनेनं ग्रस्त. एकही हसरा चेहरा दिसणं मुष्कील. कमीत कमी, शुश्रूषा करीत हिंडणारे चेहरे तरी हसरे असावेत. तर ते चेहरे कावलेले, कंटाळलेले. औषधापेक्षा एक हसरा चेहरा जास्त उपचार करू शकतो हे ह्या नर्सेसना कुणी सांगेल का?
नर्सिंगच्या अभ्यासक्रमात, हसायचं कसं ह्याचं एक संपूर्ण वर्ष त्यांना कुणी शिक्षण देईल का?
का फक्त हिंदी चित्रपटांतूनच हसऱ्या नर्सेस बघायच्या? त्या तर पेशंटसाठी गाणंही म्हणायला तयार असतात.
माझ्या आजवरच्या पाहण्यात विजू पाटील वगळली तर कामाला तत्पर, हसतमुख वगैरे वगैरे एकही परिचारिका मला भेटलेली नाही. अर्थात विजू पाटील, कुमुद इंगळेच्या नर्सिंग होममधली. म्हणजे प्रायव्हेट नर्सिंग होममधली सिस्टर.
जनरल हॉस्पिटलचं काय सांगावं?
तिथं एकच सुखद अपवाद. वाघ आडनावाच्या नर्सचा. शीवच्या महापालिकेच्या सार्वजनिक इस्पितळात ही भेटली. काळी-सावळी, तरतरीत, एखाद्या नाटकाची

हिरॉइन शोभणारी ही तरुण मुलगी. हिचं आडनाव वाघ का असावं?
लग्नानंतर बदललं असेलच. तिचं नाव गीता की रिटा हे आता आठवत नाही. आठवतो तो टवटवीत, हसरा चेहरा आणि जिव्हाळ्याची वागणूक. पण तिथंही अस्मादिकांचं तकदीर असं की मी वॉर्ड नं. दहामध्ये होतो तेव्हा तिची ड्युटी वॉर्ड नं. अकरात होती.
भाऊंच्या चेहऱ्यावर आत्ता कमालीची चिंता,
खरं तर, ते आता भाऊ पण नव्हेत. त्यांचा एक कोणता तरी कॉट नंबर झालेला होता.
''वसंतराव, कसं होईल माझं?'' भाऊंनी विचारलं.
''एकदम फर्स्टकलास! काही चिंताच करू नका. माझ्यावर विश्वास आहे ना?''
भाऊ म्हणाले, ''परमेश्वराखालोखाल माझा तुमच्यावर विश्वास आहे. तुमच्या शब्दात एक निराळाच जोर आहे. तुम्ही 'सगळं चांगलं होईल' असं म्हणालात की चांगलं झालंच आहे असं वाटतं.''
मी वॉर्डमधून बाहेर पडलो.
रुबाबात. वाचासिद्धी प्राप्त झाली आहे अशा अहंकारात. मी 'चांगलं होणार आहे' असं म्हटलं रे म्हटलं की समोरच्या माणसाचं वाकडं करायची कुणाचीही टाप नाही, अशा थाटात मी के. इ. एम. च्या न संपणाऱ्या लांबच लांब कॉरिडॉरमधून चाललो होतो. तेवढ्यात समोरून एक स्ट्रेचर येताना दिसलं. हॉस्पिटलमध्ये समोरून स्ट्रेचर येणं काही धक्कादायक घटना नव्हती. तरी थबकलो.
त्या स्ट्रेचरवर चार-पाच लहान लहान मुलं, शेजारी शेजारी आडवी निजवलेली होती. सगळ्यांच्या डोक्याचा तुळतुळीत गोटा करण्यात आला होता.
दोन वॉर्डबॉईज निर्विकार चेहऱ्यानं ते स्ट्रेचर ढकलीत नेत होते. त्या स्ट्रेचरमागून, जेमतेम पंचविशीतल्या घरातला एक पुरुष, नव्हे मुलगाच, त्याच्या सहधर्मचारिणीला धरून धरून नेत होता. तो वर्णानं गोरापान होता. तीही त्याला साजेशी होती. दोघं चिकार रडलेली असावीत. जागरणही झालेलं असावं. त्यांचे डोळे लाल झाले होते. चेहरा ओढलेला होता. गोऱ्यापान वर्णामुळे, त्यांचा चेहरा जागरण आणि रडण्यामुळे लाल लाल झाला होता.
मला थांबावंसं वाटलं. मी थांबलो.
मी थांबल्यावर ती दोघंही थबकली.
ओळख नव्हतीच, तरी कोणत्या तरी प्रेरणेनं आम्ही थांबलो.
''काय झालं?'' मी नावगाव न विचारता एकदम 'काय झालं?' असाच प्रश्न विचारला. ती हमसाहमशी रडू लागली. त्यानं तिला सावरण्याचा निष्फळ

प्रयत्न केला. ती शांत होईपर्यंत थांबायला सवड नव्हती. स्ट्रेचर पुढे पुढे जात होतं. तिच्याही ते ध्यानात येऊन तिनं स्वतःला सावरलं.

"मुलगा आजारी आहे."

"काय होतंय?"

"ब्रेन ट्यूमर."

"ह्या वयात?"

ह्याच्यावर काही उत्तरच नव्हतं.

"कोणते डॉक्टर?"

त्याने नाव सांगितलं. मी म्हणालो, "अरे मग मुळीच चिंता करू नका."

मी एवढं बोलायचा अवकाश, त्याच्या डोळ्यांत तरारून पाणी आलं. आता ती सावध होती. सावरलेली होती. तिने त्याचा हात हातात घेऊन थोपटायला सुरुवात केली.

"असं वेड्यासारखं करायचं नाही. विक्रम नक्की बरा होणार आहे."

"हण्ड्रेड परसेंट!" मी म्हणालो.

"पाहा, तेही सांगताहेत, तो नक्की व्यवस्थित पहिल्यासारखा होईल."

"मी तोंडापुरतं बोलत नाही, खरंच सांगतो, एव्हरीथिंग वुइल बी ऑलराइट."

"आत्ता त्याचं ऑपरेशन आहे."

"म्हणून काय झालं? हल्ली ऑपरेशन म्हटलं की पूर्वीसारखं..."

"ब्रेनचं आहे."

"तरी घाबरू नका. सर्जन फार चांगले आहेत."

"तुम्ही त्यांना ओळखता?"

मी दडपून 'हो' म्हणालो.

त्याने डोळे कोरडे केले. मी पुढे झालो. त्याच्या खांद्यावर थोपटलं. म्हणालो, "काही लागलं तर सांगा."

त्याला पुन्हा भडभडून आलं.

"तुमची इतर मंडळी कुठं आहेत?"

"इतर कोण?"

"घरची."

"त्यांच्यापैकी कुणीही येणार नाही."

"का?"

"आमचं लव्ह मॅरेज. सगळ्यांनी संबंध सोडलेत. 'आमचं चांगलं कसं होईल तेच पाहू' असे आशीर्वाद पण मिळालेत. पण ते आमच्या विक्रमला भोगावे..." तिला पुढे बोलवेना.

मी म्हणालो, ''तरीही सांगतो कसलीही फिकीर करू नका. सगळं चांगलं होईल.''
''थँक यू. व्हेरी मच!'' असं केवळ सवयीनं पुटपुटून तो चालायला लागला. तीही निघाली.

संध्याकाळी मी भाऊंना भेटायला आलो.
ऑपरेशन यशस्वी झाल्याचा आनंद भाऊंच्या चेहऱ्यावरून ओसंडून वाहत होता. कोणत्या शब्दांत तो व्यक्त करावा हे कळत नव्हतं. त्यांना जास्त बोलवत पण नव्हतं. त्यांनी नुसता माझा हात हातात घेतला. त्याच क्षणी सकाळच्या जोडप्याच्या चेहऱ्यावरचे भाव आठवले. 'सगळं छान होईल!' म्हटल्यावर त्या उदास चेहऱ्यावर पण क्षणभर तरतरी दिसून गेली.
''आलोच!''—असं म्हणत मी बाहेर पडलो.

लहान मुलांच्या वॉर्डाच्या बाहेर एका छोट्या सतरंजीवर ती दोघं बसली होती. त्या सतरंजीवर एक पातळ, पांघरायची शाल आणि उशी पण होती.
ती दोघं मला बघताच उभी राह्यली, सामोरी आली आणि ध्यानीमनी नसताना त्यांनी पटकन वाकून नमस्कार केला.
''अरे, हे काय?''
''ते तुम्हाला नाही कळायचं.''
''पिल्लू कसं आहे?''
''तुमचा आशीर्वाद होता.''
''अरे असे मोठाले शब्द वापरू नका, मला फार म्हातारा झाल्यासारखं वाटेल. आशीर्वाद द्यायला फार अधिकार लागतो. सदिच्छा म्हणा...''
ती म्हणाली, ''तुम्ही नाव काहीही द्या. तुमच्या शब्दांत अलौकिक सामर्थ्य आहे! म्हणूनच ऑपरेशन सक्सेसफुल झालं. तीन तास लागले. झोपलाय आता.''
तो उत्साहानं म्हणाला, ''तुम्ही सकाळी भेटला नसतात तर आम्ही ऑपरेशनला परवानगीदेखील दिली नसती.''
''का बरं?''
''विक्रम आजारी पडल्यापासून, आम्ही काय काय सोसलं याची तुम्हाला कल्पना नाही. त्याला ताप होता. फिट्स यायच्या. गायडन्स कुणाचाही नाही. आधार नाही. कुणीतरी 'सगळं चांगलं होईल' एवढंच म्हणावं असं वाटायचं. शेजारी आहेत, मित्र पण आहेत. तरीही स्वत:चा व्यवसाय सोडून माणसं किती

काळ धावतील, नाही का? आणि ओळखीची सगळी माणसं चांगलंच बोलतील याची शाश्वती कुठे आहे? आता आमच्या सर्जनबद्दल आम्हाला इतरांनी किती किती वेडंवाकडं ऐकवलं ते तुम्हाला...''

ती मध्येच म्हणाली, ''माणसं दुसऱ्या डॉक्टरबद्दल वाईटच माहिती प्रथम का सांगतात हो? त्याच्या किती केसेस दगावल्या हे प्रथम ऐकवायचं. त्यापेक्षा कुणी भेटू नये असं वाटतं. तुम्ही भेटलात, फार आधार वाटला. आम्ही फार फार वाईट दिवस काढले. ह्यांना मी, मला हे, दुसरं कुणी नाही.''

''आता चिंता करू नका. आम्ही आहोत.''

मी निघणार होतो पण त्या दोघांकडे इतकं बोलणं साठलं होतं की निरोपही पटकन घेता येईना.

तो म्हणाला, ''आपल्याला तर काहीच कळत नाही. एक तर कुणाचा आधार नाही, आणि डॉक्टर पण विश्वासात घेऊन नीट सांगेनात. डॉक्टर गप्प-गप्प व्हायला लागले की फार त्रास होतो. जे असेल ते सांगावं. नाही का?''

''आणि ह्या एवढ्या मोठ्या हॉस्पिटलमध्ये ऑपरेशन संपेपर्यंत बसायला जागा नाही. प्यायला पाणी नाही. टॉयलेट नाही. वॉर्डमधला संडास वापरावा तर सिस्टर अंगावर धावून येते. आम्हाला इथं गाद्या, तक्के, लोड नकोत. फक्त बसायला जागा हवी. मुंबईसारख्या शहरात इस्पितळं बांधताना, माणसं इतकाही विचार का करत नाहीत?''

ती खूप तळमळून खरं बोलत होती. तेवढ्यात तो म्हणाला,

''आपले हाल होऊ देत. पिल्लू बरं झालं की कोण येतंय इथं?—तुम्ही भेटलात म्हणून...''

ती दोघं वारंवार तेच बोलत राहिली.

मी त्यांचा निरोप घेतला.

कॅरिडॉरमध्ये तेच सगळीकडे दृश्य होतं. चटई, एखादं गाठोडं, उशी, तांब्या-भांडं, एवढा संसार घेऊन माणसं वॉर्डाच्या बाहेर बसली होती. ठिकठिकाणी. बाकड्यावर माणसं डुलक्या घेत बसली होती. तुलना करायची नाही, असं म्हटलं तरी डोळ्यांसमोर टोरँटोला पाह्यलेलं 'पेडिएट्रिक हॉस्पिटल' येत होतं. नऊ मजल्यांची ती संपूर्ण वातानुकूलित इमारत. त्या इमारतीशेजारी तीन मजली इमारत केवळ कार पार्क म्हणून.

तळमजल्यावर एक सुसज्ज करमणूक केंद्र. स्वत:चं घर सोडून इथं कायम राह्यला यावं असा मोह लहान मुलांना व्हावा, असं वातावरण आणि एवढी खेळणी.

पालकांना बसायला, डुलकी घ्यायला एक वेटिंग लाऊंज. समोर टीव्ही.

त्याशिवाय फ्रीज. हवं ते ड्रिंक केव्हाही घ्यावं. त्याचे पैसे भरावे लागत नाहीत. ऑपरेशनला प्रारंभ करण्यापूर्वी स्वत: सर्जन तुम्हाला येऊन भेटतो. ऑपरेशन कोणत्या प्रकारचं आहे, त्याला किती वेळ लागेल याची तो संपूर्ण माहिती सांगतो. त्या आधी अशा एखाद्या व्याधीवर किती प्रकारचे इलाज असतील, त्यातला हाच एक इलाज आपण का निवडला, याबाबतची तो आपली भूमिका मांडतो. दुसऱ्या एखाद्या नामांकित डॉक्टरांची सल्लामसलत जरुरीची वाटते का हे तो आपल्याला विचारतो. कोणत्याही प्रकारे तो तुम्हाला अंधारात ठेवत नाही.

मी टोरँटोला ज्या दिवशी ते इस्पितळ पाहायला गेलो त्या दिवशी दोन महिन्यांच्या एका मुलाला उपचारासाठी तातडीने तिथं दाखल करायचं होतं. हेलिकॉप्टरमधून तिथं त्याला आणण्यात आलं होतं. 'हेलिकॉप्टर ॲम्ब्युलन्स'ची सोय इस्पितळातर्फे केली जाते.

ह्या आपल्या (?) भारत देशात ह्या अशा सोयी होतील का हा प्रश्न राज्यकर्त्यांना तर सोडाच, स्वत:लाही विचारू नये.

इथं रस्त्यावरून पळणारी ॲम्ब्युलन्स मिळण्याची बोंब! ती जर वेळेवर मिळालीच तर तिला बिचारीला इस्पितळापर्यंत जायला रिकामा रस्ता मिळेल की नाही ह्याचे वांधे. इस्पितळाकडे नेणारा रस्ता अनेक ठिकाणी खणून ठेवलेला असतो. कधी टेलिफोन केबलसाठी तर कधी ड्रेनेजसाठी.

अर्थात ह्या गरजा समजू शकतात. शहरसुधारणेसाठी आणि 'जन्ते'च्या शेवेसाठी (?) च हे चाललेलं असतं. फक्त ह्या सेवेची आठवण, तोच रस्ता नुकताच सुरेख डांबरी केल्यानंतर होते आणि पुन्हा फोडावा लागतो. त्याचंही आता सरावानं वाईट वाटत नाही. मन पेटवणाऱ्या समस्या वेगळ्याच आहेत आणि ज्या आहेत त्या सगळ्या रस्त्यांवर आलेल्या आहेत. किंबहुना प्रत्येक समस्या रस्त्यावरच येऊन सोडवावी लागत आहे.

समस्या असो वा समारंभ, तोही रस्त्यावरच.

समारंभ असला तरी त्याचीही समस्याच होते.

मुसलमानांचा ताबूत. तो रस्त्यावरच.

हिंदूंचे गौरीगणपती. तेही रस्त्यावरच.

ख्रिसमसची तीच तऱ्हा. मुलांचं क्रिकेट-रस्त्यावरच.

संप, हाणामाऱ्या, मोर्चे रस्त्यावरच.

फेरीवाल्यांचे अवाढव्य स्टॉल्स, रस्त्यावरच.

सामाजिक, राजकीय, धार्मिक, सांस्कृतिक (?) अशा सगळ्या स्तरांवर देश अक्षरश: रस्त्यावर आलेला आहे.

मग पेशण्टसचे नातेवाइक व्हरांड्यात का फेकले जाऊ नयेत? एक वेळ अशी येईल की खुद्द पेशण्टस्‌च इमारतीच्या बाहेरच्या मोकळ्या जागेत भेटू शकतील.
नाही पण. ह्या विधानात काही अर्थ नाही. पेशण्टला बाहेर काढण्यासाठी इमारतीच्या बाहेर मोकळी जागा लागते हे मी विसरलोच. आम्ही फक्त महापौरांची CLEAN CITY, GREEN CITY ही पुस्तकं वाचायची आणि नंतर आणखी कोणा महाभागांनी शहराची लावलेली वाट बघायची.
आज फक्त इतकीच अपेक्षा आहे की माणसानं माणसाशी नीट बोलावं. कोणत्या डॉक्टरचे किती पेशण्टस दगावले हे, माणसानं, पूर्वीची काहीही पार्श्वभूमी माहीत नसताना इतरांना का सांगावं?
शब्दांत खरंच अलौकिक सामर्थ्य असतं. माणसांनी शब्द चांगल्या परिणामांसाठी का वापरू नयेत? माझ्या शब्दांत सामर्थ्य आहे की नाही, हे मला माहीत नाही. पण मी डौलात वावरत होतो ह्यात वादच नाही.

दुसऱ्या दिवशी सकाळी आठ वाजता मी के. ई. एम.वर निघालो. भाऊंच्या जवळ रात्र जागवलेल्या आमच्या मेव्हण्याला मी रिलीव्हर म्हणून जात होतो. मी टॅक्सी केली. दहा मिनिटांत के. ई. एम. वर पोहोचलो.
टॅक्सी उभी राह्यली. खाली उतरलो. पैसे दिले. समोर पाह्यलं आणि थरारून गेलो. ती दोघं समोरून येत होती.
दोघं रात्रभर जागे असावेत. अश्रूंच्या पुरात रात्र वाहून गेली असावी. दोघं एकमेकांना सावरीत होती. त्याच्या हातात थर्मास, सतरंजी, उशी, शाल, शबनम बॅग, सगळंच होतं. मी सोडलेली टॅक्सीच त्यांनी घेतली. मी पुढे झालो.
शुष्क आवाजात, रूक्षपणे ती म्हणाली, 'एक शब्द बोललात तर याद राखा! मला एकही शब्द ऐकायचा नाही. शब्दासारखी फसवणारी एकही गोष्ट जगात नाही.'
टॅक्सी निघून गेली.
दोघांनी एकमेकांना जवळ घेतल्याचं मी टॅक्सीच्या मागच्या काचेतून पाह्यलं.

❑

आर्केडीला मी विचारलं,
"तुमची नवी हिरॉइन काय म्हणते?"
"ती संपली."
"एकाच चित्रपटात?"
"एकाच."
"का पण?"
"पब्लिकला नाही आवडली, दुसरं काय? डायरेक्टर-प्रोड्यूसर लोकांनी तिला कितीही गाजवायचं ठरवलं तरी प्रेक्षकांचं काय? प्रेक्षकांसारखा जज्ज होणे नाही."
"तरीसुद्धा आर्केडी, मला वाटतं, कोणत्याही कलावंताला कुणीही, म्हणजे प्रेक्षकांनीही, असं पहिल्याच प्रयोगात फुली मारून टाकू नये."
आर्केडीचा चेहरा बदलला.
तो म्हणाला,
"तुला नावगाव न सांगता अशाच एका नटीची हकीकत सांगतो. अशीच एक बाई. सिनेमाची भयानक क्रेझ. सिनेमापेक्षाही हिरॉइन होण्याची क्रेझ जबरदस्त. ती एका डायरेक्टरला भेटली. कामाचं आश्वासन देण्यापूर्वी तिच्याकडून जे वसूल करायचं ते त्यानं वसूल केलं. मग तो म्हणाला, 'मी तुला नक्की लाईमलाईटमध्ये आणतो. पण पटकथाकारानं तुझ्यासाठी चांगले प्रसंग लिहायला हवे.'
मग ती गेली पटकथाकाराकडे. त्यानंही आपली 'ती' इच्छा प्रथम भागवून घेतली. मग तो म्हणाला, 'पटकथाकार म्हणून सर्वांत चांगले सीन्स मी तुझ्यासाठी निवडीन. पण नंतरची सगळी मदार आहे ती संवाद लिहिणाऱ्यावर. तुझं व्यक्तिमत्त्व नजरेसमोर ठेवूनच त्यानं संवादरचना करायला हवी.' मग साहजिकच ती गेली..."
"संवादलेखकाकडे, आणि त्यानंही हवा तो संवाद साधला."
आर्केडी म्हणाला,
"ते तर झालंच! पण नंतर तो डायलॉग रायटर म्हणाला, आम्ही आमचं काम

चोख करू. पण गाणी आणि डान्स, त्याचं काय? आजकालच्या जमान्यात चित्रपटसंगीताला किती महत्त्व आहे..."

"समजलो. म्हणजे मग ती गेली गाणी लिहून देणाऱ्या कविराजांकडे. कविराजांकडून साहजिकच संगीत दिग्दर्शकाकडे. पुढे?"

आर्केडी थोडासा हिरिरीनं म्हणाला,

"संगीत दिग्दर्शकाजवळच जर हा प्रवास थांबला तर इतर महाभागांचं कसं व्हायचं? म्हणून तो म्हणाला, 'कॅमेरामन हा चित्रपटाचा प्राण. तो खरं तर तुम्हाला आकर्षक स्वरूपात लोकांसमोर सादर करणार. तुमच्या फीचर्स, फॉर्म ह्या सगळ्यांतली शक्ती त्यानं जाणायला हवी. त्याप्रमाणे अँगल्स निवडायला हवेत. तेव्हा..."

मी म्हणालो,

"कॅमेरामननं तिचा फॉर्म पाह्यला."

"येस! थोडक्यात म्हणजे ह्या पद्धतीनं ती प्रत्येकाकडं जाऊन आली."

"आणि तरी पिक्चर कोसळलं?"

"पिक्चरपेक्षाही ती नटी! उभ्या आयुष्यात ती पुन्हा आर्टिस्ट म्हणून जगली नाही."

"असं का व्हावं?"

आर्केडी म्हणाला,

"प्रत्येक आर्टिस्टनं एक गोष्ट लक्षात ठेवावी, You can not sleep with the audience."

❑

वपु काळे
दादर
१८-९-१९७०

माननीय मुख्याध्यापिका,
सा. न. वि. वि.,
काळ तर मोठा कठीण आला.
माणसाच्या आयुष्यात कोणत्या दिवशी, कोणता प्रश्न त्याला सतावेल, हे सांगता येणार नाही. आज हे नाही, उद्या ते नाही. तांदूळ आहे तर गहू नाही. गोडं तेल आहे, तर रॉकेल नाही. मध्येच संप, हरताळ. मारामाऱ्या, दंगे. अपघात. रोज नवे व्याप, नवे ताप.
संध्याकाळी घरी यावं, तर काही ना काही कानावर येतंच.
कालचीच गोष्ट. कामावरून खूप दमून घरी आलो.
कधी गादीला पाठ लागेल असं झालं होतं, पण घरातलं वातावरण वेगळंच. चि. स्वाती रडत होती. माता हतबुद्ध झाली होती. चौकशी करताच, स्वाती हुंदके देत देत फक्त 'नेहरू नेहरू' एवढंच म्हणाली.
नेहरूंची आठवण येऊन तिला मध्येच एवढं रडायला का यावं, हे मला कळेना. माझेही डोळे पाणावले. पोरीचं रडणं थांबेना. तेवढ्यात अत्यंत गंभीर चेहरा करून तिची एक मैत्रीण आली. नेहरूंच्या आठवणीनं तीही रडली असावी. मला आणखीन नवल वाटलं. चौकशी केल्यावर समजलं की, 'नेहरू घराण्यानं भारताला दिलेली देणगी' या विषयावर रातोरात निबंध लिहून हवा, नाहीतर सकाळी खेर बाईंसमोर उभं करण्यात येईल. ते रडणं त्या भीतीचं होतं.
ज्या नेहरूंनी लहान-लहान निष्पाप मुलांवर एवढं प्रेम केलं, त्या मुलांवर नंतर असा प्रसंग येणार आहे,हे त्यांनाही माहीत नसेल. यापूर्वी ओळीनं आठ वर्षं, लोकमान्य टिळकांनी झोप उडवली होती. दर एक ऑगस्टला पुण्यतिथी. आई-वडिलांकडून, नाक पुसून घेणारं पोरगं, अस्पष्ट उच्चारात टिळकांनी 'गीतरह...गीतरह...' लिहिलं, असं सांगायची. वर्गातली चाळीसच्या चाळीस मुलं लोकमान्यांनी 'संत' हा शब्द तीन प्रकारानं कसा लिहिला हे सांगायची.

त्या मानानं टिळकांचं लहान मुलांवर प्रेम कमीच. त्यांनी लहान मुलांसाठी तसं काही केलंच नाही. तरीसुद्धा, टिळकांनी न टाकलेल्या आणि म्हणूनच न उचललेल्या शेंगाच्या साली आम्ही आठ वर्षं गोळा केल्या. टिळकांच्या तावडीतून सुटलो.

'दो या तीन बस'चा फायदा–आणखीन एका मुलाची आवड आणि ऐपत असूनही—त्या तिसऱ्या मुलाला पण दर एक ऑगस्टला-तेही आठ वर्षं टिळकांवर भाषण लिहून द्यावं लागेल ह्या भीतीनं आम्ही तो मोह आवरला. टिळकांनी सोडलं तर नेहरूचाचांनी धरलं.

चेष्टा राहू दे!

पण खरोखर हे काय चाललेलं आहे?

लोकप्रियता लादली का जाते? वर्गात फतवा काढला जातो. वर्गशिक्षकांचं काम संपतं. मुख्याध्यापकांचा दरारा राबवला जातो तो या असल्या कारणांसाठी. तुम्हाला कल्पना आहे की नाही याची मला कल्पना नाही, पण खेरबाई या नावाचा दरारा 'दादर आणि आसपास' जबरदस्त आहे. कधी कधी स्वाती-सुहासच्या आईला— वसुंधरेला— मी जर म्हणालो, 'ऐकलं नाहीस तर खेरबाईंना सांगेन' तर ती आजही माझं ऐकते. म्हणूनच वाटतं की तुमच्या नावाचा दरारा आणखीन चांगल्या कारणासाठी उपयोगी पडावा.

मला जाणीव आहे की शाळाचालकांनाही ह्या गोष्टी मनाविरुद्ध कराव्या लागत असतील. तसं असेल तर शिक्षक आणि पालक ह्यांनी एकत्र आल्यास काही मार्ग सापडेल का?

टिळक अथवा नेहरू ह्यांनी माझं काहीही नुकसान केलेलं नाही. त्यांचं आणि माझं वाकडं नाही. पण, रात्री आठ वाजल्यावर, पुस्तकांची दुकानं, वाचनालयं बंद झाल्यावर ह्यांच्या देणग्या शोधायला कुठं धावायचं?
देणग्या शोधाव्या किंवा आठवाव्या लागतात ह्यात सगळं नाही का आलं?
काल घरोघरी हाच विषय निघाला असणार. पोराला रातोरात काय लिहून द्यायचं? घड्याळजीच्या दुकानात सगळीच बंद पडलेली घड्याळं. आपल्या घरात एकुलतं एक घड्याळ असतं. त्याची टिक टिक अखंड होत राह्यली पाहिजे. बंद पडलेल्या घड्याळाचं घड्याळजीला काही वाटत नाही. पण त्याचा आपल्याला फार त्रास होतो.
काल घराघरातून अशीच हिरमुसलेली घड्याळं पालकांनी पाह्यली असतील. त्यांपैकी किती पालकांची मानसिक, बौद्धिक ताकद या असल्या अनपेक्षित आणि अनाठायी गरजा पुरवण्याइतपत परिपूर्ण असेल?
शेवटी पालकांनी चिडायचं. नेते-पुढारी-राष्ट्र-शाळा आणि शेवटी मास्तरांबद्दल काहीतरी चिडून उद्‌गार काढायचे. आजकाल भाषणस्वातंत्र्यामुळे देश-पुढारी-नेते-मैत्री-राजकारण या सर्व विषयांबाबत इतकं कडवट आणि प्रकट बोललं-लिहिलं जातं, की ह्या सर्वांबद्दल मुलांच्या मनात जिव्हाळा व आदर निर्माण होणं अशक्य. त्यात रातोरात हे असं काहीतरी लिहून देण्याची वेळ आली तर उद्वेग व्यक्त करायला शेवटी मास्तरच सापडतो. शाळेबद्दलही प्रेम निर्माण होणं कठीण. शाळेची मुलांना मग दहशत बसते. दहशत बसलेलं मन अस्थिर बनतं. अस्थिर मनात काही पेरलं जात नाही. पेरला गेलाच तर तो अविवेक-अविवेकातून अशांती! अशांतीतून हिंसाचार!
जो कोणत्याही नेत्यानं शिकवलेला नाही. जाऊ दे. खूप लिहिता येईल. तूर्त एवढंच वाटतं की शाळाचालक आणि पालक ह्यांनी वारंवार भेटायला हवं. नाहीतरी आजकाल निम्मं शिक्षण पालकांनाच करावं लागतं, हा आठ वर्षांचा अनुभव आहे.
त्यासाठी एकमेकांतील communication वाढवणं हा एकमेव पर्याय आहे. नेहरूंचे आभार म्हणूनच मानायचे. त्यांनी हे विचार मांडण्याची संधी, नव्हे देणगी दिली.
नेहरूचाचा झिंदाबाद!

कळावे.
आपला वपु काळे

❑

"माझ्या दोषांसकट, अवगुणांसकट, व्यसनांसकट माझ्यावर प्रेम करा सर, मला त्याची फार गरज आहे.''

कोटिभास्कर एकबोटे सरांना विनवीत होता आणि एकबोटे सर कमालीचे गोंधळले होते. अशा प्रेमाची माणसाला गरज असते हे सरांना पटत होतं आणि तरी त्यांची हिंमत होत नव्हती.

कोटिभास्कर सरांच्या द्विधा मन:स्थितीचा अंदाज घेत म्हणाला,

"स्वत:च्या अर्ध्या वचनात राहणाऱ्या माणसावर कोणीही प्रेम करील. किंबहुना सर, अशाच माणसांवर सगळे प्रेम करतात. अप्रत्यक्षपणे हे निव्वळ स्वत:वरच प्रेम केल्यासारखं आहे. स्वत:वर प्रेम करायला कर्तृत्व पण लागत नाही आणि हिंमतही. माझ्या घरातली प्रत्येक व्यक्ती फक्त स्वत:वर प्रेम करणारी आहे. मी ज्या दिवशी वाट्याला आलेलं आयुष्य नाकारीन, त्या दिवशी माझा काटा निघेल. सख्खा भाऊही माझा निकाल लावेल किंवा बहीणही. म्हणून सांगतो सर, I Request you, ह्या व्यसनासकट मला पत्करा.''

कॉलेज सुटलं. कोटिभास्कर पण नंतर भेटला नाही आणि एकबोटेही. मित्र येतात, जातात. आयुष्यातल्या एकेका कालखंडाला सोनेरी पंख देऊन जातात. जरीचे काठ लावून जातात. ह्या माणसाशिवाय आपण एकही क्षण जगू शकणार नाही असं वाटत राहतं, इतका तो जीव—एकजीव होतो आणि तरीही, दुरावणारे दुरावतात, टिकतात ते टिकतात. जीवनाचा ओघ वाहता राहतो. कोटिभास्करच्या बाबतीत तेच झालं.

कोटिभास्कर कसा आहे हे आम्हाला सगळ्यांना माहीत होतं. त्याच्याशी आपली दोस्ती आहे ही गौरवाची बाब आहे का तो डाग आहे, हे ठरवण्यातच काही दिवस गेले.

मी त्याच्या घरी, प्राध्यापक एकबोट्यांबरोबर गेलो ते निव्वळ कुतूहलापोटी. वर्ग चालू असताना कोटिभास्कर खिशातून हळूच बाटली काढतो, एक घुटका घेतो हे आम्हा सर्वांना माहीत होतं.

एकबोट्यांनाच तो प्रकार नवा होता. एके दिवशी, असंच केव्हातरी, प्राध्यापक एकबोट्यांनी ते पाह्यलं. त्यांनी लेक्चर थांबवलं. कोटिभास्कर स्वत:तच दंग होता.

"मिस्टर कोटिभास्कर."
"येस सर!"
"वुइल यू काइंडली कम हियर?"— काइंडली शब्दावर जोर देत एकबोट्यांनी विचारलं.
कोटिभास्कर पुढे आला.
"प्रकृती बरी नाही का?"
"उत्तम आहे."
"तुम्हाला मी औषधाचा डोस घेताना पाह्यलं."
वर्गाच्या कोपऱ्यातून आवाज आला, "ते औषध नाही."
पाठोपाठ वर्ग हसला.
तेवढ्यात एकबोटे म्हणाले, "यू आर ड्रंक."
"कोण म्हणतं?"
"वास येतोय."
"भजी खाल्ली तरी वास येतोच की!"
"तुम्ही भज्यांची आणि दारूची बरोबरी करता काय?"
"मी दारू प्यायलो नाही."
"मग?"
"फॉर मी, इट इज ए मेडिसन."
"मला नंतर भेटा."
"जरूर."
कोटिभास्कर जाग्यावर जाऊन बसला. लेक्चरला पुन्हा प्रारंभ झाला. पण तो पहिला सूर लागेना. पहिला रंग जमेना. अट्टाहास करीत एकबोटे बोलत होते आणि नुकत्याच आलेल्या त्या नव्या प्राध्यापकांचा मान ठेवायचा म्हणून वर्गही शांत होता.

"कोटिभास्कर, तुम्ही असं वागायला नको होतं."
"मी काय केलं?"
"तुमच्यासारखा स्कॉलर मुलगा जर असं वागायला लागला तर व्हायचं कसं?"
"ह्या विषयावर आपण जास्त सविस्तर बोलू या."
"अवश्य!"
"माझ्या घरी याल?"
"येईन. वडील भेटतील?"
"सगळीच भेटतील."

"पत्ता द्या."

"कोटिभास्करनं खिशातून व्हिजिटिंग कार्ड झोकात काढलं. एकबोट्यांच्या हातात ठेवलं. एकबोटे त्या देखण्या व्हिजिटिंग कार्डकडे पाहत असतानाच कोटिभास्कर निघून गेला.

कोटिभास्करचं वैभव पाहून एकबोट्यांचे डोळे दिपून गेले. माझी पण तीच अवस्था झाली होती. ती अवाढव्य हवेली, दाराशी असलेल्या दोन-दोन मोटारी, युनिफॉर्ममधले ड्रायव्हर्स, नोकरांचा राबता आणि ह्या वैभवाचे खरे मालक आपणच अशा रुबाबात वावरणारा अल्सेशियन!

आमचं स्वागत त्या वास्तूत इतक्या आदरानं झालं की दाराशी जणू परदेशचे राजदूत वाटाघाटीसाठी आले आहेत.

वाटाघाटी करायच्या होत्या ह्यात संशयच नव्हता. 'कोटिभास्करचं व्यसन' हा विषय पण ठरला होता.

एकबोटे एकटेच जायचे. मी दिसलोच समोर म्हणून त्यांनी मला हटकलं. मला कुतूहल होतंच.

मी 'हो' म्हणालो.

कोटिभास्करकडे जाता जाता एकबोटे म्हणत होते,

"तू नुसता गप्प राहा. मी त्याला ट्रॅकवर आणतो."

कोटिभास्कर समोर येऊन बसला.

"नमस्ते सर!" त्यानं चक्क खाली वाकून नमस्कार केला. एकबोटे आणखीनच हतबुद्ध झाले. "आपण माझ्या खोलीत या."

कोटिभास्करच्या खोलीचं स्वरूप पाहून एकबोट्यांना आनंद वाटला. आश्चर्यही. मीही बघत राह्यलो.

एक भिंत संपूर्ण, पुस्तकांच्या कपाटांनी बहरलेली होती. ज्ञानेश्वरी, दासबोध, तुकाराम गाथेपासून, अगदी काल-परवा प्रकाशित झालेली निवडक पुस्तकं त्यात होती. एका बाजूला रेडिओग्रॅम होता. व्हायोलिन पण होतं आणि त्याच्याच शेजारी उंची मद्याच्या बाटल्या होत्या. त्या साध्या फ्लॉवरपॉटसारख्या वापरल्या जात होत्या, पण तरीही त्या दारूच्या होत्या ह्यात शंका नव्हती, आणि तेच खटकणारं होतं.

"सर, कम्फर्टेबली बसा. कशी काय वाटली खोली?"

कोटिभास्करच्या प्रश्नाचा आधार घेत, फ्लॉवरपॉट-कम-दारूच्या बाटलीकडे बोट दाखवीत ते म्हणाले, "ही एक वस्तू इथं नसती तर बरं झालं असतं."

"तुम्हाला वाटतं तेवढी ती वस्तू वाईट नाही तर?"

कोटिभास्करनं हे विधान करताच एकबोट्यांना अवसान आलं,

“असं कसं म्हणतोस?”
“सर, तसंच म्हटलं तर जगातली प्रत्येक गोष्ट वाईट आहे आणि चांगली आहे. चांगलं आणि वाईट ह्या दोन्ही रिलेटिव्ह टर्म्स आहेत.”
“नॉट नेसेसरीली.”
“माझंच उदाहरण घ्या मग. मी पितो. सगळी ड्रिंक्स घेतो. हातभट्टीपासून इम्पोर्टेडपर्यंत मला काहीही निषिद्ध नाही. वर्गातसुद्धा मी मधूनच एखादा घोट घेतो.”
“ते पाह्यलंय मी.”
“बाकीचं कधी काही पाह्यलंत?”
“बाकीचं?”
“कुठं झिंगून पडलोय का? पोरींना धक्के मारले का? शिट्ट्या मारल्या का? माझा कधी तोल गेला का?”
“नसेल गेला. पण मुलांच्यादेखत तुम्ही घेता याचा मुलांच्यावर काहीच वाईट परिणाम होत नसेल का?”
“वस्तुतः होऊ नये. देह-बुद्धी-मन-माणुसकी-सभ्यता हे सगळं शाबूत ठेवून, असलं एखादं व्यसन मर्दासारखं करता येत—हेच त्यांना समजायला हवं.”
“ही तुमची दृष्टी झाली. मुलं ह्यातलं फक्त वाईट काय ते उचलतात.”
“त्याला मी जबाबदार आहे का?”
“इन-डायरेक्टली आहात.”
एकबोट्यांचं ते विधान ऐकताच, कोटिभास्कर आवेशाने पण मर्यादा न सोडता म्हणाला, “इन-डायरेक्टली म्हणायचं तर अनेक गोष्टी जबाबदार आहेत. सध्याचं राजकारण, नालायक लोकांना मिळणारं यश, सरकारी लाचखाऊ अधिकारी, शिक्षणक्षेत्रात चाललेले सरकारी हस्तक्षेप, क्रमिक पुस्तकांचा गोंधळ, रेशनिंग, काळाबाजार, किती नावं घेऊ? प्राध्यापक मंडळी सर्रास ओल्या पार्ट्या झोडतात, व्यवस्थित शिकवीत नाहीत. ह्या सगळ्यांचं काय?”
“कोटिभास्कर, गुपचूप प्या, उघड प्या–ती दारूच आहे. त्यात फरक होतो का? व्यसन ते व्यसनच!”
“मी नाकारीत नाही.”
“आणि ते वाईट आहे.”
“इथं मतभेद आहेत.”
“कसले?”
“मी मघाशीच म्हणालो, सगळंच वाईट आणि सगळंच चांगलं.”
“तू व्यसनांची फिलॉसॉफी करतो आहेस.”

''मुळीच नाही! माझं असं मत आहे की, पृथ्वीच्या पाठीवर जे जे निर्माण झालं आहे त्यातलं काहीच वाईट नाही. वाईटाचा नाश होतो तो निर्मितीपूर्वीच अशीच माझी धारणा आहे.''

''चूक आहे.''

''असेलही, पण ते बोलण्याचं धाडस मी करतोय ना! ज्याला कधीही मोह झाला नाही, ज्याने कसलंही व्यसन केलं नाही, ज्याने चारित्र्य अखंड सांभाळलं—तो माणूस ग्रेट ना?''

''ऑफकोर्स!''

''तसा माणूस ग्रेट हे मी मान्य करतो. पण सर, असा माणूस जर कायम स्वत:च्या शुद्धतेची प्रौढी मिरवू लागणार असेल, इतरांना तुच्छ मानणार असेल, अहंकाराने आंधळा झाला असेल तर तो जगाला काही देईल काय?''

''शुद्धतेचा आदर्श!''

''कुणाला हवाय तो? हे जग व्यवहारावर चालतं. शुद्ध सोनं काय देतं? त्यात तांबं मिसळावंच लागतं. तांबं ही दारू नव्हे. ती तडजोड आहे. जग चालावं म्हणून स्वीकारलेली आदर्श तडजोड. सोन्याच्या नावाखाली नुसतं तांबं हे व्यसन. सद्‌गुणी, निर्व्यसनी माणूस हे एक वरदान आहे. कधी? त्याची क्षमाशील वृत्ती वाढली तर. एरवी सद्‌गुणासारखं व्यसन नाही!''

एकबोटे विचारात पडले. कोटिभास्कर पुढे म्हणाला, ''आता मला सांगा, मी कॉलेजात कधी उशिरा आलो काय? कधी पिरीयड चुकवला काय? चुकीची उत्तरं दिली काय? एकदा तरी कुणाचा अपमान, पोरींची टवाळी...एक उदाहरण सांगा!''

''नाही, नाही कोटिभास्कर, तुमचं रेकॉर्ड अगदी क्लीन आहे. म्हणूनच वाटतं, की एवढी हॅबिट तुम्हाला नसती तर फार-फार बरं झालं असतं.''

''तुम्ही पुन्हा त्या सगळ्याचा पिण्याशी संबंध जोडताय.''

''हे नसतं तर मग तुम्ही आणखीन आवडला असतात.'' एकबोटे म्हणाले.

कोटिभास्कर लगेच म्हणाला, ''तुमचा आवडता व्हायला मलाही आवडेल. पण तरीही मी मद्यपान सोडू शकत नाही.''

''माझ्यासाठी.''

''सर, आय रिस्पेक्ट यू, तरीही सांगतो, मी हे सोडू शकत नाही. व्यसनासकट मला पत्करा. तशा प्रेमाची मलाही गरज आहे.''

''कोटिभास्कर, पुन्हा फिलॉसॉफी.''

पण एकबोट्यांचे शब्द तसेच राह्यले. कोटिभास्करचा चेहरा पार बदलला होता. उतरलेल्या स्वरात तो म्हणाला, ''सर, कल्पना करा. वयाच्या आठव्या-नवव्या

वर्षापासून, मी ह्या बाटल्यांच्या संगतीत वाढलो.''
''म्हणजे?''
''माझ्या वडिलांचा हातभट्टीचा व्यापार आहे. दीडशे ते दोनशे लोक कायम बांधलेले आहेत. व्यवहार परस्पर चालतो. इथं फक्त कॅश येते. हा पसारा वाढायलाही तेरा वर्षं लागली. मी स्वत: पूर्वी बाटल्या पोचवल्या आहेत. तुम्ही कल्पनेने नजरेसमोर आणली नसेल अशी दुनिया मी पाहत आलो आहे. घरात सगळेजण चहा किंवा सरबत प्यावं तशी दारू पितात. मलाही सवय लागली आठ वर्षांपूर्वी. सोडायचा प्रयत्न केला, पण त्या व्यसनातून सुटू शकलो नाही. ती माझी जोडीदारच झाली. एक क्षणही दूर न राहणारी. मग काय करणार? ठरवून टाकलं की अंतर द्यायचं नाही तिला आणि दोघांची डिग्निटी सांभाळायची. आता मी तिच्या आहारी नाही, ती माझ्या आहारी आहे. वाटतं तरीही, की हे असलं लचांड मागे लागायला नको होतं म्हणून. काण्ट हेल्प! वयाच्या बाराव्या वर्षी एवढी अक्कल नव्हती. काय करणार?''
''पण...''
''आता मी ह्या वर्तुळाशी कोणतंही वैर पत्करू शकत नाही. स्वत:वरच प्रेम करणाऱ्यांच्या जगात मी वावरतोय.''
माझ्या व्यसनांसकट मला पत्करता का?
प्रा. एकबोटे, कोटिभास्करकडे निव्वळ बघत राह्यले.
कोटिभास्करचं गाऱ्हाणं त्यांच्यापर्यंत पोहोचलं तर होतंच.
पण त्या क्षणी त्यांचा हात काही झटकन पुढे झाला नाही.

त्यानंतर आजतागायत कोटिभास्कर भेटला नाही.
त्याच्या दोषांसकट, व्यसनांसकट त्याला 'तू माझा आहेस' असं म्हणणारी व्यक्ती त्याला नंतरच्या आयुष्यात भेटली का?
प्राध्यापक एकबोट्यांच्या मनात फक्त सदिच्छा होती. पण त्याला कृतीचा आधार देण्याची हिंमत त्यांच्यात नव्हती.
नुसत्या सदिच्छेला जर कृतीचं पाठबळ मिळालं नाही, तर त्या केवळ घोषणा ठरतात. आज वारंवार मनात येतं, आपल्या गुणदोषांसकट आपल्यावर प्रेम केलं जावं ही केवळ एकट्या कोटिभास्करचीच इच्छा आणि गरज आहे का?
कोटिभास्करला हवी असलेली माणसं जर 'घरटी एक' अशा प्रमाणात निर्माण झाली तर 'नांदा सौख्यभरे'चा आशीर्वाद खरा ठरून स्वर्ग पृथ्वीवर येणं अशक्य आहे का?

❑

मालकांना दोन मुली होत्या. त्यातली एक काळी-सावळी, पण विलक्षण तरतरीत. थोडी मालकांच्या वळणाकडे झुकलेली. हिचं नाव मंजू.
दुसरी मुलगी वर्णाने उजळ. मालकीणबाईंचा रंग घेऊन आलेली.
'सावळा वर बरा गौर वधूला' ह्या पंक्तीप्रमाणे, मालक सावळे आणि मालकीणबाई गौर वर्णाच्या.
दुसऱ्या मुलीचं नाव रमा.
दोन्हीत जेमतेम वर्षा-दीड वर्षाचं अंतर असावं.
पण दोघी शेजारीशेजारी येऊन उभ्या राह्यल्या तर बरोबरीच्या वाटाव्यात अशा.
रमा मंजूपेक्षा एकदीड इंचाच्याच फरकाने बुटकी असेल.

सकाळी सात-साडेसातच्या सुमारास मी त्या घरी पोहोचलो तेव्हा नुकत्याच पाणी शिंपडलेल्या अंगणात रमा रांगोळी काढत होती.
मालकांच्या गाडीतून मी उतरल्यावर ती लाजून आत पळाली.
"कन्यारत्न?"
मालक नुसते हसले.
मला दिलेल्या खोलीत मी सामान ठेवलं. बॅगेतून नॅपकीन, साबण, ब्रश, पेस्ट काढीपर्यंत एका छोट्या बादलीत गरम पाणी घेऊन रमा माझ्या खोलीत आली.
"अरे, तू कशाला एवढी बादली उचलून आणलीस?"
"मला सवय आहे."
एवढं बोलून ती पळालीच.
माझा वॉश घेऊन होईतो रमा पुन्हा आली.
"काका, बाबांनी बोलावलंय. चहा तयार आहे."
"आलोच."
डायनिंग रूमला जाण्याची वाट स्वयंपाकघरातून होती. तिथून जाताना मी पाह्यलं तर रमा कोथिंबीर चिरत होती.
मुलगी चुणचुणीत होती. तिला कामाची हौस होती. काय करू आणि काय नको असं तिला झालं होतं.

मालक-मालकीणबाई आणि मी डायनिंग टेबलापाशी बसल्यावर रमा ब्रेकफास्टचा ट्रे घेऊन बाहेर आली. तिने आमच्या बशा आमच्यासमोर ठेवल्या.
''बेटा तू?'' मी विचारलं.
ती पटकन म्हणाली, ''मंजू आणि मी नंतर बसू.''
एवढं बोलून ती आत पळालीसुद्धा. मला 'मंजू' कोण विचारायची वेळच आली नाही. कारण रमा आत गेली आणि त्याच दरवाजाने मंजू बाहेर आली आणि मालकांना चिकटली.
''हे दुसरं कन्यारत्न दिसतंय.''
मालक म्हणाले, ''हो! ही मंजू आणि ती रमा'' आणि मग मालक म्हणाले, ''हेच ते वपु. तू ह्यांच्या कॅसेट्स ऐकतेस ना रोज, ते हे.''
''अय्याऽऽ!'' असं म्हणत तिने हात ओठांकडे नेले.
मालकीणबाई म्हणाल्या,
''नमस्कार राह्यला.''
मंजू पुढे आली आणि त्याच वेळेला रमाही धावत आली.
दोघींनी पटकन वाकून नमस्कार केला.
''माझ्या कॅसेट्स तुम्ही ऐकल्या आहेत?''
दोघी एकदम 'हो' म्हणाल्या.
''कोणती गोष्ट आवडते जास्त?''
रमा पटकन म्हणाली, ''भांडणारा जोशी.''
मालक म्हणाले, ''तुम्हाला दोघीजणी दुपारी द्विपात्री कथाकथन करून दाखवतील.''
मंजू तोंड धुवायला गेली. रमाही गेली. मालक दोन्ही मुलींचं कौतुक करीत राह्यले. मी 'अरे वा, असं का! वा हे क्रेडिटेबल आहे' असं म्हणत ब्रेकफास्ट संपला.
आमचा ब्रेकफास्ट संपेसंपेतो रमा आंघोळ करून आली. ड्रेसिंग टेबलासमोर उभं राहून तिनं स्नो, पावडर, कुंकू लावलं. केसांवरून कंगवा फिरवला. रिबीनचा व्यवस्थित 'बो' बांधला आणि स्वयंपाकघरात जाऊन तिने बटाटे चिरायला घेतले.
''तुम्ही आता तासभर रिलॅक्स व्हा. मग काय काय कार्यक्रम आखलाय ते सांगतो—'' असं म्हणत मालकांनी मला तासापुरता मोकळा सोडला. माझ्या खोलीचा दरवाजा लोटून घेऊन मी आडवा झालो. ह्या क्षणी मला झोप हवी होती.
रात्रभर मी चांगला झोपलो होतो. फर्स्ट क्लासने प्रवास केला होता. हाल

मुळीच झाले नव्हते. तरीही घरातल्या झोपेची सर रेल्वेतल्या झोपेला नाही. आजारपणात आपल्याला कुणीतरी संपूर्ण जेवण भरवतं.

पोट भरतं पण जेवल्याचं समाधान मिळत नाही, तसंच काहीसं गाडीतल्या झोपेचं होतं.

तेवढ्यात दारावर टक् टक् आवाज झाला—मी 'येस' म्हणत उठलो. दारात रमा आणि मंजू.

"काका, आमचा ब्रेकफास्ट खायला आम्ही इथं येऊ का?" मंजूने विचारलं.

"जरूर."

"रमा, आणतेस का ट्रे इकडे? प्लीज हं!" मंजूने रमाला विनंती केली. रमा धावत-धावत गेली. ट्रे घेऊन आली. दोघी समोर बसल्या आणि गप्पागोष्टी करीत खाऊ लागल्या. मालकांच्या दोन्ही मुली मला हुशारीच्या बाबतीत तोडीस तोड वाटल्या. दोघींनी मला कविता म्हणून दाखवल्या. 'भांडणारा जोशी' ह्या कॅसेटमधल्या, माझ्या कथेतलं भांडण पण सही न् सही म्हणून दाखवलं.

ब्रेकफास्टनंतर मंजू अभ्यासाला बसली. रमा पुन्हा स्वयंपाकघरात कामाला गेली. निसर्गतः व्यक्तीच्या आवडीनिवडी काय आहेत, हे आपोआप प्रकट होतं. दोन मुलींपैकी मालकीणबाईंना असिस्टंट म्हणून मंजूपेक्षा रमा जास्त कॉंपिटण्ट वाटत असावी.

तिने चटणी वाटली. खोबरं खवून दिलं. अशीच इतर बारीकसारीक कामं केली. मी दाढी करायला घेतली तेव्हा रमा खोलीचा केर काढायला आली.

"केरही तूच काढणार?"

"हो."

"कामवाली बाई आज आली नाही का?"

"कामवाली बाई फक्त धुणीभांडी करते. बाकीची कामं आम्हीच करतो. काका, आपण आपलं घर जितक्या प्रेमाने चांगलं ठेवू, तितक्या प्रेमाने नोकर ठेवत नाहीत."

तिने भराभर केर काढला. पलंगावरची चादर नीट केली आणि इतर कामं करून ती निघून गेली.

मालकांच्या बरोबर मी त्यांच्या स्कूटरवरून हॉलवर गेलो. कार्यक्रमाच्या अगोदर हॉल पाहून ठेवण्याची माझी प्रथा आहे. हॉलवरून आम्ही गावातल्या तीन-चार प्रतिष्ठित नागरिकांकडे जाऊन आलो. तशी यजमानांची प्रथा होती. मग गावोगावच्या नदीच्या काठी एक रम्य परिसर असतोच, तसा इथलाही परिसर पाहून आम्ही घरी परतलो. तेव्हा दुपारचे साडेबारा वाजले होते.

मंजू आणि रमा डायनिंग टेबलावर जेवायला बसल्या होत्या. मला पाहताच रमा म्हणाली,

"काका, आम्ही तुमच्या अगोदर जेवायला बसलो."

"गो अहेड." मी म्हणालो.

मालकीणबाई बाहेर येत म्हणाल्या,

"मुलींना भुका आवरत नाहीत. तुम्हाला किती वाजतील घरी यायला ते माहीत नव्हतं."

"त्यांना वाढलंत ते चांगलं केलंत." मालक म्हणाले.

त्या दोघींची जेवणं आटपताच, मोठ्या बाईचा आव आणत रमा म्हणाली,

"मंजू, तू इथं रेंगाळू नकोस. अभ्यासाला पळ. मी इथलं मागचं सगळं बघते."

मालक, मालकीणबाई आणि मी. तिघांच्या पंगतीत वाढायचं काम रमा करीत होती.

कार्यक्रमाचा पोशाख चढवून मी तयार राह्यलो. कोणातरी प्रतिष्ठित नागरिकाची गाडी मला न्यायला येईल किंवा मालक स्कूटरवरून सोडतील असं म्हणत, मनातल्या मनात कथांची उजळणी करीत मी खिडकीपाशी उभा होतो.

तेवढ्यात मालकांनी स्कूटर काढलेली, मी खिडकीतून पाह्यलं. त्यांनी स्कूटर सुरू केली त्याबरोबर रमा आतून धावत आली. ती पिलिअनवर बसली आणि 'टा टा' करीत निघून गेली.

कार्यक्रम संपल्याबरोबर मालक, मालकीणबाई आणि मंजू स्टेजवरच भेटायला आली.

"हे काय, रमा कुठाय?"

"रमा शाळेत गेलीय. संध्याकाळी नाही का मी तिला शाळेत सोडून आलो?"

तेवढ्यात मंजू म्हणाली, "ती नाईट स्कूलला जाते."

तेवढ्यात आणखीन काही मंडळींनी घेराव घातला. कार्यक्रमावर चर्चा सुरू झाली.

मग बाहेरच एका हॉटेलात पार्टी झाली आणि मग मालक मला स्टेशनवर निरोप देण्यासाठी आले.

माझं आदरातिथ्य आणि पाहुणचार चांगला केल्याबद्दल मी मालकांचं कौतुक केलं. आभार मानले आणि राहवलं नाही म्हणून मालकांना म्हणालो,

"एक विचारू का?"

"अवश्य!"

''तुम्ही रमाला नाईट स्कूलला का घातलं आहे?''
''तिचं शिक्षण मी करीन असा मी तिच्या आईला शब्द दिला होता.''
''म्हणजे?''
''रमा माझी मुलगी नाही. आमच्या माळीबुवांची मुलगी. सहा महिन्यांच्या अंतराने ती आई-बापांना दुरावली. मी तिला घरकामासाठी ठेवून घेतली. तिचा सांभाळ करीन, शिक्षण करीन असा मी शब्द दिला होता.''
''मला तर वाटलं...''
''मुलगीच, असंच ना?''
''तसंच वाटलं. ती पावडर-स्नो-कुंकू करत होती, आपल्या आधी जेवायला बसली होती...''
मालक म्हणाले,
''वयाने ती मंजूएवढीच आहे. ज्या भावना, गरजा, मंजूच्या त्याच रमाच्याही. मंजूच्या वयाच्या मुलींना जशी भूक आवरत नाही, तशीच रमालाही आवरता येणार नाही. तफावत फक्त कामात आहे. वागणुकीत नाही. मंजूची आणि रमाची कामं निरनिराळी आहेत. आमच्या घरी मंजूबरोबर रमालाही न्हायला घातलं जातं. दोघीही एका डबलबेडवर झोपतात. एकदम सिनेमाला जातात. देवळात पण जातात. मंजूप्रमाणेच रमाचा वाढदिवसही साजरा केला जातो आणि असं असलं तरी रमाला तिच्या मर्यादा माहीत आहेत. ती कोण ह्याची जाणीव आहे. तिची सीमारेषा ती ओलांडून येणार नाही.''
''तिचा कार्यक्रम हुकला.''
मालक म्हणाले, ''उद्या रमा नेहमीपेक्षा एक तास लवकर उठेल. घरकाम करता-करता तुमची कॅसेट ऐकेल.''

संपूर्ण प्रवासभर डोळ्यांसमोर रमा आणि मंजू येत होत्या आणि 'तफावत फक्त कामाच्या बाबतीत' हे सांगणारे मालक.
आणि त्याच वेळेला एकदा चहा करून झाल्यावर, एकदा उकळलेल्या चहाच्या पातीत पुन्हा पाणी ओतून, मोलकरणीसाठी वेगळा चहा करणारं आणखीन एक घर डोळ्यांसमोर उभं राह्यलं.

❑

धुमधडाक्याचा पाऊस.

वेळ रात्री साडेआठ. अर्ध्या तासात गिरगाव गाठायला हवं.

अंगावर ठेवणीतले कपडे. कार्यक्रम वेळेवर सुरू करायचा दंडक आजवर सांभाळलेला.

ठोक्यावर कार्यक्रम सुरू करता आला तर निराळाच परिणाम साधता येतो. कार्यक्रमाला चांगला टेम्पो येतो.

खूप दिवसांपासून ज्याला कार्यक्रम ऐकायचा होता असा एक दोस्त, विनय, बरोबर.

टॅक्सीशिवाय अन्य मार्ग नाही आणि रस्त्यावर एकही वाहन नाही.

प्रत्येक मिनिट छळ करणारं.

तेवढ्यात समोर एक टॅक्सी. हिंदी चित्रपटात हिरॉइनवर जबरदस्ती करणारे गुंड जशी झडप घालतात, तशी विनयने आणि मी टॅक्सीवर झडप घातली.

टॅक्सीचं दार लावून घेतलं.

टॅक्सीवाला सरदारजी. तो मख्ख बसून राह्यला.

मी विनयला डोळा मारला. आज टॅक्सीवाल्यापुढे आपण नमतं घ्यायचं नाही असं मी ठरवलं.

"भाईसाब, चलीये."

"हम घर जा रहे है."

विनय म्हणाला, "जरूर जाइये. हर आदमीने घर जानाही चाहिये."

"तो उतर जाइये."

"हम भी घर जा रहे है, इसलिये बैठे हे."

टॅक्सीवाला तापू लागला, "भाईसाब, हमे तंग मत कीजिये. मेहरबानी करके टॅक्सी छोडिये."

"भाईसाब, मजाक छोड दो! हमारा आज प्रोग्रॅम है."

"किधर जानेका है?"

"गिरगाव."

"वो बाजू हम नही आयेंगे."

विनय एकदम आवाज चढवून म्हणाला, "हम टॅक्सी नही छोडेंगे. तुम मार

डालोगे तो भी नही छोडेंगे.''
''तो बैठे रहो.'' असं म्हणत सरदारजीने चालू केलेलं मशीन किल्ली फिरवून बंद केलं.
मी आणि विनयने एकमेकांकडे पाह्यलं.
विनय म्हणाला, ''तू मला आता इथंच गोष्टी सांगायला सुरुवात कर.''
मी म्हणालो, ''विन्या, मी प्रत्येक कार्यक्रम दिलेल्या वेळेला सुरू करत आलोय. माझी तशी रेप्युटेशन आहे. नऊ वाजता कार्यक्रम सुरू व्हायलाच हवा. आज गणपतीचा पहिला दिवस. पहिल्याच दिवशी असं होऊन कसं चालेल? उशीर झाला की प्रोग्रॅमचा मूड जातो. कथाकथन हीच मी गजाननाची पूजा समजतो.''
— मी एवढं बोललो, विनय गप्प बसला आणि एकाएकी टॅक्सीवाल्याला काय वाटलं कुणास ठाऊक, त्याने टॅक्सी सुरू केली.
सुरू केली पण कशी?
आमची दोघांची धाबी दणाणली. विंडस्क्रीनवर पाऊस तडातडा आपटत होता. वायपर्सची दाणादाण उडाली होती. सरदारजी तापलेला होता आणि टॅक्सी कशीही धावत होती. विनय म्हणाला, ''लक्ष देऊ नकोस. त्याला त्याचाही जीव प्यारा आहेच. शांत रहा. तुला तीन तास कार्यक्रम करायचा आहे. तेव्हा मूड सांभाळ.''
टॅक्सी रहदारीच्या रस्त्यावर आली तेव्हा तिने नेहमीचा स्वाभाविक वेग घेतला. आम्हीही स्थिरावलो.
विनयने विचारलं, ''तुझा आजचा कितवा कार्यक्रम?''
''ठाम आकडा सांगता येणं कठीण आहे, पण तीनशे मागेच झाले.''
''तू गिरगावात वगैरे गल्लीबोळातले कार्यक्रम का स्वीकारतोस?''
''लोन फेडायचं म्हणून.''
''कधी काढलंस?''
''फ्लॅट घेतला तेव्हा!''
''ऑडियन्स कसा असतो?''
''माणसं चांगली, पण सवयी वाईट.''
विनय म्हणाला, ''भले, म्हणजे नक्की कसा?''
''तीन बाजूला गॅलरीज असतात. मध्ये चौक असतो. गिरगावकरांना त्यांची गॅलरी न सोडता कार्यक्रम ऐकता येतो. त्यामुळे ही थोर मंडळी खाली येण्याचेही कष्ट घेत नाहीत.''
''मग तू काय करतोस?''

''मी त्यांना रिक्वेस्ट करतो. मी तुमच्यापर्यंत इथपर्यंत आलो, दुसरा कार्यक्रम न घेता आलो. तुम्ही दोन जिने उतरून खाली आलात, तर कार्यक्रम यशस्वी व्हायला मदत होणार आहे वगैरे वगैरे नांदीगीतं म्हणतो.''

विनय म्हणाला, ''पण तू हे कार्यक्रम का घेतोस?''

''या वेळेला मी त्यांना अट घातली आहे. समोर माणसं येऊन बसणार नसतील तर मी एक कार्यक्रम न करता परत येईन.''

''तू एक नियम करून टाक.''

''कोणता?''

''हॉल किंवा थिएटरशिवाय कार्यक्रम करायचेच नाहीत.''

मी म्हणालो, ''तसं करायला हवं.''

''बाहेरगावी काय करतोस?''

''हल्ली बाहेरगावी पण फारसा जात नाही. प्रवासात फार वेळ जातो आणि मुंबईहून कोणत्याही गावाचं रिझर्व्हेशन मिळतं. परतीच्या प्रवासाचे वांदे होतात कायम.''

''का?''

''मधल्याच स्टेशनावरून रिझर्व्हेशनची सोय नसते. फर्स्ट क्लासचं तिकीट जरी हातात असलं तरी फायदा नाही. एकदा फार मजा झाली. मी आणि शंकर वैद्य साहित्य संमेलनाला गेलो.''

''महामंडळाचं साहित्य संमेलन?''

''नाही, हे स्थानिक होतं. भुसावळला होतं. कार्यकर्त्यांनी जाण्यायेण्याच्या रिझर्व्हेशनची नेहमीसारखीच गॅरंटी दिली होती. मी कथाकथनाचा अध्यक्ष, वैद्य कविसंमेलनाचा अध्यक्ष व वसंत कानेटकर हे सगळ्या संमेलनाचे अध्यक्ष अशी टीम होती. संमेलन मस्त पार पडलं आणि ॲज युजवल, परतीच्या प्रवासाचा आनंद!''

''का?''

''वसंतरावांचं रिझर्व्हेशन झालेलं आणि वैद्यांकडे-माझ्याकडे फक्त तिकिटं.''

''मग काय केलंत?''

''वसंतराव लाख माणूस. त्यांनी त्यांचा होल्डॉल पसरला. नाशिक येईतो मी आणि वैद्यांनी वसंतरावांना होल्डॉल पण दिला नाही आणि त्यांना झोपून पण दिलं नाही. त्या दिवशी माझा मात्र एक फायदा झाला.''

''कसला फायदा?''

''मी वसंतरावांना त्यांच्या बाहेरगावच्या कार्यक्रमांबद्दल विचारलं. ते म्हणाले, 'मी एकदा कार्यक्रमाला जाताना एअरकण्डिशण्ड डब्यातून गेलो आणि परतीचा प्रवास रात्रभर उभं राहून केला. तेव्हापासून एक नियम केला. बाहेरगावी कुठंही

कार्यक्रम असो, परतीच्या प्रवासाचं रिझर्व्हेशनचं तिकीट रजिस्टर पोस्टाने नाशिकला मागवतो. ते तिकीट हातात येईतो मी नाशिक सोडत नाही.''

मी म्हणालो, ''वसंतराव, तुमच्या ह्या हकिकतीमुळे माझा एक फायदा झाला. आतापर्यंत परतीच्या प्रवासात मी कायम स्वत:चे हाल करून घेतलेले आहेत आणि नंतर बायकोची बोलणी खाल्लेली आहेत. वसुंधरा मला नेहमी विचारते की, 'वसंतराव कानेटकर किंवा पुल ह्यांचे असे कधी हाल होतात का?' आता तुम्हालासुद्धा असेच अनुभव येतात असं मी सांगू शकेन.''

''साब, गिरगावमें कहां जाने का?''

आम्ही भानावर आलो. पाऊस थांबला होता. टॅक्सी ऑपेरा हाऊसजवळ आली होती. मी पत्ता सांगितला.

कार्यक्रमाचे वेध लागले. नेहमीचे प्रश्न फेर धरू लागले.

ऑडियन्स कसा असेल? सूर जुळेल का? सगळी माणसं इमानाने जिने उतरून खाली येतील का? आपल्या कथा ॲडल्टस्‌साठी. समोरच खंडीभर मुलं नसतील ना?

यंदाच्या गणेशोत्सवातला हा पहिला कार्यक्रम.

मुहूर्ताचा.

आज सूर गवसला तर दहाही दिवस चांगले जातील.

टॅक्सी थांबली.

समोर झकास मांडव घातलेला होता.

तो श्रोत्यांनी सांडेपर्यंत भरला होता. पावसाची भुरभुर होती.

पण आता चिंता नव्हती.

टॅक्सीला वळसा घालून सरदारजी माझ्या बाजूला आला. त्याने स्वत: दार उघडलं आणि तो म्हणाला,

''Wish you every success today.''

मी चक्रावून गेलो.

काही बोलणार तेवढ्यात तो म्हणाला,

''People are eagerly waiting for you. All the best.''

विनयने त्याला काहीतरी विचारलं होतं.

ते मला ऐकू आलं नाही, पण त्याचं उत्तर ऐकू आलं.

सरदारजी म्हणाला,

''मराठी समझता है, इसलिये यह आर्टिस्ट है मालूम पडा. आनाही पडा.''

❑

तशी माझी अनेकदा जिरलेली आहे.
पण ह्या जिरण्याला तोड नव्हती.
व्यवहारात मला अनेकांनी गुंडाळलं आहे.
तसाच तुमचाही अनुभव असेल. आपण व्यवहारात धुंडीराज.
माणसं चक्क बनवतात आपल्याला. यांचा बंदोबस्त कसा करावा कळत नाही.
ती गोड बोलतात. आपण कठोर होऊ शकत नाही. रोखठोकपणा जमत नाही.
मतलब साधल्यावर ती सज्जन मंडळी पांगतात. आपण जिथं असतो तिथंच राहतो.
त्यांच्या आयुष्याच्या गणितात फक्त बेरजा आणि गुणाकार. आपल्या गणितात फक्त भागाकार आणि वजाबाकी.
आणि एके दिवशी, ह्या दुष्ट चक्रातून बाहेर पडायचं ह्या निश्चयाबरोबर आपल्या आयुष्यातला त्या दिवशीचा सूर्य उगवतो.
आणि मग?
पूर्वीचं आपलं फसणं परवडलं पण हे फसणं नको होतं असा अनुभव येतो.
रोखठोकपणाचा प्रयोग आपण भलत्याच व्यक्तीवर करून बसतो. दंग्यात, मोर्चात, आंदोलनात, गोळीबारातली गोळी जशी निष्पाप माणसालाच लागायची, तसा प्रकार आपल्या हातून होतो.
तर अशा तऱ्हेने तुमची जिरली आहे का?—हा माझा प्रश्न.

अशीच एक सकाळ. दाराशी एक अनोळखी, पन्नाशीकडे झुकलेले गृहस्थ.
नमस्कार-चमत्कार झाले.
"माझं नाव फडणीस."
"बसा ना!"
"बसायला फारसा वेळ नाही. मी कामाचं स्वरूप थोडक्यात सांगतो."
"चहा?"
"नको. मी चहा घेत नाही."
"कॉफी?"

"नको. आपण अगोदर कामाचं पाहू या, मला वेळ थोडा आहे."
"ठीक आहे, बोला."
"तुमचा मी 'माहेर' दिवाळी अंकातला लेख वाचून आलो आहे."
"गृहरचना—म्हणजे interior decoration वरचा?"
"अंऽऽ होय. त्यातली छायाचित्रं..."
"ह्याच खोलीतली."
"खोली पाहू का?"
"अवश्य."
मी फडणीसांना खोली दाखवली. एका खोलीच्या संसारात एवढी चांगली मांडणी होऊ शकते ह्याचं आश्चर्य आणि कौतुक दर्शवीत त्यांनी विचारलं,
"तुम्ही माझ्याबरोबर आता माझ्या घरी याल का?"
त्यांच्या प्रश्नाचं उत्तर न देता मी घड्याळाकडे पाह्यलं. ते लगेच म्हणाले, "मी गाडी आणलेली आहे. तुम्हाला नेतो, पुन्हा इथपर्यंत सोडतो, हवं तर ऑफिसपर्यंत गाडी देतो."
मला नकार देता येत नाही.
निघता-निघता स्वयंपाकघर बजावतं, 'गाडीवाले गृहस्थ आहेत. ह्या वेळेला फुकट काम करू नका.'

फडणीसांच्या इमारतीचं काम अर्ध झालेलं होतं. इमारतीला संपूर्ण स्वरूप येण्यापूर्वी, फर्निचर, सजावट, मांडणी ह्या दृष्टिकोनातून बांधकामात बदल करणं आवश्यक आहे का?—हा फडणीसांचा प्रश्न. यावर मी काही निर्णायक उत्तर देणं म्हणजे कल्पना देण्यासारखं होतं. त्यामुळे मी गप्प बसलो. फडणीस उत्साहाने बोलत होते. निरोप घेता-घेता मी म्हणालो,
"मी तुम्हाला एकदम लेआऊट करून दाखवतो."
फडणीसांनी मला घरापर्यंत सोडलं.
तेवढ्यात स्वाती नाचत आली. 'बापू, मी पास झाले' असं म्हणत तिने मला आणि फडणीसांना वाकून नमस्कार केला. 'प्लॅन लवकर द्या'—असं म्हणत त्यांनी निरोप घेतला. मी रातोरात ड्रॉईंग्ज बनवली.

"किती पैसे सांगितलेत?"— घरातली चौकशी.
"त्यांनी माझी फी विचारलीच नाही."
"म्हणजे नेहमीसारखं झालं. तुमच्याकडून कल्पना घ्यायच्या. नंतर नाहीसं व्हायचं."

"हा गृहस्थ निराळा आहे. पैसेवाला आहे. दाराशी मोटार आहे. ब्लॉक साठ-सत्तर हजारांचा घेतोय. फर्निचरसाठीसुद्धा चांगला खर्च करतील.''

"प्रथम तुमचं काय ते सांगा.''

"आपल्यालाही पैसे मिळतील.''

"तुम्ही न मागता?''

"किती मागायचे सांग.''

"प्रत्येक खोलीचे शंभर सांगा आणि सगळी ड्रॉईंग्ज एकदम देऊ नका.''

"समोर सांगायला संकोच वाटतो.''

"फोन करून सांगा.''

समोर फडणीस दिसत नव्हते तरी मी जीभ चावत विचारलं, "फडणीससाहेब, ड्रॉईंग करण्याबद्दलचे आपण मला पैसे द्याल ना?''

"अरे, हे काय विचारणं झालं? जरूर देईन. स्वयंपाकघराचा प्लॅन—''

"तयार आहे.'' मी गडबडीने म्हणालो.

"शोफरला पाठवतो.''

"ठीक आहे. त्याच्याबरोबर शंभर रुपये पाठवून द्या.''

मी फोन खाली ठेवला. नंतर लक्षात आलं, मी पैशाबद्दल प्रथमच इतकं स्पष्ट बोललो.

शोफर आला. मी त्याला ड्रॉईंग दिलं आणि—

त्यानं पटकन शंभराची नोट काढून दिली.

आता ड्रॉईंगप्रमाणे काम होतंय की नाही, सुताराला प्रत्यक्ष काम करताना काही अडचण येत नाही ना हे पाहणं माझं कर्तव्य होतं.

माहीमला माझ्या खेपा सुरू झाल्या.

प्रत्येक वेळेला कुलूप. सुताराच्या आणि माझ्या वेळा जमेनात.

आठ दिवसांनी गेलो तर सुताराने स्वयंपाकघराचं काम पूर्ण केलेलं. मोठमोठ्या इंग्लिश कंपन्यांकडे काम करून तरबेज झालेला सुतार फडणीसांना लाभला होता.

उरलेल्या खोल्यांची रचना त्यानेच मला दाखवली.

त्यानंतर चार महिने मी त्यांच्याकडे गेलो नाही.

नंतर एके दिवशी वास्तुशांत आणि सत्यनारायणाच्या पूजेचं फडणीसांकडून निमंत्रण.

मी गृहमंत्र्यांना म्हणालो, "नव्या घरी जाताना आपण फडणीसांसाठी काहीतरी झकास वस्तू घेऊन जाऊ.''

"कशाला?"

"असं वाटतं, आपण शंभर रुपये घेतले आणि त्या मानाने त्यांना आपली गरज कधीच लागली नाही. त्यांचा सुतार एवढा हुशार निघाला की मला काहीही दगदग झाली नाही."

"असं वाटत असेल तर शंभरच्या शंभर परत करण्याची तयारी ठेवा."

"अवश्य!"

मी शंभर रुपये अक्षरश: उसने आणले.

मुलांसहित फडणीसांकडे आलो. त्यांनी अतीव प्रेमाने स्वागत केलं.

अल्पोपहार झाल्यावर मी फडणीसांना गॅलरीत बोलावून त्यांच्या हातात पैसे ठेवले.

"हा काय प्रकार आहे?"

"तुम्ही स्वीकार करा, मग सांगतो."

"असं व्हायचं नाही. अगोदर सांगा."

"माझा interior decoration हा व्यवसाय नाही. पण माणसं घर पाहायला येतात आणि त्यांचं काम करायची गळ घालतात. मी तुमचे पैसे घेतले खरे, पण तुमच्या सुताराला माझी कधी गरजच पडली नाही. तेव्हा मला प्रशस्त..."

"थांबा! आता माझं ऐका. तुमचा दिवाळी अंकातला लेख वाचल्यामुळे मी ओळख नसताना आलो. माझ्याकडे भरपूर पैसा आहे. पण सजावटीची दृष्टी नाही. ती तुम्ही दिलीत. त्याचे हे पैसे समजा."

"त्यासाठी पैसे नकोत. तुमचा परिचय होणं हीच देणगी."

"थांबा, आणखी एक सांगायचं आहे. ज्या दिवशी तुमच्या घरी आलो, 'काका, मी पास झाले' असं म्हणत तुमचं हे लेकरू माझ्यासमोर नाचलं. त्या दिवशी कसं कुणास ठाऊक पण तिच्या हातावर ठेवायला खिशात एक पैसा नव्हता. नात्यातली मुलं नमस्कार करत नाहीत, त्यांना तसं कुणी शिकवलेलं नाही आणि आम्हाला स्वत:ला मूलच नाही तेव्हा..."

त्यांनी वाक्य पुरं केलं नाही. माझ्या हातातलं पाकीट त्यांनी काढून घेतलं आणि स्वातीच्या हातात खाऊ म्हणून ठेवलं.

मी नुसता पाहत उभा राहिलो.

माझी अशी झकास जिरली.

तुमची कधी अशी जिरली होती?

◻

माझ्या कथेबद्दल किंवा कथाकथनाबद्दल कुणी कौतुक केलं की मी क्षणभर थबकतो.
त्यातल्या त्यात हे कौतुक ऑफिसातल्या एखाद्या समव्यावसायिकाने केलं तर विचारायलाच नको. लहानपणी आईने जर हातावर दोन-चार बदाम ठेवले तर ती सांगायची, "एकदम तोंडात टाकू नकोस. छोटा तुकडा मोड, चावून बघ. चांगला असला तर सगळा खा."
पण बदाम म्हटल्यावर दम थोडाच निघतोय? मुळात परिस्थिती बेतास बात. 'बदाम' ही वस्तू म्युझियममध्ये बघायची.
हळूहळू चव बघेपर्यंत कुठला दम निघायला?
त्याच चालीवर, कौतुक करणारे सगळेच बदामासारखे चांगले दिसायचे. मांस चढायचं. पण सरावाने, बदामासारखाच त्या कौतुकाचा तुकडा मोडून चव बघायची सवय झाली.
ती सवयसुद्धा कुणामुळे झाली?
तर विजय तेंडुलकरांमुळे.
त्यांनी त्यांच्या खास लकबीने एक किस्सा ऐकवला.
कधी? तर—

एकदा विजय तेंडुलकर माझ्या ऑफिसात आले. त्याच वेळेला मी ज्याला अगदी सख्खा आणि जिवाभावाचा मित्र आजही मानतो, त्या मित्राने, डोळ्यांची उघडझाप करीत आणि खांद्यांची विशिष्ट हालचाल करीत, माझ्या एका कथासंग्रहाबद्दल माझं भरपूर कौतुक केलं.
ते कौतुक संपल्यावर तो मित्र निघून गेला.
तेंडुलकर मंद हसले. तेंडुलकरांची हसण्याची पण एक खास ढब आहे.
त्यांनी विचारलं, "कितपत सुखावलात?"
मी विचारलं, "तुम्ही का हसलात?"
हसण्याचं कारण न सांगता ते म्हणाले, "ह्या गृहस्थांचा आणि माझा परिचय नाही. पण त्यांना पाह्यल्यावर एक किस्सा सांगावासा वाटतो. ऐकणार?"

"जरूर."

"आता गेला हा गृहस्थ पण लेखन वगैरे करतो का?"

"नाही, पण तो माझ्यावर भावासारखं प्रेम करतो. आम्ही दोघं एकाच दिवशी नोकरीला लागलो."

क्षणभर थांबून तेंडुलकर म्हणाले, "ही हकीगत 'अ' आणि 'ब' ह्या दोन नाटककारांची आहे. ह्यापैकी 'अ' हा प्रसिद्ध, लोकप्रिय, सिद्धहस्त वगैरे वगैरे. 'ब' हा बुद्धिमान, प्रतिभावंत, तरीही अपेशी ठरलेला नाटककार. 'अ' नावारूपाला येत होता. जनतेच्या गळ्यातला ताईत बनत चालला होता. 'ब'चं पण बरं चाललं होतं. नाटकाचे प्रयत्न चालले होते. प्रयोग होत होते. पेपरला जाहिराती येत होत्या.

पण 'कालचा प्रयोग हाऊसफुल्ल, रसिकांचे आभारी आहोत' अशी ओळ छापण्याचं भाग्य नाटककार 'ब'च्या पत्रिकेत नव्हतं.

नाटकं लिहिण्याचा 'ब'चा व्यवसाय मात्र चालूच होता.

'ब'च्या नव्या नाटकाच्या जाहिराती झळकल्या. नाटककार 'ब' ने 'अ'ला आमंत्रण पाठवलं. 'अ' आला.

आणि गंमत म्हणजे 'अ'ला 'ब'चं नाटक आवडलं. 'अ'ने 'ब'चा हात हातात घेऊन सांगितलं, 'तुझं नाटक मला अतिशय आवडलं.' 'ब'ने 'आलं लक्षात' अशा अर्थाची मान हलवली. 'अ'ने कुणाच्याही नाटकाची अशी तारीफ व कौतुक केलं, की त्यातलं खरं किती आणि तोंडापुरतं किती हे ओळखण्याचं 'ब'ला तारतम्य होतं. कारण 'अ'ची तशी ख्याती होती. मुखवटे धारण करण्यात 'अ' एक्सपर्ट. पाठ वळली की...

थोडक्यात वपु, 'ब' मोहरला नाही.

हे 'अ'ने जाणलं व तो पुन्हा म्हणाला, 'तुझं नाटक मला खरोखरच आवडलं.' तरीही 'ब' कंपॅरेटिव्हली शांत. आता नाटक मनापासून आवडल्याचं 'ब'ला कसं पटवायचं हे 'अ'ला कळेना, त्यात आणखी एक योगायोग म्हणजे 'अ'चं नुकतंच झळकलेलं नाटक लोकांनी अक्षरश: डोक्यावर घेतलेलं. 'ब'च्या नव्या नाटकाच्या पहिल्या प्रयोगास गर्दी बेतास बात. तरीही 'अ'ला 'ब'चं नाटक आवडलेलं. आता खात्री कशी पटवायची?—'अ' 'ब'ला घेऊन आपल्या घरी गेला. जेवता-जेवता 'अ' पुन्हा म्हणाला, 'तुझं नाटक मला आवडलं.'

जेवण संपवून 'ब' घरी आला. एवढं झालं तरी 'अ'चं समाधान होईना.

'अ'ने मग 'ब'ला एक पत्र लिहिलं. त्यात त्याने 'ब'च्या नाटकाची भरमसाट स्तुती केली.

नंतर सरकारी बक्षिसं जाहीर झाली. त्यात लोकप्रिय 'अ' नाटककाराला बक्षीस

न मिळता, उत्कृष्ट नाटककार म्हणून 'ब'ला बक्षीस मिळालं.
मग 'अ' बिथरला.
त्याने 'ब'ची यथेच्छ निंदानालस्ती करायला प्रारंभ केला. तेही 'ब'च्या कानावर आलं. ते 'ब'च्या कानावर जावं अशीच 'अ'ची योजना होती.
ह्यावर 'ब'ने काय करावं?
स्तुतिसुमनांचा वर्षाव करणारं 'अ'चं पत्र 'ब'ने शोधून काढलं. 'अ'ला एक छोटी चिठ्ठी लिहिली. ती चिठ्ठी 'अ'च्या पत्राला जोडली आणि चिठ्ठीसकट 'अ'चं पत्र 'अ'ला पाठवून दिलं.
चिठ्ठीत 'ब'ने काय लिहिलं होतं?
प्रिय 'अ',
माझ्या नाटकाला बक्षीस मिळाल्यावर तू बिथरलास. तोपर्यंत तुला माझं नाटक आवडलं होतं. आता माझ्या पाठीमागे तू माझ्या नाटकाची यथेच्छ टवाळी करतोस, असं समजलं. पण टवाळी करत असतानाही, मला लेखी पत्र पाठवून नाटकाची स्तुती, आपण प्रत्यक्ष केली आहे, अशी तुला रुखरूख वाटत असेल, आणि म्हणूनच कदाचित तुला फार मोकळेपणाने टिंगल करता येत नसेल. म्हणून यासोबत माझी नावाजणी करणारं तुझं पत्र मी परत पाठवीत आहे.

तुझा 'ब.' "

तेंडुलकरांनी हकीकत संपवताच मी म्हणालो, "मला प्लीज 'अ', 'ब'ची नावं सांगा."
तेंडुलकर म्हणाले, "व्यक्तीला महत्त्व नाही, वृत्तीला आहे."
मी म्हणालो, "तरी पण—"
तेंडुलकर नुसते हसले. ते म्हणाले,
"एक खेडेगावातला किस्सा ऐकवतो आणि जातो. शाळेतले मास्तर मुलांना विचारतात, 'बरं का रं पोरों सालीसंगट खात्यात ते फळ कंचं?"
एक पोरगं ओरडलं, 'नाऽऽरोऽऽळ.'
मास्तर म्हणाले, 'गाढवीच्या, डोस्क चालीव. नारळ काय?"
पोरगं म्हणालं, 'मास्तर चुकलो. सालीसंगट खायचं फळ म्हंजी द्राक्षं.'
मास्तर म्हणाले, 'आता कसं? गंप्या, आणखीन डोस्कं चालीव आन् आणखी येका फळाचं नाव सांगा.'
गंप्या म्हणाला, 'सालीसंगट खात्यात तो फनस.'
तेव्हा, वपु, नारळ आणि फणस ही फळं आपण सालीसकट खातो, हीच उत्तरं

बरोबर आहेत. मधलं उत्तर आलं ते चुकून बरोबर आलं. ती हुशारी नव्हे, तेव्हा 'अ' कोण आणि 'ब' कोण हे न सांगता, पूर्वीच्या कथेत जसं तात्पर्य सांगत असत, त्याप्रमाणे मी तात्पर्य सांगून जातो. 'दुसऱ्याचं चांगलं न बघवणं ही आपली खरी वृत्ती. चुकून कुणाबद्दल एखादी व्यक्ती चांगलं बोलली तर तो अपघात.' ''

तेंडुलकर निघून गेले आणि मी खूप मागे भूतकाळात गेलो.

बाराखडीतच 'बदाम' शब्दाची ओळख झाली त्या काळात गेलो.

'बदामाचा तुकडा खाऊन बघावा' हे सांगणारी आई समोर उभी राहिली.

स्तुती आणि बदाम.

दोन्ही गोष्टी मूठभर मांस वाढवणाऱ्या. तरी मी म्हणालो,

'आई, तू म्हणतेस ते खरं आहे. तुकडा मोडून खाऊन बघितला पाहिजे. कारण नुसत्या नजरेला सगळे बदाम सारखेच दिसतात.'

❑

सोवळं-ओवळं, सोयर-सुतक, धर्म-अधर्म, पवित्र-अपवित्र, माणुसकी-अमानुषता.

ही सगळी अक्षरं आहेत. शब्द आहेत का? खरोखर ह्या शब्दामागे काही भावना आहेत? काही पारंपरिक संकेत आहेत? ह्यातले कोणते खोटे? प्रत्यक्ष जीवनाशी, जगण्याशी या सगळ्या समजुतींचा संबंध आहे का?

जगण्याची प्रत्यक्ष प्रक्रिया महत्त्वाची की हे सगळं बाकीचं? कुणी ठरवायचं? शेवटी त्या-त्या क्षणाची निकडच सर्वांवर मात करते तेव्हा ह्या सगळ्या जोड्या कुठे जातात?

एक छोटंसं ऑफिस. मध्ये सात फुटांचा पॅसेज.

आणि पलीकडच्या हॉलमध्ये सात-आठ प्रेतं पडलेली. नागडी. स्त्री-पुरुष ह्या संकेताच्या पलीकडे गेलेले देह. त्याचप्रमाणे बाल, तरुण, वृद्ध याही संकेतांच्या पलीकडे गेलेले. ते नुसते देहच.

त्याच्या पलीकडची तर संपूर्ण खोली तशीच प्रेतांनी भरलेली आणि बाहेरच्या बाजूला सुमारे शंभरेक माणसं शोकाकुल मन:स्थितीत प्रतीक्षा करीत खोळंबलेली.

माझ्यासमोर सर्जन प्रीतम फटनानी. तेवढ्यात खोलीचा झुलता दरवाजा उघडून एक तरुण पोरगा येतो. 'सर, मी पास झालो.' प्रीतम त्याला शेकहॅण्ड करतो. तो मुलगा पेढ्यांचा पुडा हातात ठेवतो. बॉक्स फोडलं जातं. प्रीतम दोन-दोन पेढे सर्वांना वाटतो. त्याच वेळेला ॲटॉप्सी हॉलचा दरवाजा उघडला जातो. धुतलेल्या प्रेतांचा दर्प खोलीत घुसतो. घुसमटायला होतं. प्रीतम मधलं दार लावायला सांगतो.

आम्ही पेढ्यांचा पुडा संपवतो.

एका हाताला प्रेतं, एका हाताला सुतकातली माणसं. मध्ये आम्ही पेढे खाणारी माणसं. पेढे संपता-संपता कोक येतो. कोक संपल्यावर प्रीतम असिस्टंटला सांगतो, "माझा टिफिन तू संपवून टाक. मी बाहेर जातोय."

प्रीतमबरोबर मी बाहेर पडतो.

प्रेतांचा वास आत आला, आम्ही ॲटॉप्सी रूममध्ये आलो. निरनिराळ्या

वयांची, रंगांची, आकारांची, सात-आठ नागडी प्रेतं पडली होती. त्यात तीन स्त्रियाही होत्या. प्रीतम मला ॲटॉप्सी रूमचा प्लॅन कसा असायला हवा हे समजावून सांगत होता. मी निर्विकारपणे तिथं फिरत होतो.
वीस वर्षांपूर्वी के. ई. एम. मध्ये पडते ह्यांच्याबरोबर मापं घेत असताना, के. ई. एम.च्या पोस्टमार्टेम खोलीत केवळ बाहेरून डोकावलो आणि त्या वेळी माझी हातापायांतली ताकद गेली आणि आज, तोच मी, प्रीतमबरोबर शांतपणे प्रेतं बघत-बघत त्या खात्यातून हिंडत होतो. तरीही बाहेर पडलो तेव्हा वाटलं, प्रीतम त्याचा टिफिन इथं कसा खाऊ शकतो?
अर्थात हा प्रश्न का पडावा?
मी जसे मघाशी पेढे खाल्ले, त्याप्रमाणेच प्रीतम टिफिन खातो.

गाडीत बसून आम्ही कूपर हॉस्पिटलवर आलो. ज्या जागी आणखीन एक कॉरोनर कोर्ट बांधायचं होतं, ती जागा मी प्रीतमला दाखवली. आम्ही बराच वेळ भटकत होतो आणि नंतर माझं प्रीतमकडे लक्ष जाऊन मी म्हणालो,
''डॉक्टर, आय ॲम व्हेरी सॉरी.''
''का?''
''तुमच्या हातातल्या बॅगेकडे माझं इतका वेळ लक्ष गेलं नाही. मी घेतो. डॉक्टरांची बॅग त्यांच्याबरोबर असलेल्या माणसांनीच नेहमी उचलायची असते, असा संकेत आहे.''
''डोण्ट वरी!''
''खरंच द्या.''
''मिस्टर काळे, मी माझ्या बॅगेला कुणाला हात लावू देत नाही.''
''त्यात असं काय आहे?''
''घरी गेल्यावर दाखवीन.''

कॉरोनर कोर्टाचे प्लॅन्स कसे असावेत, यावर चर्चा करीत मी प्रीतमला घेऊन माझ्या घरी आलो. घरी आल्यावर मी स्वत: केलेला एक प्लॅन प्रीतमला दाखवला. त्या प्लॅनमध्ये एक मोठा बगिचा आणि मध्यभागी कारंजं पण दाखवलेलं होतं. त्याशिवाय छोटं चहा-कॉफीचं दुकान.
प्रीतम प्लॅनकडे बघत राह्यला.
मी म्हणालो, ''प्रीतम, पाण्याचं कारंजं आणि चहा-कॉफीचं दुकान ह्या गोष्टी तुला खटकत आहेत का? मी त्या गोष्टी का दिल्या ते सांगतो.''
प्रीतम म्हणाला, ''मला ह्या गोष्टी मनापासून आवडल्या, तरीही तू तुझी कारणं

सांग.''
मी म्हणालो, ''माझ्या एका मित्रासाठी मी असाच कॉरोनरकडे आलो होतो. त्या वेळी इथं कुणाचीच ओळख नव्हती. मृत्यू हा भयाणच असतो. पण म्हणून बॉडी ताब्यात येईतो, जिथं तास न् तास थांबावं लागतं ती जागा मृत्यूपेक्षा भयाण असावी का? आजूबाजूच्या सौंदर्याचा आस्वाद घेण्याच्या मन:स्थितीत माणूस तेव्हा नसतो हे मान्य. पण त्या प्रसंगातील दाहकता नक्की कमी करता येईल, म्हणून इथं बाग, थोडी हिरवळ, वाहतं पाणी असावं, असं मला वाटतं. त्या दृष्टीने जे. जे. हॉस्पिटलमधलं कॉरोनर कोर्टचं वातावरण अंगावर शहारे आणतं.''
प्रीतम शांतपणे ऐकत होता.
''तीच बाब, चहा-कॉफीच्या बाबतीत. माणसं तास न् तास उभी असतात. आपलं जिवाभावाचं माणूस गेलं ह्याचा धक्का लगेच ओसरतो. मागं रेंगाळत राहतं ते दु:ख आणि आठवणी. त्यानंतर बॉडी ताब्यात घेऊन पुढच्या क्रिया करणं हा एक निखळ व्यवहार उरतो. शरीर त्या कार्यासाठी उभं ठेवायचं असतं. पण तेवढ्यासाठी मी माझ्या मित्राच्या वेळी जेव्हा आलो तेव्हा, एक कप चहासाठी मला फर्लांगभर चालावं लागलं होतं. हे दोन्ही अनुभव गाठी होते. एवढ्यासाठी मी ह्या दोन गरजांची व्यवस्था प्लॅन करताना करायचं ठरवलं होतं.''
प्रीतम म्हणाला, ''व्यक्तिश: मला दोन्ही गोष्टी आवडल्या. मी माझ्या साहेबांना कनव्हिन्स करीन.''
बोलता-बोलता प्रीतमने बॅगेतून एक टॉवेल काढला. तोंड पुसलं.
मी म्हणालो, ''तुम्ही मला बॅगेत काय आहे, ते दाखवणार होतात.''
प्रीतम म्हणाला, ''श्युअरली!''
प्रीतमने बॅगेतून एक अत्यंत भारी कॅमेरा काढला. छोटी फ्लॅशगन काढली. त्यापाठोपाठ त्याने दोन मोठे कार्डबोर्डचे बॉक्स काढले.
''तुझी साइड हॉबी?''
''हॉबी नाही, माझ्या प्रोफेशनचा हा एक भाग आहे.''
''म्हणजे कसा?''
प्रीतम म्हणाला, ''प्रोफेशनचा एक भाग असं मी म्हणतो, पण तरीही ते कम्पलसरी नाही. तरीसुद्धा मी फोटोग्राफी करतो. कलर्ड. कारण माझ्या व्यवसायात ब्लॅक ॲण्ड व्हाइट फोटोंना काही किंमत नाही.''
मी विचारलं, ''कलर्ड फोटो म्हणजे फार खर्चाचं काम...''
प्रीतम म्हणाला, ''म्हणूनच इतर कोणतेही छंद न करता मी पै न पै वाचवतो

ती फोटोग्राफीसाठी. काळे, मी आतापर्यंत जेवढी पोस्टमार्टेम केली, त्या एकूण एक केसेसचे फोटो माझ्याजवळ आहेत. पुरावा म्हणून कोर्टात जे सुरे, चाकू, दगड, कोयते, विळे, काठ्या सादर केल्या जातात तिथपासून, जिथे वार केला गेला त्या अवयवांचे, प्रेतांचे एकूण एक फोटो माझ्याजवळ आहेत. ते सगळे ह्या बॅगेत असतात. मी ह्या बॅगेला एवढ्याचसाठी कुणाला हात लावू देत नाही.''

''पण ह्या फोटोंचा उपयोग...''

''खून का आत्महत्या, हे शोधण्यासाठी.''

मी चकित होऊन विचारलं, ''प्रेताकडे पाहून हे समजतं?''

प्रीतम म्हणाला, ''मला इतरांचं माहीत नाही, मला समजतं. अर्थात त्यासाठी प्रेताकडे निराळ्या नजरेनं बघावं लागतं. चिरफाडीसाठी आलेलं शरीर या दृष्टीने बघून भागत नाही. सर्वस्व सोडून जावं लागलेल्या त्या माणसाच्या प्रेताकडे जर कणव येऊन पाह्यलं तर ते प्रेत, 'मी कसा मेलो' ते सांगतं. काळे, मी तुम्हाला काही फोटो दाखवतो. प्रेतं किती बोलतात याची तुम्हालाही कल्पना येईल.''

प्रीतमने फोटो काढले. एका फोटोने माझं जास्त लक्ष वेधून घेतलं.

प्रीतम म्हणाला, ''आता ह्याच गृहस्थाची हकीकत ऐका. मृत्यूनंतर बारा-तेरा दिवसांनी ह्या माणसाची बॉडी सेप्टिक टँकमध्ये सापडली. त्याला मारणाऱ्यांनी झकास डोकं चालवलं होतं. सेप्टिक टँकच्या घाणीत प्रेताची दुर्गंधी लपेल, हा त्यांचा कयास. पण तो कयास चुकला. कॉरोनरकडे बॉडी आली तेव्हा फक्त हाडांचा सांगाडा उरला होता. बेवारशी म्हणून विल्हेवाट सहज लावता आली असती. कारण सांगाड्यावरून माणूस ओळखायचा कसा? तरीही तशीच विल्हेवाट लावायची हे पटेना. वाटलं, वीस-बावीस वर्षांचा हा तरुण—''

मी मध्येच विचारलं, ''ते कसं समजलं?''

''हाडांवरून वयाचा अंदाज करता येतो. वाटलं, एवढ्या लहान वयात ज्याला आयुष्य संपवावं लागलं, त्याला शेवटच्या क्षणी काय वाटलं असेल? हा का मेला, याचं उत्तर मिळायला हवं. मग मी खनपटीला बसलो. त्याच्या कवटीचं बारकाईने निरीक्षण केलं. त्याच्या जबड्याला एक विशिष्ट आकार होता. वरच्या कवळीपेक्षा खालची कवळी जरा मोठी होती. मॅथेमॅटिकल कॅलक्युलेशन्स करून, प्रत्येक ठिकाणी त्या कवटीवर मांस किंवा चरबी किती असेल याचे आडाखे बांधले. मग तेवढ्या जाडीच्या प्लॅस्टिसिनच्या गोल चकत्या तयार केल्या. त्या सगळ्या चेहऱ्यावर – हाडांवर ठिकठिकाणी चिकटवल्या. तशा चकत्या चिकटवून झाल्यावर तांब्याच्या तारा घेतल्या आणि रांगोळीतले

निरनिराळे ठिपके जसे आपण रेघा मारून जोडतो, तशा त्या सगळ्या टिकल्या मी बारीक तारांनी जोडल्या. कवटीभर तारांचं एक जाळं तयार झालं. मग त्या कवटीवर मी प्लॅस्टर ऑफ पॅरिस ओतलं. त्या सांगाड्याला मग अंदाजाने आकार देऊन एक चेहरा बनवला. तो एखाद्या पुतळ्यासारखा दिसायला लागला. मग त्याचे कलर्ड फोटो काढले. त्या फोटोच्या प्रती जोगेश्वरीत सगळ्या फोटोग्राफर्सच्या दुकानांतून वाटल्या.''

''जोगेश्वरी का?''

''तो माणूस जोगेश्वरीचा होता आणि गंमत म्हणजे एका फोटोग्राफरकडे त्या माणसाचा ओरिजिनल फोटो मिळाला. आयडेंटिटी कार्डासाठी फोटो काढवून घेण्यासाठी हा गृहस्थ त्या फोटोग्राफरकडे गेला होता. आता तुम्हाला बाकीचे फोटो दाखवतो.''

प्रीतमने हाडांच्या कवटीपासून टप्प्याटप्प्याने त्या कवटीवर प्लॅस्टर ओतेपर्यंत सगळे फोटो दाखवले. प्रेताचा शेवटचा फोटो आणि फोटोच्या दुकानातला जिवंत माणसाचा फोटो ह्यात काहीही फरक नव्हता.

''पुढे?''

''मग काय? माणूस कोण हे एकदा समजल्यावर पुढचं काम पोलिसांनी संपवलं. त्या माणसाचे मित्र शोधून काढले. त्यांच्या व्यवसायावर पाळत ठेवली आणि बरोबर त्यातला खुनी टिपला.''

मी प्रीतमला विचारलं, ''सरकारने काही कौतुक केलं का?''

प्रीतम नुसता हसला.

मी विचारलं, ''फॉरीनला का स्थायिक होत नाही?''

प्रीतम म्हणाला, ''मला सतत आमंत्रणं येतात. मी आईवडिलांसाठी जात नाही. ते आता थकले आहेत. मी जेव्हा लहान होतो, तेव्हा आईवडिलांनी त्यांचं असं जे जे 'बेस्ट' होतं, ते माझ्यासाठी राखून, जतन करून ठेवलेलं होतं. आज आता असा काळ आलेला आहे की, माझ्याजवळ जे काही बेस्ट आहे, ते मी त्यांच्यासाठी ठेवलं पाह्यजे. आई-वडिलांना माझा पैसा नको आहे. त्यांना माझा सहवास हवा आहे. तेव्हा मी इथं राहायला हवं.''

''पण मग त्यासाठी दिवसातले अनेक तास तुम्ही कॉरोनर, मेलेली माणसं, प्रेतांची चिरफाड ह्या वातावरणात घालवता?''

प्रीतम म्हणाला, ''मरणोत्तर चिकित्सा हे एक फार मोठं सामाजिक कार्य आहे. जिवंत माणसापेक्षा जास्त न्याय मेलेल्या माणसांना मिळणं जरुरीचं आहे. ह्या क्षेत्रातही निरपेक्षतेने, निःस्वार्थीपणाने कार्य करणारी माणसं हवी आहेत. मेलेली माणसं, जिवंत माणसांपेक्षा कमी डेंजरस असतात. डेड बॉडीच्या आसपास

वावरणारी माणसं जास्त भयानक असतात.''

''तुमच्या क्षेत्रात असं काही नसेल.''

प्रीतम खेदाने म्हणाला, ''नसतं तर बरं झालं असतं.''

''पण तिथं स्कोप—''

''प्रत्येक ठिकाणी आहे. काळे, रोज कमीत कमी आठ ते दहा पोस्टमॉर्टेम असतात. नातेवाईक ताटकळत उभे असतात. त्यांना त्यांच्या दिवंगत व्यक्तीची बॉडी तातडीने हवी असते. इथेच काम करणाऱ्या एखाद्या स्वीपरला ही माणसं थांबवतात. बॉडी 'कधी मिळेल' विचारतात. तो सांगतो, सर्जनसाहेबांना तुमच्याच माणसाची बॉडी प्रथम घ्यायला लावतो, पण...''

क्षणभर थांबून प्रीतम म्हणाला, ''Now you can imagine.''

''खरंच?''

''असं घडू शकतं आणि घडतंही. आपल्या नावावर मधल्या मध्ये स्वीपरने हात मारला तर सर्जनला पत्ताही नसतो.''

''मृताच्या टाळूवरचं लोणी, ही म्हण उगीच नाही अस्तित्वात आली.''

प्रीतम म्हणाला, ''म्हणून वाटतं की हेच कार्य आयुष्यभर करावं. कायद्याचे हात कुठवर पोहोचणार? पैसा जोडणारा वाटेल त्या मार्गाने जोडतो. नाडलेली माणसं ऐपत असो-नसो, पाकीट सैल करतात. मी तरीही, माझ्या व्यवसायाकडे सामाजिक कार्य म्हणून बघतोय. पोस्टमार्टेम म्हटलं की समाजाच्या पोटात गोळा उभा राहतो, पण काळे, तशी वेळ कुणी कुणावर आणू नये आणि कुणावर येऊ पण नये. पण जर आलीच तर पोस्टमार्टेमसाठी लोकांनीच आग्रह धरायला हवा. त्यासाठी जनमनाला शिकवलं पाहिजे.''

मी प्रीतमला विचारलं, ''कॉरोनर कोर्टाच्या ह्या इमारतीवर एखादा सूचक, बोधप्रद संदेश लिहिता येईल का?''

प्रीतम म्हणाला, ''जरूर येईल. तसा संदेश मी तुम्हाला सांगतो. तो कुणीतरी द्यायला हवा. पोस्टमार्टेम म्हटलं की फार रखडायला होतं, खेपा घालाव्या लागतात. प्रेताची विटंबना होते. ह्याला माणसं घाबरतात, कंटाळतात. सरकारने ह्या पद्धतीत बदल करायला हवा. तोपर्यंत एक संदेश इतरांसाठी.''

''सांगा, लिहून घेतो.''

प्रीतम म्हणाला, ''Surgery during life is painful and for the benefit of an individual. But, surgery after death is without pain and is for the benefit of mankind.''

❑

''जुनं पुणं हरवलं–' असं म्हणताना माझी नक्की भावना काय असते, कोणती असते, आनंदाची की विषादाची, हे मला कळतच नाही.

हुंदकेच द्यायचे ठरवलं, तर भूतकाळात जमा होणाऱ्या प्रत्येक क्षणासाठी तेच करावं लागेल.

प्रत्येक काळाच्या जशा गरजा असतात तशाच गमतीही.

महाविद्यालयाची डिग्री मिळवल्यानंतर जर प्राथमिक शाळेतल्या बाकावर बसायचा प्रयत्न केला तर काय होईल?

ते बाक बसायला योग्य नाही, असं म्हणून चालेल का?

मग हुंदके कशाचे? उन्हाळ्यात कोणतंही वाहन गेल्यावर धुरळा उडवणारे आणि पावसाळ्यात चिखलाने माखणारे रस्ते जाऊन डांबरी रस्ते आले ह्याचे हुंदके?

आता त्यामुळे एक छोटी गंमत इतिहासजमा झाली. पूर्वी उन्हाळ्यात धुरळा कमी उडावा म्हणून म्युनिसिपालिटीचा टँकर सडा घालत येत असे. त्या पाण्याखाली पाय भिजवून घेण्यात निराळी गंमत वाटायची. त्या गाडीप्रमाणेच आता टांगेवाले उरलेले नाहीत.

त्या जागी 'डिस्को'सारख्या नाचणाऱ्या रिक्षा आल्या.

रिक्षा हे वाहन भारतामध्ये प्रथम कोणत्या शहरात आलं ह्याची मला कल्पना नाही. पण आता मात्र कोणत्याही गावात रिक्षा-रिक्षावाला भेटो, तो 'पुणे युनिव्हर्सिटी'चाच पदवीधर असतो.

फ्री-स्टाईल कुस्ती आणि तमाम हिंदी चित्रपटांतून 'नाच' ह्या नावाखाली जो धिंगाणा चालतो, त्यांची बेरीज म्हणजे रिक्षावाल्याचं ड्रायव्हिंग.

ह्याच पुण्यात एके काळी काही ठरावीक रस्त्यांनी, सायकलवरून खाली न उतरता किंवा रस्त्याला पाय न टेकवता मुक्काम गाठायच्या पैजा मी जिंकलेल्या आहेत.

आता तो 'थरार' संपला ह्याचं शल्य आहे का?...नाही.

पुणं हरवणं ह्याचं दुःख दोन-तीन वेळा प्रकर्षानं झालं. पुणं अतिवेगाने मुंबईकडे झुकणं अपरिहार्य आहे. औद्योगिक प्रगतीतली ती सुप्त अधोगती आहे.

म्हणूनच पुण्याच्या रस्त्यात जेव्हा प्रथम 'मोर्चा' पाह्यला, तेव्हा पहिलं दु:ख झालं. कर्वे रोडवर मोर्चा. दुकानं आता बंद होणार.
त्याच दिवशी माझा पुण्यात टिळक स्मारकमध्ये 'किर्लोस्कर'ने ठरवलेला कार्यक्रम.
मी कंपनीच्या जीपमधून थिएटरवर येत होतो.
रस्त्यावरची गडबड पाहून मी खिन्न झालो. चार मूठभर माणसांना दंगेधोपे करण्याचं स्वातंत्र्य असतं आणि उरलेल्या लाखो लोकांना शांततेने जगायचा अधिकार नसतो.
ह्यात पुणं पण सापडावं?
राज्यकर्त्यांनी 'दोन जमातींतील वैमनस्य' ह्याच वर्णनात सगळा असंतोष छापण्याची परवानगी द्यायची. कोण कशाने काय साधत आहे, ह्याचा पत्ता न लागणं, इज इक्वल टू प्रगती.
आणि तेवढ्यात जीपचा ड्रायव्हर म्हणाला,
"काय गंमत आहे बघा साहेब. भोसकाभोसकीचे गावात प्रकार झाले, असं म्हणतात. कुणी कुणाला मारलं असेल हे न सांगता समजतं."
"असं दर वेळी का व्हावं?"
"ते तसंच होणार बघा. खाटकाला व्यवसायासाठी हत्यार बाळगायची परवानगी मिळते. शीख लोकांनी धर्मातच तरतूद करून ठेवलीय. हिंदूंच्या हातात शस्त्र येतं ते कधी? तर म्हातारपणी. म्हणजे उगारण्याची ताकद संपल्यावर आणि तेही कोणतं हत्यार? तर काठी. आधारासाठी, उगारण्यासाठी नाही. मग काय होणार दुसरं?"
एक जीपचा ड्रायव्हर हे बोलला. होता ड्रायव्हरच पण तो पुण्यातला. त्या क्षणी वाटलं, पुणं हरवणारच आहे, पुणेकर हरवता कामा नये.

एका ट्रिपमध्ये अचानक जाणवलं की पुण्याबरोबरच पुणेकर पण हरवला आहे. मन विषण्ण झालं. जन्माला आल्यावर प्रत्येक सुजाण माणूस कशासाठी धडपडतो? अन्न, वस्त्र, निवारा ह्या गरजा भागल्यानंतर माणसाला काय हवं असतं?
जसा पैसा हवा असतो त्याप्रमाणे लौकिक, नाव, कीर्ती. समर्थांनीसुद्धा 'मरावे परी कीर्तिरूपे उरावे' असं सांगितलं आहे. प्रत्येकजण कुवतीनुसार नावासाठी धडपडतो. साध्या लग्नकार्यातदेखील मग 'नावाला साजेलसं कार्य' करण्याची अहमहमिका लागते. 'आहेर' किती दिला ह्याची चर्चा करतानाही किंवा किती द्यावा हे ठरवतानाही विचार 'नावा'चा.

असं असूनही पुणेकर साफ हरवल्याचं एका ट्रिपमध्ये जाणवलं.
महाराष्ट्र एज्युकेशन सोसायटीचं भावे स्कूल. माझं मॅट्रिकपर्यंतचं शिक्षण ह्या शाळेत झालं. मधली दोन वर्षं दादरच्या छबिलदास शाळेतली वगळायची. त्या शाळेत मी मनाने कधीच रमलो नाही.
ह्या शाळेचं माझ्या डोळ्यांसमोरचं चित्र वेगळं असणं स्वाभाविक आहे. त्या चित्रानुसार शाळेच्या मुख्य प्रवेशद्वाराचं फाटक, साध्या लोखंडी नक्षीकामाचं होतं. त्या फाटकातून नजर थेट आत जायची ती मधल्या हॉलमध्ये.
समोरच्याच भिंतीवर साहित्यसम्राट तात्यासाहेब ऊर्फ न. चिं. केळकरांचं जलरंगात काढलेलं पोर्ट्रेट आणि तिथंच भिंतीवरचं चौकोनी घड्याळ. रात्री त्या घड्याळावर दिवा लावायची प्रथा होती. त्यामुळे तात्यासाहेबांचं पोर्ट्रेट जाता-येता दिसायचं.
आता त्या फाटकाला जाडजूड पत्रा बसवला आहे.
त्यामुळे त्या हॉलचं नातं संपल्यासारखंच वाटतं. भरभक्कम किल्ला पलीकडे असावा, असं त्या फाटकाकडे पाह्यल्यावर वाटतं.
कर्वे रोडनं तर शाळा ओळखायलाच येणार नाही इतकी बदलली आहे. मजल्यावर मजले चढले आहेत. वाढ तर निश्चित झाली आहे. समृद्ध झाली आहे की नाही हे सांगता येणार नाही.
काळाच्या गतीनुसार हे होणारे फरक मान्य करायलाच हवेत. दुःख किंवा व्यथा ह्या फरकाबद्दल आहे का? मुळीच नाही.
'भावे स्कूल'ऐवजी ही शाळा एके दिवशी 'गरवारे' ह्यांचं नाव लावायला राजी होते, ह्याचं दुःख.
हे का?
तर गरवारे आज खूप मोठं डोनेशन देऊ शकतात म्हणून? गरवारे ह्यांचे पुतळे वर्गावर्गातून ठेवा. रोज पाहिजे तर त्यांच्या नावाचा दिवसातून तीन वेळा जयजयकार करा. गरवारे ह्यांच्या दानशूरत्वाबद्दल एखादा पोवाडा रचून घ्या आणि राष्ट्रगीतापाठोपाठ किंवा राष्ट्रगीताच्या अगोदर किंवा गरवारे देणगी देताना, जेव्हा सांगतील तेव्हा तो पोवाडा लावा.
पण 'भावे स्कूल' हे गरवारे स्कूल कसं काय होऊ शकतं, ह्याचा विचार करा. लायसेन्सप्रमाणे एखादी मुदत जशी संपते त्याप्रमाणे 'भावे' आडनावाची मुदत होती का? भावे ह्यांचं नाव एखाद्या शाळेला देण्यात, भाव्यांची काही ना काही पुण्याई होती ना? कर्तृत्व होतं ना? गरवारे किंवा कोणीही लखपती एखाद्या व्यक्तीला कर्तृत्वासहित विकत घेऊ शकतो काय? बोलू नये, पण समजा आणखीन पंचवीस वर्षांनी पुन्हा एकदा हे गरवारे हायस्कूल डबघाईला आलं

आणि एखादा मेहता, बिर्ला शाळेच्या पाठीशी उभा राह्यला तर गरवारे ह्यांच्या नावाची पाटी काढून टाकायची का?

स्वत:चं नाव अजरामर करायचं असेल तर स्वतंत्र संस्था काढावी. नाव विकत घेण्याचा अधिकार आणि ते नाव विकण्याचाही अधिकार कुणालाच नसावा.

त्यापेक्षा भावे स्कूल बंद पडलं असतं तरी चाललं असतं आणि तेवढीच वेळ आली तर आवाहन करण्याची खोटी होती.

महाराष्ट्रात कुठेही दुष्काळ पडला किंवा गुजरातमध्ये महापूर आला तर लाखो मदतीचे हात उभे राहतात. त्याच हातांनी भावे स्कूल बंद पडू दिलं नसतं.

पण 'भावे स्कूल' नावासकट हरवण्यापूर्वी पुणेकरच हरवला असेल तर? आता एकच भीती वाटते.

उद्या समजा, 'सज्जनगडाची' डागडुजी करण्यासाठी एखादे गरवारे, बिर्ला उभे राह्यले तर त्या गडाला सज्जनगड न म्हणता 'गरवारेगड' म्हणायचं का?

❑

बेल वाजली.

मी दार उघडलं. दारात मोहन सुखटणकर.

मी दार उघडल्याबरोबर हा प्राणी कधीही लगेच आत येणार नाही. तिथंच क्षणभर थांबेल. आपण भलत्या वेळी आलो नाही ना?—ह्याची गरज नसताना चिंता करील. आपण मग त्याचा हात धरून त्याला आत खेचायचं.

आपण पंखा लावीपर्यंत तो तोंडाने 'हुश: हुश:' असा आवाज करील. हा आवाज केल्याने उकडण्याचं कमी होतं का?— असा प्रश्न आवाज करणाऱ्या तमाम मंडळींना मला विचारावा असं वाटतं.

कधीकधी मी आपल्या आजूबाजूला किती आवाज चालू असतात याचाच अंदाज घेत राहतो.

अनेक अनावश्यक आवाज आपण ऐकत असतो. शेजाऱ्याने लावलेला मोठ्या आवाजातला रेडिओ ही कटकट आता जुनी, मागच्या पिढीतली झाली.

रस्त्यावरचे हॉर्न, कुत्र्याचं भुंकणं, बादलीत सोडलेला नळ, भांडी घासताना होणारे आवाज, आजूबाजूच्या फ्लॅट्समधल्या माणसांनी आपटून बंद केलेले दरवाजे. जिन्यावरून पाय आपटत जाणारी मुलं, काही माणसांना हातातला किल्ल्यांचा जुडगा वाजवत बसायची सवय असते तो आवाज, तर आणखी काहीजणांना काही खायला दिलं तर घासागणिक बशीवर चमचा आपटण्याची सवय असते; त्याचा आवाज.

जेवताना 'मच् मच्' आवाज करणाऱ्यांची किंवा चहा-कॉफी पिताना घोड्याप्रमाणे फुरफुरणाऱ्यांची संख्या ह्यात धरलेली नाही.

लोकांना ह्या सवयी असतानाच हे चूक का मी निरीक्षण करीत राहतो हे चूक?— ह्या प्रश्नावर मी एकदा विचार करीत असतानाच मला बंकिम खोपकर भेटला.

त्याची आणि माझी ओळख तर होतीच.

दोन दिवस मी त्याच्या घरी मुक्कामाला होतो.

बंकिमचं डोंबिवलीला घर हे माझं आणखी एक माहेर. ह्या घराने माझ्यासाठी कायमच्या पायघड्या घातलेल्या आहेत.

मी येणार असं समजलं की बंकिमची मुलं, चिऊ आणि शमीम डोंबिवली स्टेशनवर येऊन उभी राहतात.

तरीही मी 'बंकिम खोपकर' भेटला असं का म्हणतो?

तर खूप परिचयाच्या माणसाची पण एखाद्या नव्या प्रसंगी, नवी ओळख होते. शुभदाने आमची पानं घेतली आणि बंकिमचं पान वगळून, पापड-कुरड्या तिने सगळ्यांना वाढल्या.

मी विचारलं,

''धिस पंक्तिप्रपंच कायकू?''

शुभदा म्हणाली,

''माझ्या नवऱ्याला पापड खाताना जो तोंडाचा, चावण्याचा आवाज होतो, तो आवडत नाही.''

''खरंच?''

''अगदी खरं! म्हणून तो वेफर्स पण कधी खात नाही.''

''खरंच बंकिम?''

''अगदी खरं. वसंतराव, मी दुसरीकडे जेवायला गेलो आणि पानात काकडीची कोशिंबीर असेल तर ती मी भातात मिसळून खातो. कारण काकडीचा पण आवाज होतो.''

माझ्या वरचढ कुणीतरी निघाला, ह्याचा मला मनस्वी आनंद झाला. अर्थात बंकिम खोपकर आणि त्याचा कळप ह्याबद्दल खूप कौतुकाने सांगावं अशा खूप गोष्टी आहेत.

मोहन अजून 'हुश:' करीत होता.

तो आता घाम पुसेल.

डोक्यावर पुढच्या बाजूला विरळ होत आलेला केसांचा शेवटचा झुपका आहे. इतिहासातलं वैभव आणि भव्यता सांगणारा किल्ल्याचा एखादाच बुरूज उरावा तसा हा झुपका. त्यावरून तो कुरवाळल्यासारखा हात फिरवील. तिसऱ्याच मिनिटाला तो जातो म्हणेल.

केवळ 'जातो' हे सांगायला हा गृहस्थ अंधेरीहून वांद्र्याला का आला हे मला समजत नाही. बरं, इथंही तो सरळ आला नसेल. घरातल्या मंडळींना ग्रँटरोडला सोडून तो इथं आला असणार.

चेहरा चिंतातूर.

एशियाड उभारणीसाठी झालेलं कर्ज, स्वतःच्या 'योगक्षेमं वहाम्यहम्'च्या पगारातून त्याला स्वतःला फेडायचं आहे, असा चेहरा!

मोहन पुन्हा 'निघतो' असं म्हणतो.
आवाज एकदम हलका. हळू. म्हणजे किती?
'एक तासापूर्वी तर बरे होते' हे आपण जितकं हळूच म्हणू तितकं किंवा मोहनच्या व्यावसायिक भाषेत सांगायचं म्हणजे 'प्रॉम्प्टिंग'ला जसा एक गुदमरल्यासारखा आवाज काढावा लागतो तसा. मी बेफिकीरपणाने म्हणतो,
"जाल हो!"
मोहन पुन्हा प्रॉम्प्टिंग करतो,
"रायगडचा प्रयोग आहे."
"किती वाजता आहे?"
"चार वाजता."
"आत्ता दोन वाजताहेत. शिवाजी मंदिर झाडायचं आहे का?"
"नाटक म्हणजे काय तुम्हाला माहीत नाही."
"पाचशे प्रयोग होऊन गेले. आता चिंता कसली?"
"प्रत्येक प्रयोग म्हणजे प्रयोग असतो."
"आत्ता कुठून आलात?"
"शालीला तिच्या माहेरी सोडून आलो."
माझा तर्क शंभर टक्के खरा ठरतो.
मोहनचं आयुष्य तसं!
लेजीमच्या खेळात एक प्रकार असतो. आपला एक पाय आपण आपल्याच दुसऱ्या पायात अडकवायचा आणि सोडवून घ्यायचा आणि ही कसरत विनाकारण करताना दुसरीकडे लेजीमचा जल्लोष चालूच ठेवायचा.
काही अडलंय?
काही अडलंय?—ह्या प्रश्नासारखा उर्मट प्रश्न जगात दुसरा कोणताही नसेल. सहा महिन्यांच्या मुलाचं सगळं पडल्या-पडल्या बिनबोभाट होतंच की नाही?—म्हणजे त्याने पावलं टाकूच नयेत का?
'इनवर्ड-आऊटवर्ड' मध्ये ज्यांची हयात जाते त्यांच्या जगाने, दाताल्या पोकळीतला सुपारीचा खडा काढता-काढता कसलं तरी वेड घेतलेल्या जगाला विचारलेला हा सवाल आहे.
ह्या प्रश्नाचं उत्तर नसतं.
ह्या लोकांची बकोटी पकडून 'तुम्हाला ही सुपारी खायचं काही अडलं होतं का?'—असा उलट सवाल विचारणं हेच त्याचं उत्तर असतं.
पण कलावंताच्या जगाला हे असे उलट प्रश्न विचारायला सवडही नसते, वृत्तीही नसते. पाचशे प्रयोग झाल्यावरसुद्धा पाचशेएकावा सुरळीत होईल ना—

ह्या प्रश्नाचा भार झेलीत जो शेवटचा बुरूज उभा असतो; तो त्याला सांभाळायचा असतो.

प्रत्येक प्रयोग हा खरंच प्रयोग असतो.

'रायगडाला जेव्हा जाग येते—प्रयोग क्रमांक पाचशे एकवीस' ह्यासारख्या जाहिराती आपण वाचतो. ह्या नटांनी आजवर पाचशे एकवीस वेळा, 'तेच-तेच' काम केलं — ह्यासारखे प्रश्न आपल्याला पडतात. आपण आयुष्यभर 'त्याच-त्याच' गोष्टी करतो ह्याचा आपल्याला जसा विसर पडतो, त्याचप्रमाणे पाचशे एकवीस वेळा ह्या नटांनी समाजाला आनंद दिला ह्या विचाराचाही आपल्याला विसर पडतो.

स्पॉट्सच्या प्रकाशात घडणारं नाट्य तेच असतं. पण विंगमधलं नाट्य?— सुहासने सव्वादोनशे प्रयोगांत काम केलं. दोन्ही नाट्यं मी मनसोक्त पाह्यली आहेत.

एकदा केव्हातरी नाटक संपल्यावर सुहासने सांगितलं,

"आज बापू जाम भडकले होते."

"दत्ताराम?"

"हो!"

"कधी चिडले होते? माझ्याशी तर छान बोलले प्रवेश संपल्याबरोबर."

"तेव्हा विसरले असतील."

"तुझ्यावर चिडले? काही चुकलास?"

"नाही! कंपनीवर चिडले होते."

"कशावरून?"

"काम करता-करता पुटपुटले."

"प्रेक्षकांना कळलं नाही?"

"कधीच कळत नाही. आम्ही नेहमी असं हळूच बोलतो."

—आठ वर्षांचा माझा पोरगा मला त्याच्या जगातल्या गोष्टी सांगत होता.

"का चिडले होते?"

"ते जेव्हा पाणी प्यायला मागतात तेव्हा भांड्यात पाणीच नव्हतं आणि बापू, नाटकात दाखवलंय म्हणून नाही, पण त्यांना प्रत्येक प्रयोगाला खरं पाणी हवं असतं."

"का?" मी मुद्दाम विचारलं.

"वा, त्यांचं तेव्हा केवढं भाषण आहे."

"काय म्हणाले?"

"चिक्कार पुटपुटत होते, जाम चिडले होते, 'काय मारून टाकायचं आहे का,

पाणीसुद्धा नाही का कंपनीकडे.' मज्जा! मला एकीकडे हसायला येत होतं.''
मा. दत्ताराम चिडले?

खरंच नवल आहे. संपूर्ण नाट्यसृष्टीत अनेक 'नटसम्राटां'च्या यादीत मा.
दत्ताराम ह्यांचं नाव इतिहासकार घेतील की नाही हे सांगणं चुकीचं आहे. कारण
कलावंतांचा, लेखकाचा, गायकाचा दर्जा कोणता? ते तो दर्जा ठरवणाऱ्या
व्यक्तीवर अवलंबून आहे. 'इतिहास' हा विषय खरं तर शंकातीत असायला
हवा. पण दुर्दैवाने आपल्या देशात भ्रष्टाचार, काळाबाजार, गळचेपी, मान्यवरांची
उपेक्षा ह्यासारख्या गोष्टी शंकातीत असतात. म्हणूनच नटाच्या व्यवसायाला धर्म
मानणाऱ्या आणि रंगभूमीला आईइतका मान देणाऱ्या मास्टर दत्तारामांना
टीकाकार आणि इतिहासकार कोणतं स्थान देतील ते सांगणं मुष्कील आहे.
नाटकात नेमून दिलेल्या कामात हयगय नाही. चोख पाठांतर, मर्यादशील
बोलणं-चालणं, किती गुण सांगावेत?

हे झालं मास्टर दत्ताराम, as an Artist ! आणि व्यक्ती म्हणून?
एका वाक्यात सांगायचं झालं, तर वैयक्तिक आयुष्याला 'मास्टर दत्ताराम'—
मा. म्हणजे 'माणूस' दत्ताराम असतात.

मद्रासला जाताना 'रायगड'चा सगळा संच एका डब्यात. बर्थ प्रत्येकाने
अडवलेले. होल्डॉल पसरलेले.

आमच्या गप्पा रंगल्या. परशुराम सामंत, शांता आपटे, बाबुराव आपटे,
राजकमल कला मंदिर, व्ही. शांताराम ह्यांचे अनुभव सांगताहेत.
वेळेचं भान कुणाला?

मध्येच मोहनने खूण करून मला बाजूला नेलं.
तो म्हणाला,
''बापूंना झोप येतेय. त्यांना मद्रासला गेल्याबरोबर प्रयोगाला उभं राहायचं आहे.
तुमच्या गप्पा चालू देत, पण बापूंना झोपू देत.''
''दत्तारामबापूंना झोपू दे ना! आम्ही कुठं काय म्हणताहोत.''
मोहन म्हणाला,
''तू बापूंच्याच बिछान्यावर बसला आहेस. बापू तिकडे बसल्या बसल्या
डुलक्या...''
''अरे, ते मग तिथं माझ्या गादीवर का नाही...''
''बापू तसं करणार नाहीत.''
''I am sorry. मला कल्पनाच नाही. तू अगोदर का बोलला नाहीस?''
''बापू म्हणाले, ते सगळेजण छान रंगले आहेत. त्यांना डिस्टर्ब करू नका.''
असे हे माणूस दत्ताराम चिडले?

मला ते सर्व ऐकून मा. दत्ताराम ह्यांच्याबद्दल वाईट वाटलं. विंगमधल्या व्यवस्थापकाची ती जबाबदारी होती. एवढं लक्ष नसावं म्हणजे काय? आज एक तालेवर कलावंत, ह्या वयात एका युगपुरुषाची भूमिका साकार करतोय...वगैरे वगैरे.

त्यानंतर केव्हातरी मोहन असाच लेजीममधला अढीचा पेच टाकत टाकत भेटायला आला होता. मी त्याला बळे-बळे बसवून घेतला होता. पाच मिनिटांच्या आत जाताना तो म्हणाला,

"कोणत्या प्रयोगाला काय होईल ते सांगता यायचं नाही. तुम्हाला परवाची गंमत सांगतो, तुम्ही तिथे होतात, पण तुम्हालाही पत्ता लागला नाही."

"असं!"

"ऐका ना, त्या दिवशी दुपारी 'रायगड' होतं, रात्री 'मत्स्यगंधा' होतं. देवदत्तला जरा टेंपरेचर आहे असं कुणीतरी सांगत आलं. डोकं सुन्न झालं. त्याच्याऐवजी कोण हा प्रश्न डोक्यात सुरू झाला आणि तेवढ्यात कुणीतरी, 'अरे पाणी, पाणी आणा, स्टेजवर पाठवायचंय' असं म्हणालं. मुळे नेमका कपडेपटात. मी धावत सुटलो, भर्रकन पेला भरला आणि पुन्हा चक्क धावत सुटलो. तेवढ्यात मुळेला आठवण झाली. तो धावत सुटला. दोघं एकमेकांवर आपटलो. पडलो. मला लागलं नाही. पण मुळे लंगडतोय. तसाच उठलो. तर ग्लास कुठच्या कुठे पडलेला. त्यात पाण्याचा थेंब नाही. पुन्हा भरायला सवड नाही. बापू स्टेजवर 'पाणी-पाणी' करताहेत. तसाच गेलो. म्हटलं, महान कलावंत आहे, पाणी पिण्याचा अभिनय करील. बापूंनी सांभाळून घेतलं. पण त्यांनी विंगकडे ज्या नजरेने पाह्यलं ती नजर आणि जी त्यांची पुटपूट चालली होती, ती पुटपूट...विचारू नका."

....

"निघतो." मोहन पुन्हा उठला.

मग हे सगळं आठवलं. प्रत्येक प्रयोग हा प्रयोगच असतो.

मी मोहनला अडवलं नाही.

❑

नागपूर एक्सप्रेस.

पहिल्या वर्गाचा डबा. बरोबरचे पॅसेंजर्स कोण असतील असा विचार करीत, कंपार्टमेंट्स बघत 'डी' कंपार्टमेंट दिसताच मी तो सरकता दरवाजा उघडला आणि उडालोच.

समोर यशवंत देव! मग आनंदाला पारावार राह्यला नाही.

आणि तेवढ्यात लक्ष गेलं, तर देवांच्या डाव्या हाताची बोटं बॅण्डेजमध्ये.

''काय देवा, हा काय प्रकार?''

''नागपुरात स्कूटर ॲक्सिडेंट झाला.''

''मग ठीक आहे. कारण हार्मोनियमच्या भात्यात बोटं सापडून एवढी जायबंदी झाल्याचं ऐकिवात नव्हतं.''

दोघं हसलो.

संवाद ही जर एक चीज मानली तर 'हसणं' ही त्या चिजेची सम मानायला हरकत नाही. सम सापडल्यावर गप्पा रंगायला वेळ लागतो काय?

गप्पा रंगल्या—चीज रंगते तशा!

एकमेकांच्या व्यवसायातल्या गप्पा निघाल्या. अनुभवांची देवाणघेवाण सुरू झाली. होता-होता कलावंतातला माणूस आणि माणसातला कलावंत ह्या विषयावर आम्ही आलो. चित्रकार, लेखक, नाटककार, कवी, वादक, गायक, नट, नट्या, संगीत दिग्दर्शक अशी वळणं घेत घेत आम्ही 'पार्श्वगायक' इथं येऊन थांबलो. मंगेशकर, कल्याणपूर, मल्होत्रा करीत अपरिहार्यपणे सुधीर फडके या नावापाशी आम्ही आलो.

मी पटकन म्हणालो,

''बाबूजींइतका निगर्वी पार्श्वगायक मी पाह्यलाच नाही. एक-दोन प्रसंगी बाबूजींनी त्यांचा मनाचा मोठेपणा दाखवून मला अक्षरश: लाजवलं आहे.''

''असं? कधीची गोष्ट?''

''माझ्या पंचविसाव्या पुस्तकाचा प्रकाशनसमारंभ होता. मी बाबूजींना कार्यक्रम द्याल का, विचारायला गेलो. बाबूजी आले. मानधनाचा विषयही न काढता गायले. मी त्यांना म्हणालो होतो की, मी गाडी पाठवीन. बाबूजी म्हणाले,

'गाडी पाठवू नका. मी येईन.' त्याप्रमाणे बाबूजी, साधा लेंगा-शर्ट घालून आले. मनापासून गायले. कोणत्याही फॉरमॅलिटीज नाहीत. अटी नाहीत. जवळचा आप्त यावा तसे आले. प्रकाशनसोहळा गाजवून गेले. अशी माणसं खरंच दुर्मिळ. अरुण आणि अनुराधा पौडवाल ह्यांनाही मी ह्या बाबतीत भरपूर मार्क देईन. परमेश्वराने अनुराधेला गळा दिलाय, सौंदर्य दिलंय, त्याचबरोबर सौजन्यही तेवढ्याच प्रमाणात दिलंय.''
देव भूतकाळात गेले. भारावल्यासारखे झाले आणि सांगू लागले.

प्रसंग 'उतावळा नवरा' चित्रपटाच्या वेळचा. त्रिभुवनसंचारी ब्रह्मचारी नारदमुनींना संसारी होण्याची इच्छा होते.
ते लग्न करतात.
संसारात सापडलेल्या पुरुषाच्या वाट्याला जी-जी कामं येतात, ती-ती कामं नारदमुनींच्या गळ्यात साहजिकच पडतात. मुलं सांभाळण्यापासून धुणी-भांड्यांपर्यंत सबकुछ!
चित्रपटाची कथा या धर्तीवर.
कथा-संवाद-गीते-माडगूळकर.
माडगूळकर अण्णांनी, कपडे धुता-धुता नारदमुनी एक गाणं म्हणत आहेत, असा एक प्रसंग योजलेला. संगीत यशवंत देवांचं. राजा ठाकूर दिग्दर्शक.
देव म्हणाले, ''कपडे धुण्याच्या तालावरच गीताची रचना करायची असं मी ठरवलं. सगळ्यांनीच ती कल्पना उचलून धरली. नवयुग स्टुडिओत रेकॉर्डिंग ठरलेलं. वादक जमले. वाद्य लागली. बाबूजी आले. सगळी सिद्धता झाली आणि मग प्रॉब्लेम उभा राह्यला. कपडे धुण्याच्या आवाजाचं काय? काळ जुना, रेकॉर्डिंगचं तंत्र पण जुनं. टेपरेकॉर्डर जन्माला यायचा होता. एक ओळ चुकली तरी सगळी मेहनत वाया. तेवढी फिल्म वाया आणि मराठी चित्रपट 'लो बजेट'चे असतात. तसाच तोही चित्रपट. वादकांजवळ स्वत:ची वाद्यं. 'लो बजेट' म्हणून वादकही मोजकेच. काय करणार?
पण वपु, बाबूजी एवढ्या मोठ्या मनाचे. ते म्हणाले, 'मी गाणं म्हणता-म्हणता कपडे धुतो, काळजी करू नका.'
जास्त विचार करायला सवड नव्हती. रेकॉर्डिंग स्टुडिओत बादली आली. कपडे आपटण्यासाठी एक दगड आणला. कपडे आले आणि सुधीर फडक्यांसारख्या उत्तम पार्श्वगायक, तितकाच मोठा संगीत दिग्दर्शक, मायक्रोफोनसमोर कपडे धुता-धुता गातोय. वपु, नजरेसमोर चित्र आणा, काय वाटतं ते सांगा!''
हकीकत सांगताना यशवंत देवाचा चेहरा कौतुक आणि आदराने ओसंडत होता.

मी देवांकडे तितक्याच कौतुकाने बघत होतो. दुसऱ्या माणसाच्या मनाचा मोठेपणा प्रथम समजावा लागतो. समजल्यावर तो मान्य करायला आणखी मोठेपणा लागतो आणि त्या मोठेपणाची जाहीर कबुली देण्यासाठी त्याहून मन मोठं असावं लागतं. देवांजवळ या तीनही गोष्टींचा साक्षात्कार होत होता. ते सांगतच होते,

"वास्तविक एखाद्या आर्टिस्टने सांगितलं असतं की माझ्या आवाजावर परिणाम होईल किंवा रेकॉर्डिंगला हवी ती आवाजाची क्वालिटी मिळायची नाही. असं जर कुणी म्हणाला असता तर त्यात काहीच गैर नव्हतं. एकीकडे गायचं आणि त्याच वेळेला ओला कपडा दगडावर तालात आपटून साउण्ड इफेक्ट द्यायचा, हे काम सोपं नव्हतं. मी त्यांना एकदा म्हणालो, 'मी ते काम करतो.' ते पटकन म्हणाले, 'छे छे! तुम्ही डायरेक्टर आहात, तुम्ही ऑर्केस्ट्रा सांभाळा.' दोन्ही कामं त्यांनीच केली. गाणं 'ए-वन' झालं."

उतरण्याचं ठिकाण येईतो देव, बाबूजींबद्दल बोलत होते.

"केव्हातरी या ना! नवीन चाली ऐकवतो."

"जरूर!"

"फोन करून या."

"नक्की येतो."

"नंबर माहीत आहे का?"

"आहे ना! संगीताच्या भाषेत सांगतो. म ध म ध म ध."

यशवंत देव त्यांच्या स्टेशनवर उतरले आणि मी त्यांच्याबद्दल विचार करीत राह्यलो.

डझनभर चित्रपटांचं संगीतदिग्दर्शन केलेला हा एक थोर संगीतकार. त्यात स्वतः कवी. त्यामुळे संगीतरचनेबरोबरच गीत-काव्यं ह्यांचाही व्यासंग.

प्रभाकर जोगांनी मुंबईहून नागपूरला नुसतं नोटेशन पाठवायचं आणि देवांनी त्यावर 'स्वर आले दुरूनी' सारखी गीतरचना करायची, हे सगळंच चमत्कार घडवणारं आणि चमत्कारापेक्षाही आनंद देणारं.

अरुण दाते ह्यांच्यापासून लता मंगेशकरांपर्यंत अनेक गायकांनी देवांची गाणी गायली आहेत.

वाईट एकाच गोष्टीचं वाटतं, संगीताच्या क्षेत्रात आयुष्य वेचून हजाराच्या वर स्वररचना आजही ज्या संगीतकाराकडे आहेत, त्या प्रतिभाशाली दिग्दर्शकाला, नभोवाणीवर सर्वांत वरच्या दिग्दर्शकाची श्रेणी मिळायला पंचवीस वर्षं थांबावं लागतं.

ही किमया सरकारी पिवळ्या कागदांची.
त्या पिवळ्या कागदावर एकदा आपली नावं गेली की 'काळ्याचे पांढरे' होईतो थांबावं लागतं.
अर्ध्या हळकुंडाने पिवळा झालेला माणूस कुणालाही कस्पटासारखा वागवतो. तसंच 'पिवळ्या कागदा'चं. आर. टी. ओ.पासून, रेशनकार्डापर्यंत कुठेही जा, पिवळ्या कागदाने टिपं गाळायला नाही लावली तर नवल!
हे पिवळे कागद भीमसेन जोशी, वसंतराव देशपांड्यांना पण ऑडिशन टेस्ट द्यायला लावतात आणि फ्रेंच गव्हर्मेंटकडून आलेले चॉकलेटचे डबे पण बाबा आमट्यांच्या आश्रमापर्यंत पोहोचू देत नाहीत.
केव्हातरी आर्केडीच हे चिडून सांगत होता.
वसंतराव देशपांडे आणि बाबा आमटे भेटले की त्या दोन्ही थोर देवमाणसांना खरं काय घडलं ते विचारायचं आहे.

प्रवास कधी संपला, समजलं नाही.
नागपूर दौरा करून मी परत आलो. महापलिकेच्या सेवेत पुन्हा रुजू झालो. तरी देवांनी सांगितलेली हकीकत आणि तो प्रवास डोक्यातून दूर व्हायला तयार नव्हता. बारीकसारीक निर्मितीमागे केवढ्या गमती दडलेल्या असतात! माणूस अशा प्रसंगी दिसतो. मनावर कायमचा रेंगाळतो. नाही तर देवांनी एवढ्या वर्षांनंतर ही हकीकत का सांगावी? गंमत म्हणजे मी त्यांना गाण्याचे शब्द विचारले. ते त्यांना आठवेनात. मी त्यांना गाण्याची चाल गुणगुणायला सांगितली. त्यांची स्वत:चीच चाल असताना, तीसुद्धा त्यांना आठवत नव्हती, पण बाबूजींच्या सहकार्याची स्मृती 'मर्मबंधातल्या ठेवी'प्रमाणे देवांनी जतन केली होती.
आम्ही पोशाखाची काळजी करतो. डिग्निटी, स्टेटसच्या खोट्या कल्पनांपुढे कार्य गौण ठरवतो. प्रतिष्ठा-प्रतिष्ठा म्हणत प्राप्त कर्तव्याकडेही पाठ फिरवतो आणि कधीतरी चारचौघांत असे खुळचटासारखे वागतो की जतन केलेली खोटी प्रतिष्ठा पण उघडी पडते.
आम्ही एखाद्या कलाकाराची, त्याच्या हेकटपणाची, व्यसनांची, तऱ्हेवाईकपणाची चवीने चर्चा करतो. त्या कलावंताचं चारित्र्य आणि त्याचे विवाहबाह्य संबंध हे तर खास आपले चघळायचे विषय. कोणत्याही तपशिलात शिरण्याची तेव्हा आपल्याला जरुरी वाटत नाही. आपण समजतो त्यापेक्षा वस्तुस्थिती फार वेगळी असू शकते हा विचारही आपल्याला शिवत नाही. आपल्या स्वत:च्या संदर्भात जर अशाच वावड्या कुणी पिकवल्या तर

आपल्याला एक तर जिणं नकोसं होईल किंवा त्या माणसाच्या नरडीचा घोट घ्यावासा वाटेल, तोही दुसऱ्याने कोणीतरी. तेवढंही धाडस आपण दाखवणार नाही.

या सत्याकडे माणसं काणाडोळा का करतात?

एकच कारण असावं, स्वतःची चार घटका करमणूक व्हायला हवी असेल, तर कुणाचा तरी बळी जाणं जरुरीचं आहे. आयुष्यातील फक्त चांगलेच क्षण टिपायला आणि तेवढेच क्षण जतन करायला, नित्य कोजागिरी जागवणारं मन लाभावं लागतं. शंभर अपराध पोटात घेणारी कृष्णाची मुरली वाजत असावी लागते.

बाबूजी एके दिवशी अचानक आले.

बोलता-बोलता मी त्यांना देवांनी सांगितलेली हकीकत सांगितली.

बाबूजी म्हणाले, ''रेकॉर्डिंग संपल्याबरोबर मी काय केलं ते देवांनी सांगितलं का?''

''नाही.''

''घरी जाऊन कपड्यांसकट आंघोळ केली.''

''का?''

''मनासारखं गाणं उतरेपर्यंत माइकसमोर कपडे धुवत गाताना संपूर्ण भिजलो होतो.''

''पण तुम्हालाच हे का करावं लागलं?''

''एक-दोघांना ट्रायल दिली, पण त्यांना तालात कपडे धोपटता येईनात. मग ठरवलं, हे काम आपणच करायचं. ताबडतोब कपडेपटात एकजण धावत गेला आणि आणखी कपडे घेऊन आला. तो सीन मोठा बहारदार होता. कल्पना करा, रेकॉर्डिंग थिएटर एका बाजूला, एका बाजूला मोजके म्युझिशियन्स-व्हायोलिन्स, सतारीसारखी त्यांची ती नाजूक वाद्यं, तो माइक आणि एका बाजूला पाण्याच्या भरलेल्या बादल्या, धुणी आपटण्याचा भलामोठा दगड आणि कपडेपटातले कपडे आपटत माइकसमोर गाणारे आम्ही! गाणं 'ओ. के.' झालं म्हटल्यावर तस्साच पळत घरी आलो आणि अंगावरच्या कपड्यांसकट नळाखाली उभा राह्यलो. का, ते विचारा.''

''का?''

''काळे, कपडेपटातून आणलेले ते म्हणजे कपडे कुणातरी एक्स्ट्रॉ नटीचं पातळ होतं हो!''

अंगावर शहारे देत बाबूजी पुढे म्हणाले, ''त्या दिवशी मी कुठल्या नटीचं पातळ धुतलं देव जाणे!''

आठ-दहा वर्षं होऊन गेली. पण त्या दिवसापासून 'उतावळा नारद' कुठे लागेल ह्याची वाट पाहतोय. कोणत्याही गावी लागला तरी तिथं जाऊन पाहीन. उतावीळपणे.

❑

कुत्रा आणि घोडा ह्या जनावरांइतकं, माणसाचं प्रेम आणखी कुठल्या जनावराच्या वाट्याला आलं असेल असं मला वाटत नाही.

अगदी गोब्राह्मणप्रतिपालक, क्षत्रियकुलवतंस, एस्. एस्. भोसले ह्यांच्या काळापासूनचा इतिहास पाहावा.

शिवाजी महाराज, राणा प्रताप, झाशीची राणी, पहिले बाजीराव ह्या सर्वांच्या आयुष्यात 'घोडा' ह्या प्राण्याचं महत्त्व...

व्यक्तींचा क्रम चुकला ते मान्य.

अस्मादिकांचा इतिहास इतपतच. पण आताचा विषय तो नाही. भाग्यवंत प्राणी कोण?—तर कुत्रा आणि घोडा.

मांजर हा प्राणी पायात लुडबुडून जाईल, ते निराळं.

त्या प्राण्याचं तेवढंच जीवितकार्य.

कुत्रा पायाशी बसून राहील तर मांजर पायातून निसटून जाईल.

मांजराकडून एकच शिकायचं.

निष्काम प्रेम आणि कर्मयोग. मांजर तुमचं काहीही देणं लागत नाही.

कुत्रा आणि घोडा ह्यांचं मात्र तसं नाही.

ह्यातही घोड्यांवरचं प्रेम हा 'धनिक वणिक' बाळ्यांचाच प्रांत.

कुत्र्याचं तसं नाही.

त्यांना झोपडपट्टीत ठेवा किंवा महालात.

त्यांचं इमान माणसांशी.

ऐपतीशी नाही.

पण ह्या 'मुंबईनगरी, बडा बाका' म्हटल्या जाणाऱ्या शहराच्या तऱ्हेवाईकपणाबद्दल काय-काय सांगावं?

'घोडा' म्हटलं की समोर येते महालक्ष्मी.

लक्षाधीशांना भिक्षाधीश आणि भिक्षाधीशांना लक्षाधीश करणारं हे वेगळंच कुरुक्षेत्र.

ह्या कुरुक्षेत्रातलं युद्ध पण घोडदळाच्याच जिवावर.

मुंबईच्या बहुसंख्य नागरिकांना, रेल्वेच्या पश्चिमेला असलेलं कुरुक्षेत्र माहीत

आहे, पण पश्चिम रेल्वेच्या पूर्वेला आणखी एक कुरुक्षेत्र आहे हे माहीत आहे का? ह्या कुरुक्षेत्रावर नित्य, किमान शंभर तरी जिवांना मुक्ती मिळते.

हे कुरुक्षेत्र कुत्र्यांचं.

दोन आवडत्या प्राण्यांपैकी रेल्वेच्या पश्चिमेला एका प्राण्याची पूजा होते आणि पूर्वेला दुसऱ्या प्राण्याची हत्या होते.

महापालिकेत नोकरी असल्यामुळेच मला हे विश्व दिसलं.

घोड्यांवर प्रेम करण्याची माझी वृत्ती नाही आणि हिंमत पण नाही आणि कुत्रा ह्या प्राण्याबद्दल काय सांगावं?

'कुत्रा' हा शब्द उच्चारल्याबरोबर मला दोनच गोष्टी डोळ्यांसमोर दिसतात. कुत्र्याचे सुळे आणि माझ्या पायाची पोटरी.

माणसाच्या शरीराची निर्मिती करताना परमेश्वराने खूप काळजी आणि मनस्वी चिंतन केलेलं जाणवतं. तरीही, काही-काही गोष्टी कशासाठी, हा प्रश्न सुटत नाही. आता कानावर केस का उगवावेत? त्याप्रमाणे माणसाला पोटरी कशासाठी?—हा प्रश्न कधीच मनात आला होता. पण मग प्रत्येक अवयवाचा डबल रोल समजायला लागला. कानावरच्या केसांची बाब वगळा, मुळात कान नसता तर शाळेत मास्तरांनी काय पकडलं असतं? डोकं नसतं तर बायकोने मिरे कसे वाटले असते? आणि पोटरीच नसती तर कुत्र्यांनी काय पकडलं असतं?

म्हणूनच कुत्रा म्हटलं की पाठोपाठ पोटरी आणि नंतर चौदा इंजेक्शन्स हेच आठवतं. 'कुत्रा' म्हटलं की तो ओळखीचा वा अनोळखी यात भेद करण्यात अर्थ नाही. कारण जिवाभावाचा कुत्राही, अंगावरून हात फिरवून घेताघेताच मध्येच कधी 'सुळे' काढील, सांगता येणार नाही आणि तरीही त्या पिंजऱ्यासमोर मी जेव्हा उभा राह्यलो तेव्हा माझं मन गलबलून गेलं. तीस ते पस्तीस कुत्रे ज्या पिंजऱ्यात गजांआड कैद होऊन पडले होते. त्यातले काही अद्यापि चिडलेले होते आणि मध्येच भाईबंदांवर चिडले होते. तर काहींच्या चेहऱ्यावर 'दिसो लागे मृत्यू'चा भाव दिसत होता. काही कुत्रे 'आपलं आता काय राह्यलंय?'— असा चेहरा करून कोपऱ्यात बसले होते.

सगळ्या पिंजऱ्यांकडे नजर टाकीत मी ऑफिसात आलो. माझाही या ऑफिसातला शेवटचा दिवस.

महापालिकेच्या अनेक कार्यालयांपैकी हे एक.

कार्यालय हा शब्द खरं तर 'ऑफिस' या साहेबी शब्दाला 'पर्याय' म्हणून पटतच नाही. कार्यालय शब्दाचं नातं सनईच्या स्वरांशी. केळीच्या खांबांशी. रेशमी वस्त्रांशी, दागदागिने घालून वावरणाऱ्या भगिनीवर्गाशी. वरातीसाठी

सजवलेल्या मोटारीशी. पंगत, उखाणे, घास देणं-घेणं, उदबत्तीचा सुगंध आणि मंगलाष्टकं या सर्वांशी.

आणि इथं या ऑफिसला कार्यालय हा शब्द वापरावा तर हे चक्क कुत्रे मारायचं ऑफिस. एका विशिष्ट श्रेणीतले ऑफिसर्स संपावर गेल्यामुळे मी माझं नेहमीचं काम सोडून इथं कामाला आलेलो. गेल्या पंधरा दिवसांत, कुत्रे पकडण्याच्या गाडीबरोबर हिंडलो.

कुत्री पकडणं हे एक खास तंत्र आहे. बहुतेक कामगारांना ते माहीत होतं. पण त्यांच्यातही गावस्कर, संदीप पाटील असतात हे जाणवलं. पकडून आणलेल्या कुत्र्यांना गाडीतून बाहेर काढून पिंजऱ्यात स्थानबद्ध करणं हाही तंत्राचा एक भाग आहे.

पिसाळलेल्या कुत्र्यांचा 'अ' दर्जा. त्यांची देखभाल स्वतंत्र. पकडलेल्या कुत्र्यांना तीन दिवस सांभाळावं लागतं. तीन दिवसांत जर कुत्र्यांचा मालक आला आणि कुत्रा ओळखून त्याने दंड वगैरे भरला तर तीन दिवसांचा कुत्र्याचा लॉजिंग-बोर्डिंगचा खर्च घेऊन, तो कुत्रा सोडून देण्यात येतो.

बेवारशी कुत्र्यांचा फास अटळ. ठरलेल्या दिवशी त्यांना शेवटची इच्छा न विचारता मृत्युदंडाची शिक्षा. ठरलेला दिवस म्हणजे चौथा दिवस.

एक साधारणपणे तीन फूट बाय तीन फुटांचा पत्रा.

कदाचित स्टीलचाही. त्या मंचावर कुत्र्याला उभं करण्यात येतं. त्याच क्षणी त्याच्या गळ्यात विद्युतवाहक पट्टा बसवण्यात येतो. पट्टा अडकवणारा दूर होतो. कोपऱ्यात बसलेला माणूस मेन स्विच चालू करून बंद करतो.

खेळ खलास!

पंधरा दिवसांच्या संपावरच्या या काळात मी एक निराळंच विश्व पाह्यलं. गळ्यात पट्टा नसल्याने पकडल्या गेलेल्या कुत्र्याचा मालक जेव्हा येतो आणि कुत्रा ओळखून आपल्या ताब्यात घेतो, तो क्षण टिपण्यासारखा असतो. पिंजऱ्यातून नेमक्या त्याच कुत्र्याला काढून मालकाच्या स्वाधीन केलं जातं. तेव्हाचा क्षण मी जेव्हा साक्ष राह्यलो तेव्हा इतर बेवारशी कुत्र्यांच्या नजरा मला विलक्षण केविलवाण्या वाटल्या. 'पोरका' हा शब्द मी गेल्या वीस वर्षांत खूपदा वापरला असेल, पण त्या शब्दातली असहायता मला अनेक कुत्र्यांच्या डोळ्यांनी सांगितली.

त्या दिवशी सगळ्या बेवारशी कुत्र्यांचा निरोप घेऊन मी माझ्या टेबलाजवळ आलो. उद्यापासून संप मागं घेतलेला.

ह्या कार्यालयात (?) पुन्हा येण्याची वेळ माझ्यावर आता येणार नाही. छोटासा निरोप समारंभ. गप्पा. माझ्या लेखनावर भाष्य. पंधरा मिनिटांचं कथाकथन. मग

एकजण म्हणाला,

"नेहमीच्याच गोष्टी; पण त्या आम्हाला दिसत नाहीत. लेखकांना दिसतात. तुम्हाला इथं नवीन काय दिसलं?"

"मला हे सगळंच नवीन होतं."

"खटकलं काय, हे सांगाल?"

"खटकलं...?"

"कुत्री मारली जातात हेच खटकलं, एवढं सोडून काय ते सांगा."

मी म्हणालो,

"आपण बुधवारी कुत्रे मारत नाही ना?"

"हो! कारण रविवारी सुट्टी असते. रविवारी कुत्रे पकडले जात नाहीत म्हणून बुधवारी मारले जात नाहीत."

"रविवारच्या ऐवजी सोमवारी कुत्रे पकडले नाहीत तर?"

"म्हणजे काय होईल?"

"जे खटकलं, ते सांगतो. मी परमेश्वर मानतो की नाही, या तपशिलात जायचं नाही; तरी सांगतो. प्रत्येक दैवताचा एकेक प्राणी आवडता असतो. शंकराचा नंदी, गणपतीचा उंदीर, त्याप्रमाणे श्री दत्तगुरूंची गाय आणि कुत्रे. दत्ताच्या प्रत्येक तसबिरीत तीन-चार कुत्रे असतात. तुमच्या या ऑफिसात ही समोरच दत्ताची तसबीर आहे. त्याला तुम्ही दर गुरुवारी हार घालता. इथं त्याची पूजा करता आणि बाहेर जाऊन शंभराच्या वर कुत्रे मारता. रविवारऐवजी सोमवारी सुट्टी दिलीत तरी कमीत कमी गुरुवारी तरी कुत्र्यांची हत्या होणार नाही."

सगळे गप्प झाले.

त्यांना ते पटलं.

पण त्यांना ते पटून काय फायदा?

हे करायचं म्हणजे महापालिकेची कार्यपद्धती बदलणं आलं.

रविवारी काम करायचं म्हणजे युनियन, ठराव, पक्ष, वाटाघाटी, कॉर्पोरेशन हॉलमध्ये चर्चा, कदाचित स्थगिती ठराव...

ह्या सगळ्याचा इतका अतिरेक होणार की एके दिवशी इथले कुत्रे आपण होऊन सांगणार, आम्ही गुरुवारी मरायला तयार आहोत.

मी सगळ्या मित्रांचा निरोप घेतला.

कुत्र्यांचे पट्टे, साखळ्या, पिंजरे दिसतात.

आमचे दिसत नाहीत, एवढाच फरक.

❑

ओळीने तीन इमारतींत शोध घेतल्यावर, पंधरा जिने चढून उतरल्यावर चौथ्या इमारतीत तळमजल्यावरच, जिन्यापाशी मला एक म्हातारा बसलेला दिसला. मी त्याला एक पत्ता विचारला. हवेत हात उंचावून, मला काही माहीत नाही असं तो म्हणणार हा माझा अंदाज. पण तसं झालं नाही. साहेब येताच पट्टेवाल्याने उभं राहावं, तशा तातडीने तो उभा राहिला.

''दोन जिने चढा. दुसऱ्या मजल्यावर पोहोचलात की डाव्या हाताला वळा. जिन्यापासून सातवी खोली. खोलीला नवा रंग दिलाय. त्यामुळे दारावरची पाटी काढलेली आहे. दार लावलं असेल तर हाताने ढकलू नका. रंग ओला आहे. टर्पेनटाइनचा वास येईलच. बाहेरून नुसती हाक घाला.''

त्या म्हाताऱ्याला नमस्कार करून जिना चढू लागलो. माझ्या आजवरच्या आयुष्यात, कपाळाला आठ्या न घालता पत्ता सांगणारा, हा एकमेव महात्मा मला प्रथमच भेटत होता. पत्ता सविस्तर न देणारे महात्मे तर सततच भेटतात. 'सोमवार पेठेत, तावडे रोडवर या आणि कुणालाही विचारा' असा पत्ता सत्तर टक्के लोक सांगतात.

आपल्याला ते खरं वाटतं आणि आपण 'दे दान, सुटे गिराण' करीत आख्खी सोमवार पेठ पालथी घालतो.

खरं तर निव्वळ पत्ते देणारी वा सांगणारी माणसं हा स्वतंत्र लेखाचा विषय आहे. 'अप्पा बळवंत चौकात या आणि समोर पाहा. तिथं तुम्हाला लाइफबॉयची मोठ्ठी जाहिरात दिसेल. त्याच्या खालचं घर.''

आता समजा, लाइफबॉयची जाहिरात बदलली आणि तिथं विल्सन ब्लेडची जाहिरात लावली असली तर?

काही महाभागांची आणखी एक तऱ्हा. ते सांगतात.

''कॅडेल रोडने माहीमकडे चला. सरळ-सरळ जा. शिवाजी पार्क उजव्या हाताला सोडा. मग तुम्हाला नॅशनल हॉस्पिटलची मोठी इमारत दिसेल.''

''हां, ती माहीत आहे.''

''हो ना, मग त्याच्या अलीकडच्या चौकात आम्ही, एक चौक मागे या.''

हेही परवडलं.

कधीकधी एका घरातली दोन-दोन माणसं एकदम पत्ता सांगायला लागतात. त्यापैकी एकजण कायम बसने हिंडणारा असतो; तर दुसऱ्याजवळ मोटारसायकल असते. मोटारसायकलवाला सांगतो,

"तुम्ही असं करा, एल. जे. रोडवर..."

"त्यांना आधी एल. जे. म्हणजे काय ते सांग."

"लेडी जमशेटजी रोडवर बलसाराचा पेट्रोल पंप आहे, माहीत आहे का?"

"नाही बुवा!"

"त्याला लागूनच टायर्सचं दुकान..."

मोटारसायकलवाल्याच्या सगळ्या खुणा अशाच असतात.

मग बसने प्रवास करणारा सांगतो,

"तीनशेचौदाचा बसस्टॉप माहीत आहे?"

"नाही बुवा!"

"तिथेच सत्त्याऐंशी पण थांबते..."

"अरे, त्यांना जर तीनशेचौदाचा स्टॉप माहीत नाही तर सत्त्याऐंशी सांगून काय उपयोग?" त्यांची एकमेकांत जुंपते.

शेवटी आपण म्हणतो.

"डोण्ट वरी! मी शोधेन."

पत्ता सांगणाऱ्यांची आणखीन एक जात आहे. ती फार मजेशीर.

कशी?

तर, एकदा एक मुलगा पोपटाच्या पिंजऱ्यासमोर उभा राहून शिव्या देत होता.

"तुझं काय चाललंय?" त्याच्या आईने विचारलं.

तो मुलगा म्हणाला,

"कोणत्या शिव्या देऊ नयेत हे शिकवतोय."

ह्या पद्धतीवर काही माणसं पत्ता सांगतात. म्हणजे कसा? तर—

"पूल संपला की उजव्या हाताला एक मोठा, रुंद रस्ता दिसेल. सगळा ट्रॅफिक तिकडे वळतो, तर ह्या बाजूला मुळीच जाऊ नका. डाव्या हाताला एक छोटी गल्ली आहे. त्या गल्लीच्या तोंडाशीच एक मारुतीचं देऊळ लागेल. तर तिकडेही जाऊ नका. नाकासमोर एक रस्ता आहे. त्या रस्त्याने जा. पन्नास पावलांवर पाच मजली बिल्डिंग आहे. तिथं पहिल्या मजल्यावर यशवंत भोजनालय पाटी दिसेल. तर तिकडेही बघायचं नाही..."

हा म्हातारा तसा नव्हता, म्हणून त्याला सलाम.

आजचं माझं काम, म्हणजे रोखठोक शब्दांत ज्याला लष्करच्या भाकऱ्या

म्हणतात त्या स्वरूपाचं होतं. गेली अनेक वर्षं मी अशा भाकऱ्या बडवीत आलो आहे. केवळ दोस्त राष्ट्राच्या लष्करासाठीच नव्हे, तर आजवरच्या टोटल भाकऱ्यांची संख्या मोजली तर शत्रूच्या लष्करालाही काही कोटा उपलब्ध करून देता येईल.

आमच्या एका चुलत मित्राला (मित्राचा मित्र) गृहसजावटीबाबत अस्मादिकांचा सल्ला हवा होता. 'इथे डोळे मोफत तपासून मिळतील' अशी पाटी न लावताही मला अशी आमंत्रणं येतात आणि मी आजही जातो. वेळात वेळ काढून जातो. खरं सांगायचं तर ऑफिसचं आऊटडोअर, लेखन, मधूनमधून टीव्हीसाठी लेखन आणि कथाकथनांचे कार्यक्रम या सर्व उचापतींत शरीराचा खुळखुळा होतो. त्यात रक्तदाबाचा विकार.

हे सगळं असूनही मी मोफत सल्ले द्यायला जातो.

ज्यांना मी अतिशय मानतो आणि ज्या काही व्यक्तींच्या संदर्भात माझ्या मनात एक खूप उंचावरची जागा आहे, अशा काही उच्चपदस्थ ऑफिसर्सनी, माझा कुणातरी फर्निचरवाल्या कंत्राटदाराबरोबर भागीदारीचा धंदा आहे, असा अकारण समज करून घेतला. दोन दिवस त्यापायी विलक्षण मन:स्ताप होऊन झोप उडाली होती.

तरीदेखील आजही मी कुणीही विनंती केली की जातो. माझ्यातल्या आर्किटेक्टला आणि लेखकाला प्रत्येक घर म्हणजे एक चॅलेंज वाटतो. म्हणून मी जातो. एखाद्याच्या घराची रचना मुळातच विचित्र असेल तर ते घर म्हणजे कल्पकतेला खाद्य असतं.

सजावटीच्या समस्येला आव्हान असतं. स्वत:ला काहीतरी शिकायला मिळतं. माझ्यातल्या आर्किटेक्टला चार भिंती आव्हान देतात आणि माझ्यातल्या लेखकाला चार भिंतींतली माणसं भेटतात. त्यांच्या स्वत:च्या घराबद्दलच्या कल्पना, राहण्याच्या पद्धती समजतात. विचार समजतात. ह्या आकर्षणापायी मी जातो. कधीकधी त्रासतो. गंभीर होतो. दु:खी पण होतो. तरीही एकूण ती सगळी प्रोसेस मजेची असते.

दोन जिने चढून वर गेलो तर ऑफिसातलाच एक सहकारी समोर उभा.

''तू इकडे कसा?''

''माझे मामा इथं राहतात, त्यांना भेटायला आलो होतो. तू तुझ्या धंद्यासाठी आलेला दिसतोस.''

''धंदा? कसला?''

''उगीच वेड पांघरू नकोस. फर्निचरचा पार्टनरशिपमध्ये व्यवसाय सुरू केला आहेस असं कळलं.''

"कुणी सांगितलं?"
"सगळ्यांना माहीत आहे. साहेबांनाही. समजू दे. व्हाय डू यू वरी? गो अहेड! लेखन, कथाकथन, टीव्ही आणि आता इंटीरिअर—कमव लेका! शिवाय नोकरी आहेच." एवढं बोलून तो निघून गेला. या अशा समजुती करून घेणाऱ्या माणसांपुढे जीभ हासडून तडफडत प्राण सोडला तरी त्यांचा गैरसमज दूर होणार नाही. तो डंख पचवायचा प्रयत्न करीत मी टर्पेंनटाइनचा वास आल्यावर थांबलो. दार उघडंच होतं. यजमानांनी स्वागत केलं, "या, जागा सापडली?"
"जरा शोधावी लागली, पण शेवटी मिळाली. खाली जिन्याजवळच एक म्हातारा गृहस्थ भेटला. आंधळा माणूस पण चुकणार नाही इतका नीट पत्ता त्याने सांगितला."
"दॅट्स फाइन. जरा रेस्ट घ्या. मग कामाला सुरुवात करू."
मला विश्रांतीची गरज होतीच. डोक्यात अजून त्या सहकाऱ्याचे कॉमेण्ट्स होते. ह्या माणसांचे हे विचार कसे काढायचे? खऱ्या-खोट्याचा ही माणसं तारतम्याने विचार का करीत नाहीत? अकारण मी हा मनस्ताप का सहन करायचा? असल्या वावड्यांना आपण मुळीच किंमत देऊ नये, अशी माझी मनाचीदेखील का धारणा होऊ नये? इतके अनुभव, इतकी माणसं आणि एवढं आयुष्य पाहूनही, माझं मन का निर्ढावू नये? माणसाचं मनच त्याला जेवढ्या यातना भोगायला लावतं, तेवढ्या यातना दुसरा कोणीही भोगायला लावत नाही.
काम हे करायलाच हवं.
मी म्हणालो, "विश्रांतीची गरज नाही. अगोदर काम करू या. प्रथम जागा पाहू या. नंतर तुम्ही मला तुमच्या रिक्वायरमेंट्स सांगा."
"रिक्वायरमेंट्स तशा काही प्रचंड नाहीत. म्हणजे, ज्याला तुम्ही मंडळी डेकोरेशन-डेकोरेशन म्हणता, तसं काही नकोय."
"तुम्ही सांगाल तसं! पण तरीही काय काय करायचं हे तुम्ही ठरवलं असेलच ना?"
तो चुलत मित्र म्हणाला,
"मला एक कोच हवा आहे. पण तो एकदम स्वस्तात व्हायला हवा."
"तुमचा सुतार आहे का?"
"आहे ना!"
"मग खर्चाचा अंदाज तुम्ही त्याच्याबरोबर ठरवा. मी तुम्हाला फक्त, थोडक्या जागेत रचना कशी असावी, एवढं सांगणार आहे."
"मंजूर, एकदम मंजूर!"

मी विचारलं, ''तुम्हाला कोच हवाय, तो करूच या. पण तो तुम्ही ठेवणार कुठे?''

''तिथंच आमचं डोकं चालेना, म्हणून तुम्हाला बोलावलं.''

''ओ. के.! नो प्रॉब्लेम! एक सांगा, इथं हे जे मोठ्ठं कपाट आहे, ते एरवी कुठे असतं?''

''आता आहे, त्याच जागी.''

''इथं?''

''हो. का?''

''मला वाटलं, तिकडे रंगकाम चाललंय म्हणून तुम्ही ते तात्पुरतं इथं...''

''ते तिथंच असतं.''

''मग मामला जरा कठीण आहे.''

''म्हणून तर तुम्हाला बोलावलं.''

''ते मान्य आहे हो, पण तरी कठीण आहे. इंटीरिअर डेकोरेटर चार भिंतींच्या मर्यादेत काय-काय करता येतं एवढं दाखवू शकतो. ज्ञानेश्वराप्रमाणे भिंती चालवून तो खोल्यांचे आकार मोठे करू शकत नाही. वुइ वुइल ट्राय. मला तुम्ही दुसऱ्या खोल्या दाखवा. हे कपाट त्या खोल्यांत नेता आलं तरच ह्या खोलीत नीट मांडणी करता येईल.''

''दुसरी खोली तुम्ही पाहा, पण त्याचा काही उपयोग नाही. कपाटच अवाढव्य आहे हे!''

''हे आपण कापून जरा लहान करू या का?''

''अहो, तसं जर करता आलं असतं तर आम्ही तुम्हाला तकलीफ दिलीच नसती. आमचं आम्ही डेकोरेशन करून तुम्हाला फक्त पाहायला बोलावलं असतं.''

''हे कपाट कापायला तुमचा एवढा विरोध का?''

''त्यामागे तशाच भावना आहेत. हे कपाट आमच्या तीर्थरूपांचं आहे. ते मी तसंच कायम सांभाळणार आहे. ते कपाट कापायचं म्हणजे माझ्यावरूनच कुणी करवत फिरवतंय असं मला वाटेल.''

''पण मग—''

''नाही, नाही, तेवढा एक पर्याय सोडून तुम्ही मला काहीही सांगा.''

''असं? मग काही जमेल असं मला वाटत नाही.''

''पाहा विचार करून.''

''टोटली अशक्य आहे. कपाटाबद्दल तुमचा विचार बदलला तर कळवा. मी परत येईन. ओ. के.?''

"कपाटाचं सध्या राहू दे. आपण दुसऱ्या गोष्टी बघू. चालेल?"
मी 'हो' म्हणालो. आतल्या खोलीत गेलो.
मालक सांगायला लागले, "ही डबलकॉट मी गेल्याच वर्षी करून घेतली."
मी गप्प.
तेही त्यांनी ओळखलं. ते गडबडीने म्हणाले, "खरं तर ह्या कॉटची उंची जास्त आहे. पण त्याचं काय झालं, एक कॉट माझ्याकडे होती. माझ्या काकांनी ती मला बक्षीस दिली होती. त्या कॉटमागे तशाच भावना होत्या. सुताराला मी तीच अट घातली आणि तश्शीच दुसरी कॉट करवून घेतली. अहो, डबलबेड-डबलबेड म्हणजे तरी काय? तर एकाच आकाराचे दोन पलंग. बरोबर ना?"
मी हसलो.

"थोडं-थोडं आर्किटेक्चर आम्ही पण करतो."
त्याच्या पोटात एक गुद्दा मारण्याचा मोह मी कटाक्षाने आवरला.
"हे स्वयंपाकघर. याला मात्र हात लावायचा नाही. कारण सगळं करून झालेलंच आहे. कसं काय वाटतंय?"
"अप्रतिम!"
"आता तुमच्या काही सूचना असतील तर बोला."
मी म्हणालो, "स्वयंपाकघराला हात लावायचा नाही, नंतर डबलबेडला धक्का लावायचा नाही. बाहेरचं कपाटही हलवायचं नाही."

"बरोबर."

"हलवण्यासारखी एकच गोष्ट या क्षणी घरात आहे. सांगू?"

"जरूर."

"मी स्वत:!"

त्यावर निर्लज्जासारखं तो खि: खि: करीत खिंकाळला.

"आमची बायको घरात हवी होती. तिला हे असलं विनोदी बोलणं फार आवडलं असतं."

मी परत फिरलो.

असाही वेळ आजवर अनेक लोकांनी घेतला आहे. माणसांचे नमुने पाहण्याचाच छंद असल्यामुळे, थोडा त्रास झाला तरी काही ना काही गंमत वाटतेच.

हा माझा धंदा नाही म्हणूनच मी हे अनुभव लाइटली घेऊ शकतो.

तळमजल्यावर आलो तेव्हा म्हाताऱ्याने विचारलं, "घर सापडलं?"

"तुम्ही इतक्या खाणाखुणा दिल्यावर कसं सापडणार नाही?"

"काम झालं?"

"भेटायचं होतं ते काम झालं. ज्या कामासाठी आलो होतो ते नाही झालं."

म्हातारा म्हणाला, "होईल, होईल, पुढच्या खेपेला होईल. माणसाने धीर सोडू नये."

तो एवढं बोलतोच म्हटल्यावर मीही इंटरेस्ट घेऊन म्हणालो,

"ते काम होणं कठीण आहे."

"डेकोरेशनचं ना?"

"आं, तुम्हाला कसं माहीत?"

"मी त्या घरात पेइंग गेस्ट म्हणून राहतो."

"नवल आहे."

"हे काहीच नाही, ह्यापेक्षा जास्त आश्चर्याच्या गोष्टी जगात आहेत."

"त्यांपैकी एकाचा अनुभव घेऊन खाली आलो."

"काय झालं?"

"वासराची मान कापायची नाही, मडकं फोडायचं नाही."

"अच्छा, म्हणजे त्या कपाटाबद्दल—"

"करेक्ट!"

"माणसांच्या भावना असतात, त्या जपायला हव्यात."

"म्हणून गप्प बसलो. मालक त्या कपाटाला हात लावून द्यायला तयार नाही. दुसरीकडे ठेवायची सोय नाही. कापून थोडं लहान केलं तर मार्ग निघू शकेल."

"मग?"

''मालक म्हणतात, कपाटावर करवत फिरवलीत तर ती मला माझ्याच अंगावरून चालवल्यासारखी वाटेल.''
मी हे सांगताच तो म्हातारा हसत सुटला. हसून-हसून त्याच्या डोळ्यांत पाणी आलं.
मी पाहात राह्यलो. तो चिडून बोलायला लागला, ''याला ढोंग म्हणतात.''
''मी नाही समजलो.''
''तो प्राणी वडिलांनी दिलेल्या कपाटाला जपतो आणि वडिलांना जनावरासारखा वागवतो. ती जागा बापाच्या नावावर आहे म्हणून त्याने बापाला हाकलून दिलेलं नाही इतकंच.''
''पण वडिलांच्या बाबतीत—''
''तो डोळ्यांतून पाणीसुद्धा काढील, काढतो. हीच गंमत आहे. भक्तिभावाचं, श्रद्धेचं नाटक, प्रत्यक्ष भक्तीपेक्षा जास्त जोरात चालतं.''
''मग त्यांनी मला का बोलावलं?''
''तुम्ही पहिले नव्हेत. दर रविवारी कुणी ना कुणीतरी सल्ले द्यायला येतात आणि पितृप्रेमाचे गोडवे गात परत जातात. तुम्ही आता परत आलात तेव्हा माझ्याशी थोडं बोललात तरी. बाकीच्यांना तर मी दिसतही नाही नंतर.''
''तुम्ही एकदा त्यांना जाणीव का देत नाही?''
म्हातारा म्हणाला, ''कपाट कापण्याबद्दल मी बोललो तरी तो ते ऐकणार नाही. कपाट कापलं तर खोलीत सोफा-कम-बेड व्यवस्थित मावेल. तेच त्याला नकोय.''
''का?''
''सोफा-कम-बेड खोलीत मावला तर त्याचा बाप रात्री खोलीत झोपायला मागेल. कारण गॅलरीत त्याच्या बापाला थंडी वाजते. रात्री लघवीसाठी रस्त्यावर यावं लागतं. गुडघे धरतात. पण म्हाताऱ्याला तो रात्रीचा घरात घेत नाही. कारण मग नवराबायकोच्या प्रायव्हसीला धक्का लागेल, म्हणून कपाटाला धक्का लावायचा नाही.''
माझ्या अंगावर शहारे आले. मी म्हणालो, ''तुम्ही एकदा त्याला फायर करा.''
म्हातारा म्हणाला, ''सगळ्या गोष्टी खऱ्या असल्या तरी बोलता येत नाहीत. एखादं बालंट आलं तरीही त्याचा प्रतिकार करता येतो असं नाही. म्हणूनच कधीकधी शक्ती वाढवायची असते ती बालंट पचवण्याचीसुद्धा वाढवायची असते. कारण त्याशिवाय सुटका नाही.''
मी पटकन त्या म्हाताऱ्याला वाकून नमस्कार केला.
''का बुवा?''

मी प्रांजलपणे म्हणालो, ''आम्ही गृहरचना कशी असावी हे सांगत फिरतो.
तुम्ही जाता-जाता मनोरंजनाचं एक इंगित सांगून गेलात. तरी एक सांगू का?''

''सांगा, सांगा!''

''तुम्ही पेइंग गेस्ट! त्या मानाने लांबचेच. चार सल्लामसलतीच्या गोष्टी परका
माणूस निर्भीडपणे सांगू शकतो.''

म्हातारा म्हणाला, ''बाबा रे, तसं असतं तर मी गप्प बसलो असतो का?
माझ्याच घरात माझा पेइंग गेस्ट झाला आहे.''

''म्हणजे?''

''मीच तो! त्या अवाढव्य कपाटाचा मालक!''

❑

मी आणि आर्केडी असेच एकदा हेतुशून्य भटकत होतो.

इतक्यात समोरून आर्केडीचा एक मित्र आला. बऱ्याच दिवसांनी आर्केडी त्याला भेटत असावा.

दहा-बारा प्रश्नांची देवाण-घेवाण झाल्यावर त्या गृहस्थाने आर्केडीला विचारलं, ''प्रकृती काय म्हणते?''

''उत्तम आहे. आतापर्यंत तुम्ही कधी आमच्या प्रकृतीबद्दल विपरीत ऐकलंत का?''

''ऐकलं नाही आणि ऐकावं लागूही नये अशी इच्छा आहे.''

''निश्चिंत राहा.''

''एक विचारू का?''

''गो अहेड!''

''तुम्ही स्मोकिंग करता?''

''पुष्कळ वर्षं करतोय.''

''प्रकृती चांगली राहण्यासाठी काही पथ्यपाणी?''

''नथिंग!''

''व्यायाम...आसनं वगैरे?''

''काही नाही.''

''ह्या वयात जागरणं करता?''

''फिल्म लाईनला त्याशिवाय चालतंय काय?''

''अरे मग, ठणठणीत प्रकृतीचं रहस्य तरी सांगा.''

ह्यावर आर्केडीने खूप साधं पण अत्यंत अवघड उत्तर दिलं; म्हणजे कारण सांगितलं. तो म्हणाला,

''आजवरच्या आयुष्यात, कोणत्याही व्यक्तीचं यश, वैभव, विद्वत्ता पाहून मी पोटातून कळ येऊन दिली नाही, हेच माझ्या आरोग्याचं कारण.''

तो गृहस्थ माना डोलावत निघून गेला. आर्केडी म्हणाला, ''माझ्या पोटात खरंच कळ येत नाही.''

मी म्हणालो,
"आय नो दॅट."
"पिक्चर पडलं तरी किंवा चाललं तरी!"
"विषयच काढलास म्हणून विचारतो, परवाचं पिक्चर कसं..."
"झोपलं."
"स्टार कास्ट चांगली होती की!"
"होती."
"गाणी पण बरी वाटली."
आर्केडी म्हणाला,
"तुला एक गंमत सांगतो. उत्तम संगीत म्हणजे उत्तम मूव्ही नव्हे. उत्तम फोटोग्राफी म्हणजे उत्कृष्ट चित्रपट नव्हे. त्याचप्रमाणे स्टार कास्ट, डिरेक्शन, सेटिंग, आऊटडोअर, ॲक्टिंग, पब्लिसिटी ह्या प्रत्येकाबाबत म्हणता येईल. एखाद्या प्रॉडक्शनसाठी जे-जे अप्रतिम, उत्कृष्ट असं समजलं गेलंय ते-ते सगळं मिळवलं, तरीही चित्रपट यशस्वी करण्याची जबाबदारी निराळ्याच घटकावर असते. आता तू विचारशील, जबाबदारी कशाला म्हणतात?"
मी मध्येच म्हणालो,
"करेक्ट!"
आर्केडी म्हणाला,
"एका शाळकरी मुलाला विचारलं होतं, जबाबदारी म्हणजे काय? त्यावर तो म्हणाला, समजा, माझ्या पँटला दोनच बटणं आहेत आणि त्यातलं एक जर तुटलं तर दुसऱ्या बटणावर जे पडतं, त्याला जबाबदारी म्हणतात."

कथाकथनाच्या अनेक दौऱ्यांपैकी एक दौरा.
मुक्काम सांगलीला. अशाच एका संयोजक-कम-रसिक माणसाकडे.
दुपारी पंगत. पंगतीला गावातलीच काही उच्चभ्रू मंडळी. गप्पांना विषय साहजिकच साहित्य, लेखक वगैरे. माझ्या लेखनावर जे ठरावीक टीकात्मक आरोप होत आलेले आहेत, तोच आरोप एका सांगलीकराने केला.
"काळेसाहेब, रागावू नका, एक विचारू का?"
"जरूर!"
"तुमच्या एकूण एक कथांमधून मध्यमवर्गच डोकावतो, असं का?"
साहित्यिक गप्पा अत्यंत खेळीमेळीच्या सुरात चालल्या होत्या. मीही गमतीने म्हणालो,
"सगळ्या ग्रामीण लेखनातून 'कराकरा' मांड्या खाजवणारी माणसंच का

डोकावतात, ते सांगाल?''
पंगत हसली.
काही पानं समजून हसली. तर काही लेखकाने विनोद केल्यावर हसायलाच हवं ह्या जाणिवेनं हसली.
मग मी गंभीरपणाने म्हणालो,
''मी माणसांच्या कथा लिहितो, मला वर्ग वगैरे कळत नाही.''
''असं कसं?''
''ज्याप्रमाणे 'कँटोन्मेंट हद्द संपली' किंवा 'कँन्टोन्मेंट हद्द सुरू झाली' अशा पाट्या वाचायला मिळतात, त्याप्रमाणे समाजातही 'मध्यमवर्ग सुरू झाला' किंवा 'मध्यमवर्गाची हद्द संपली' असं तुम्ही मला, आता ठामपणे सांगू शकाल का?''
माझ्या ह्या प्रश्नावर, चर्चेत इतका वेळ ज्यांनी भाग घेतला नव्हता त्यांनी बोलायला सुरुवात केली. त्यांची भाषा शुद्ध मराठी म्हणता येणार नाही. 'त'ला 'य' जोडून बोलणारी जी मंडळी असतात, त्यांच्यापैकी हे गृहस्थ.
''त्येचं मी सांगतो. आता बघा ह्ये काळेसाहेब. तर त्येंची एक गोष्ट. नाव आठवत नाही. पण त्या कथेत असं आहे की, पोस्टमननं दाराच्या फटीतून पत्र आत टाकलं. पाण्याचा नळ रातभर सुटा राहिल्यानं खोलीभर पाणीच पाणी झालं होतं. पोस्टमननं टाकलेलं पत्र नेमकं पाण्यात पडलं. वरची बाजू वाचली. पण मागच्या बाजूची सगळी शाई कार्ड भिजल्यानं वाहून गेली. मजकूर वाचणं मुष्कील झालं. बाबुराव का कोण ते गोष्टीतले जे होते त्यांना त्या क्षणाला समजलं की, 'तुमचं पत्र मिळालं, एवढं लिहूनशान झाल्यावर 'मजकूर समजला' हे का लिहित्यात. अन मग ह्येच्यापुढे ह्या काळेसाहेबांनी लिहिलंय आयुष्यात कोनच्या येळंला, कोनचं ज्ञान मिळंल ह्ये सांगणं मुष्कील आहे.''
''वा वा!'' पंगतीने उत्स्फूर्त दाद दिली. त्या गृहस्थांना चेव येऊन ते म्हणाले,
''आता ह्याच्यात तुमचा तो मध्यमवर्ग कुठाय ते दाखवा!''
मी त्या अनोळखी व्यक्तीकडे, फाशीच्या शिक्षेतून सोडवणूक करणाऱ्या वकिलाकडे, अकारण गुन्हेगार ठरलेला माणूस ज्या भावनेने बघतो त्या भावनेने पाह्यलं.

दार उघडलं, तर आमचे चिरंजीव आणि त्यांचे दोन मित्र. मित्र नेहमीचेच. किशोर आणि विजय. तिघांचेही चेहरे उतरलेले. किशोर तर रडायच्या बेतात.
''हा काय प्रकार आहे?''
''आम्हाला मास्तरांनी परत पाठवलं. ट्रिपला नेलं नाही.''

"तुम्ही मस्ती केली असेल.''

"शप्पत नाही.'' तिघांचेही हात गळ्याकडे गेले.

"मग मास्तरांना काय वेड लागलंय का?''

"ह्याला विचारा, मी काही केलं नाही.'' सुहासने किशोरची साक्ष काढली.

"आम्ही फक्त बोलत होतो.'' किशोर म्हणाला.

"तसं काय लेका, सगळेच बोलत होते.'' विजय किशोरला म्हणाला.

"मग तुम्हा तिघांनाच घरी परत का पाठवलं?''

"आम्हाला माहीत नाही.''

"तुम्हाला परत कुठून पाठवलं?''

"दादर स्टेशनवरून.''

"मास्तर तुम्हाला एकदम घरी जा म्हणाले?''

सुहास म्हणाला, "बापू, काय झालं ते मी तुम्हाला सांगतो. आम्ही असे सगळे गप्पागोष्टी करत उभे होतो.''

"त्या वेळेला मास्तर कुठे होते?''

किशोर म्हणाला, "ते तिकडे सिगरेटी फुंकत उभे होते.''

बोलण्यात जरा धीट असलेला विजय पटकन म्हणाला, "ते दोघंही बायकांचा डबा जिथं येतो तिथे उभे होते.''

किशोरने विजयला दटावलं.

"बरं, मग?''

"तर सर एकदम आले आणि म्हणाले, तुम्ही तिघांनी घरी जावं; आमच्याबरोबर यायचं नाही. तेवढ्यात गाडी आली. आम्ही निघून आलो. शाळेत कळवलं आणि इथे आलो.''

तिघंही निष्पाप चेहरे करून उभे राह्यले.

"बरं मग, आता काय करायचं?'' मी तिघांना विचारलं.

सुहास म्हणाला, "आपण किशोरच्या घरी जाऊ या.''

"का?''

"तो वडिलांना घाबरतो. त्याला वडील मारतील.''

"चला.''

तीनही मुलांसहित मी वामनरावांकडे गेलो. तिथं गेल्यावर तीनही मुलांनी पुन्हा सगळं जे जे घडलं ते ते सांगितलं.

वामनराव म्हणाले, "आपण शाळेच्या प्रिन्सिपॉलना भेटू.''

आम्ही दोघं शाळेत गेलो.

प्रिन्सिपॉलच्या ऑफिसात दाखल झालो. वामनराव म्हणाले, "आमची मुलं

ट्रिपला गेली होती, पण त्यांना मास्तरांनी स्टेशनवरून परत पाठवलं आहे.''

''कशावरून?''

''तीन मुलांना परत पाठवण्यात आलं. केशवरावांचा मुलगा घरी गेला. ह्यांचा पण घरी आहे. माझा मुलगा घरी परत आला नाही. तो जर हरवला असेल तर मला पोलीस कम्प्लेंट द्यावी लागेल. तेवढ्यासाठी ट्रिपला गेलेल्या मास्तरांची मला संपूर्ण माहिती हवी आहे.''

वामनराव एकाएकी असा बनावट पवित्रा घेतली याची मला कल्पना नव्हती. प्रिन्सिपॉलचा चेहरा उतरला. त्यांनी बेल वाजवली. शिपाई आला. प्रिन्सिपॉलनी आवश्यक ती माहिती मागवली. ट्रिपबरोबर गेलेल्या दोन्ही मास्तरांची नावं आली.

वामनराव म्हणाले, ''आम्ही आता तक्रार नोंदवतो.''

प्रिन्सिपॉल म्हणाले, ''जरा थांबाल तर बरं! ट्रिप परत येऊ दे. मी चौकशी करतो. कारण प्रत्यक्ष काय प्रकार घडला आहे, तो ट्रिप परत आल्याशिवाय मलाही सांगता येणार नाही.''

''मान्य आहे, पण ट्रिपला नेलेल्या मुलांना स्टेशनवरून परत पाठवायचं हे योग्य झालं काय? आमच्या मुलांनी दंगा केलेला नाही. पण घटकाभर धरून चालू की ती खोटं बोलताहेत. आता यावर शिक्षा म्हणून त्यांना स्टेशनवरून परत पाठवणं हा तोडगा योग्य आहे का? आज ट्रिप मुंबईतल्या मुंबईत आहे, ठीक आहे. उद्या कार्ल्याला किंवा अलिबाग-उरणला किंवा प्रतापगडला गेलात तर तुम्ही काय कराल? मास्तरांना मुलं ताब्यात ठेवता येत नसतील तर आम्ही पालकांनी तरी कसा विश्वास ठेवायचा मास्तरांवर?''

''हो-हो, पण—''

''मी चाललो. मुलाची मी आणखीन पंधरा मिनिटं वाट पाहीन, नाहीतर पोलीसकडे—''

प्रिन्सिपॉलचा चेहरा मला आता बघवेना. मी न राहवून म्हणालो,

''सर, घाबरू नका. मुलं सुखरूप परत आलेली आहेत. आम्हाला फक्त झाल्या प्रकाराचा खुलासा हवा आहे आणि तुम्ही योग्य ती कारवाई करायला हवी आहे.''

''ठीक आहे.''

''आणि कारवाई काय केलीत हे आम्हाला तीन दिवसांच्या आत समजायला हवं.''

वामनरावांनी 'स्क्रू' आणखीन टाइट केला.

दुसऱ्या दिवशी मी आणि वामनराव पुन्हा शाळेत गेलो. तिथं गेल्यावर समजलं

की, त्या दोन शिक्षकांना प्रिन्सिपॉलनी बोलावून नेलं आहे. सुमारे अर्धा तास त्यांची गंभीर चर्चा चालली आहे. आम्ही प्रिन्सिपॉलच्या खोलीबाहेरच थांबलो. वामनराव म्हणाले,

''सांगायचं राहूनच गेलं. काल गंमत झाली. ट्रिपहून परतलेली मुलं माझ्या घरी आली.''

''हो का?''

''हो! आणि गंमत म्हणजे ट्रिपला गेलेल्या मुलांनी नंतर संप पुकारला. ती मुलं म्हणाली, त्या तिघाजणांची चूक नसताना तुम्ही त्यांना घरी पिटाळलंत. आम्ही परत जातो, कारण आम्ही सगळे बोलत होतो.''

''तसं असेल तर आपली मुलं खरं बोलत होती म्हणायची.''

''अर्थात!''

तेवढ्यात प्रिन्सिपॉलच्या खोलीतून दोन्ही शिक्षक बाहेर पडले. वाघाच्या गुहेतून शेळ्या जिवंत सुटाव्यात तसे.

वामनरावांनी एकाला पकडलं. मी दुसऱ्याला.

ओळख देताच त्या शिक्षकाने नमस्कार केला. मी त्या गृहस्थाकडे बघत राह्यलो. त्याला गृहस्थ तरी का म्हणावं?

तो खरं तर पोरगाच होता. कोवळा. काहीसा निरागसही. 'मास्तर' ह्या बिरुदाला न शोभणारा. एखाद्या मुलासारखाच तो तरतरीत होता. हसतमुख, काहीसा भाबडा.

मी म्हणालो, ''मला कोणताही खुलासा नको आहे. फक्त ह्या प्रकाराची दुसरी बाजू सांगायला आलोय.''

तो म्हणाला,

''अर्धा तास आम्ही तोफेच्या तोंडी होतोच, पण तरीही तुम्हाला पूर्ण अधिकार आहे.''

''तसंही समजू नका. फक्त पॉसिबिलिटीज काय आहेत त्या लक्षात घ्या. वामनरावांचा मुलाला इतका धाक आहे की तो घरी जायला तयारच नव्हता. मी होतो म्हणून तो घरी गेला. पण असा मुलगा, घरच्या धाकापायी, ट्रिपच्या नावाखाली परस्पर हॉटेलात वेळ काढील, सिनेमा बघायला जाईल, घरी थापा मारील किंवा ट्रिपची वेळ होईतो स्टेशनवर वेळ काढील. कदाचित त्याला कुणी पळवून नेऊ शकतो. अपघात होऊ शकतो.''

''खरं आहे.''

''बरं, प्रथमपासून जर ती व्रात्य असतील तर त्यांना ट्रिपला न्यायचं नाही किंवा त्यांना जास्त हाताशी धरायचं. समाजात वावरताना काय होतं तेही सांगतो.

जसं तुमचं मुलांकडे लक्ष असतं तसंच मुलांचंही मास्तरांकडे असतं. तुम्ही दोघं कुठे उभे होतात, काय करत होतात हे मुलांनी हावभावांसकट सांगितलं. तेव्हा, मुलांना शिक्षा केलीत ह्याचा राग नाही, पण ती कोणती करायची ह्याचं तारतम्य—''

तो पटकन म्हणाला, ''चूक झाली, मान्य करतो. आता थोडं सांगू का?''

''तुमचीच बाजू ऐकायला आलो आहे. मी माझ्या मुलांवरसुद्धा शंभर टक्के विश्वास ठेवलेला नाही.''

दिलासा वाटून तो शिक्षक म्हणाला, ''काय करावं हे त्या क्षणी मला सुचलं नाही. का कुणास ठाऊक?''

''वेळेचा गुण!'' वामनराव आमच्यात येऊन म्हणाले. इतका वेळ ते दुसऱ्या शिक्षकांशी बातचीत करीत होते.

पण त्यावर तो शिक्षक हिरिरीने म्हणाला, ''वेळेचा गुण म्हणू नका, वयाचा म्हणा.''

''म्हणजे?''

अत्यंत प्रांजलपणे तो म्हणाला, ''थोडा माझ्या वयाचा विचार करा. वडील अचानक गेले. दोनच महिन्यांपूर्वी कॉलेज सोडलं आणि हा शिक्षकाचा पेशा पत्करला. तेव्हा ह्या अशा छोट्या-छोट्या चुका करीतच मी चांगला शिक्षक होणार आहे. शिक्षक म्हणून मला तरी कुठे मॅच्युरिटी आली आहे?''

तो खरंच योग्य बोलत होता. पण वामनराव अजून सळसळतच होते. ते गरज नसताना म्हणाले, ''तुम्हाला मॅच्युरिटी येईतो किती विद्यार्थ्यांना त्रास होणार आणि किती काळ?—याचा विचार केलात का?''

तो क्षणभर थबकला आणि मग त्याने एक मार्मिक प्रश्न विचारला. तो शांतपणे म्हणाला, ''असं प्रत्येक व्यवसायात होत नसेल का? कितीतरी पेशण्टस, डॉक्टरांना मॅच्युरिटी येईतो दगावले नसतील का? कितीतरी इमारती कच्च्या राहिल्या नसतील का? पानशेत धरणाच्या हाहाकाराचं कारण अशाच एखाद्या अपरिपक्व व्यक्तीपर्यंत कशावरून पोहोचणार नाही? विमानांचे अपघात? साध्या कारकुनी चुका? फार कशाला, माझ्या एकाच प्रश्नाचं उत्तर द्या. तुमचा अपमान करायचा म्हणून विचारीत नाही. आईबाप होण्यापूर्वी, आदर्श बाप म्हणून किती पुरुषांना मॅच्युरिटी आली आहे किंवा असते, हे आपण तरी सांगाल का?''

❑

कुठंतरी एक वाक्य वाचलं,
'परमेश्वराने माणसाला एक तोंड आणि
दोन कान दिले. हेतू हा की, त्याने
दुप्पट ऐकावं आणि एकपट बोलावं.'
वाक्य वाचलं. मनात राह्यलं. मला
वास्तविक कमी बोलणारी माणसं
आवडत नाहीत. त्यांच्या मनात काय
आहे याचा शेवटपर्यंत पत्ता लागत
नाही. मुळात आयुष्य एवढंसं. त्यातलं
बरंचसं आयुष्य दुसऱ्याच्या मनात काय
आहे हे शोधण्यात घालवावं लागलं
तर काय उपयोग? दोन कान, एक
तोंड हा गणिती हिशोब ज्याने कुणी
मांडला असेल, त्या कुणाचा आक्षेप
माणूस जास्त बोलत याबद्दल असेल
असं मला वाटत नाही. किती बोलतो
हे न कळणाऱ्या माणसावर त्याचा
रोख नसून काय बोलतो हे न
कळणाऱ्या माणसावरच त्याचा राग
असावा. यावरून सहज आठवलं.
मास्तरांनी वर्गात एकदा विद्यार्थ्यांना
विचारलं, ''तुम्हाला कोणता प्राणी
जास्त आवडतो?''
''करकोचा.'' एका मुलाचं उत्तर.
''का?''
''मास्तर, करकोच्याची मान खूप लांब
असते. त्यामुळे त्याच्या मनात येणारा

विचार ओठापर्यंत येईतो, त्याला विचार करायला खूप अवधी मिळतो.''
वाटलं, विचार करूनच जर तुम्ही-आम्ही बोलू लागलो, तर कमी बोलावं, असं म्हणाल का?
पण तसं होत नाही.
याचा अर्थ आपण तिन्ही त्रिकाळ, अव्वाच्या सव्वा बोलतो, असंही नाही.
कधीकधी आपलं एखादं वाक्यच पुरेशी कटुता निर्माण करण्याइतपत जळजळीत असतं.
एखादा धावता शेरा मारताना आपण कशालाच विचार करीत नाही. कुणी गाडी घेतली की आपण म्हणतो, 'पैसा खाल्ला असेल!'
'चारित्र्यहनन' ह्या विषयात तर आपण चँपिअन! का? आपण असं का करतो?
आपण सुशिक्षित आहोत. सुजाण समाजात आपण वावरतो. आपल्या नात्यातल्या, मैत्रीतल्या माणसाची आणि त्याबरोबर स्वत:ची शान आपणच ठेवायची असते, याचं आकलन आपल्याला कधी होईल?
आपण रामायणातील 'राम' होऊ शकणार नाही. पण याचा अर्थ आपण 'धोबी' व्हायलाच हवं का?

'रायगडाला जेव्हा जाग येते'चा प्रयोग.
स्थळ बालगंधर्व नाट्यगृह, पुणे.
थिएटरच्या बुकिंग ऑफिसजवळ 'हाऊसफुल्ल'चा फलक. तेव्हा बुकिंग ऑफिसचं काम संपलेलं.
आता थिएटर मॅनेजर्सनी, एअरकंडिशनिंगपासून थिएटरची कामं बघायची, कँटिनवाल्यांनी चहा-कॉफीची फळी सांभाळायची, कंपनीने दणकून प्रयोग करायचा आणि प्रेक्षकांनी तीन तास शिवकालीन महाराष्ट्रात वावरायचं.
मोहन सुखटणकर बाहेर उभा. आत शिवाजी-संभाजी दाढ्या चिकटवताहेत.
सेट लागला आहे. टेपरेकॉर्डर सज्ज आहे. मुळे अंगरख्यांना इस्त्री करतोय.
जगन प्रॉपर्टीकडे बघतोय आणि तेवढ्यात—
इंदुमती पैंगणकरांना मोटार अपघात झाल्याची बातमी आली.
मोहनची पळापळ सुरू झाली. फोन, ट्रंककॉल, मुंबईच्या ऑफिसशी संपर्क साधणं, निर्णय घेणं. एक निराळंच नाट्य वेग घेऊ लागलं.
प्रयोग स्थगित करण्यापलीकडे पर्याय उरला नाही.
थिएटरवर फलक लावण्यात आला.
तिकिटांचे पैसे परत नेण्याची रसिक प्रेक्षकांना विनंती करण्यात आली.
मोहन म्हणाला, ''बुकिंगजवळच थांब आणि प्रेक्षकांच्या प्रतिक्रिया पाहा

एकेक!''
मी म्हणालो, ''त्यात काय बघायचंय? ही घटना इतकी वाईट आहे की असा प्रसंग कोणत्याही कलावंतावर येऊ नये. प्रेक्षकांना पण असंच वाटेल. कलावंतावर प्रेम करणारी ही मराठी माणसं—''
मोहन नुसता हसला.
तेवढ्यात दोन कॉलेजकन्यका शेपटे हलवीत आल्या. फलक पाहून थबकल्या. त्यातली एक म्हणाली, ''अय्या, नले—''
''काय झालं? अपघात ना!''
''अग, ते नाही. इंदुमतीच्या नावामागे खुशाल 'सौ.' लिहिलंय.''
''मग काय बिघडलं?''
''तिचं लग्न कुठं झालंय अजून?''
''पैंगणकर हे काय मग माहेरचं आडनाव आहे का?''
''ते नाही माहीत! नट्यांच्या बाबतीत सासर-माहेर हा असला प्रकार असतो कुठे? त्यांच्या मनात येईल तेव्हा त्या सौ. !''
''त्यांना लग्नाची खरं म्हणजे गरजच नाही.''
''जाऊ दे, मरू दे! तिकिटाचे पैसे परत मिळाले ना? दॅटस् फाइन.''

आणखीन एक टोळकं आलं.
''आयला, प्रयोग कॅन्सल! बोंबला! दांडी मारली ती फुकट गेली.''
''साले, कंपनीवाले चोर असतात.''
''का? काय झालं?''
''वर्किंग डेला दुपारचा प्रयोग लावतात. रविवारप्रमाणे हाऊसफुल्ल जातो का बघतात. बुकिंग झालं नाही म्हणजे प्रयोग कॅन्सल करतात.''
''त्यात त्यांना काय फायदा?''
''ते धंद्याचं टेक्निक असणार. तुला मला काय कळणार? इन्कमटॅक्समध्ये लॉस दाखवायचा. पण लेको, आर्टिस्टच्या जिवावर का उठता?''
''जाऊ दे रे, पैसे तर पदरात पाडून घे.''
''आणि काय कर?''
''भेळ हाणू या झकासपैकी.''
''मी तुला साल्या सांगत होतो की पिक्चर टाकू या. ह्या वयात साला शिवाजी कसला बघायचा? तर तू—''
''ए, आवाज नही मंगता. तू त्या इंदुमती पैंगणकरवर मरतोस. तिला बघायची म्हणून दांडी मारली आपण!''

"पण तिनेच टांग मारली ना?"
"नट्यांचा भरवसा नाही."
"मग आता?"
"पिक्चर टाकू. सिनेमाचा एक फायदा असतो. तिकडे आर्टिस्ट मेला तरी इकडे 'शो' चालू !"
"दॅट्स ट्रू!"

कुठून तरी धावपळ करून मोहन परत आला.
"कुठे गेला होतास?"
"कँटिनवाल्याला गाठलं. त्याला सहाशे-सातशे कप चहा-कॉफीची तयारी ठेवावी लागते. तेवढं दूध वाया गेलं असतं तर कंपनीच्या नावाने शंख. प्रत्येकाच्या विवंचना अगदी जेन्युइन, पण वेगळ्या."
मोहनचं वाक्य संपायच्या आत बुकिंगवरचा माणूस धावत आला. त्याने मोहनला विचारलं,
"एक एक रुपया मोडची असा? माका प्रेक्षकान् परत करूङ्‌ जाय."
"मणेरीकराकडे सुटे पैशे असा."
तो माणूस धावतच गेला. मोहन म्हणाला, "ह्या माणसाला आता साडेतीन ते चार हजार रुपये परत करावे लागतील. प्रत्येकाचे प्रॉब्लेम्स पाह्यलेस ना?"
मी काही बोलणार तेवढ्यात असाच एक कॉमेंट कानावर आला.
"च्यायला, म्हणे तिकिटाचे पैसे परत न्यावेत ही विनंती. रिक्षाचे पण पैसे द्या."
आणखी एक दुक्कल सायकलवरून आली. बोर्ड वाचून त्यांच्यापैकी एकाने चक्क कपाळावर हात मारून घेतला.
"पाह्यलंस, नशीब गांडू तो क्या करे पांडू?"
"त्यात काय एवढं? पुन्हा येऊ."
"नाटकात कुणा लेकाला इंटरेस्ट होतं?"
"कमाल आहे! मला त्या दिवशी तिकिटासाठी कशाला पिटाळलंस?"
"आता सांगून काय फायदा?"
"सांगायलाच पाह्यजे आता."
"अरे, सोमणांची शालन आज नाटकाला येणार आहे. चान्स घेऊन तिला आज विचारणार होतो. ह्या बयेने ॲक्सिडेंटसाठी आजचाच दिवस का निवडला?"
एक चौघांचं टोळकं आलं.
त्यातला एक म्हणाला, "तुम्ही इथंच थांबा. माझी आणि कृष्णकांतची ओळख

आहे. मी त्याला भेटून येतो.''
''कशाला?''
''अपघाताची बातमी खरी आहे की कंपनीची काही चालबाजी आहे, ती बातमी काढून येतो.''
आणखी एकाचा शेरा, ''प्यायली असेल जाम. ॲक्सिडेंट वगैरे थापा.''
''ती पिते?''
''बेदम पिते. खोऱ्याने पैसा येतो घरात!''
''एका नाटकात काय मिळणार?''
''अरे 'रायगड' नसतं तेव्हा 'मत्स्यगंधा' असतं. एकही रात्र फुकट जात नाही. घरात धो धो येणाऱ्या पैशांचं दुसरं काय करायचं?''
एक गृहस्थ सरळ मोहनकडेच आला.
''ॲक्सिडेंट कुठे झाला हो?''
''सुरतेजवळ.''
''तिकडे प्रयोग होता?''
''शूटिंग होतं.''
''सिनेमात पण काम करते का?''
''हो!''
''तिला फोटोग्राफिक चेहरा आहे का हो?''
मोहनने शांतपणे विचारलं, ''तुम्हाला फोटोजिनिक म्हणायचं आहे का?''
''तेच ते!''
''असावा असं वाटतं.''
''नाटकाचा प्रयोग ज्या दिवशी असतो त्याच्या चार-चार दिवस अगोदर तुम्ही नाटकवाले त्या गावात जाऊन का नाही राहत हो?''
''तसं करायला हवं.'' मोहन गंभीरपणे म्हणाला.

''तुझी हौस फिटली नाही का?'' मी मोहनला विचारलं.
''माझी कधीच फिटली आहे. प्रसंग नवीन नाहीत. तुलाच मराठी माणसांचं प्रेम, कलावंतावर प्रेम करणारी प्रेक्षकमंडळी वगैरे तुझा दावा.''
''मी हरलो.''
''मग चल आता.''
''मोहन, मी फक्त एकाच कॉमेंटची वाट बघतोय. तो जर मला ऐकायला मिळाला तर माझा माणसाच्या चांगुलपणावरचा विश्वास कायम राहील. तेवढा ऐकतो—म्हणजे मिळाला तर, निघतो.''

मोहन नुसता हसला आणि रंगमंचाच्या दिशेने गेला. अजून इतर बऱ्याच गोष्टी निस्तरायच्या होत्या.

समोर एक रिक्षा उभी राह्यली.

आतून एक वयस्कर बाई खाली उतरली.

नाटकाच्या वेळेनुसार तिला यायला पंधरा-वीस मिनिटं उशीर झाला होता.

आपला खूप महत्त्वाचा भाग हुकला ह्या चिंतेने धापा टाकीतच आली.

तिने बोर्ड वाचला.

तो मजकूर वाचून ती नक्कीच सुन्न झाली असावी. तिने तिकिटाचे पैसे परत घेतले. मग ती शांतपणे माझ्या दिशेने आली.

''तुम्ही ह्या कंपनीवाल्यांपैकीच का?''

मी 'हो' म्हणालो.

ताबडतोब तिने विचारलं,

''आज नाटक पहिल्यांदाच पाहणार होते. उशीर झाला, म्हणून रिक्षाने आले. मला फक्त एकच सांगाल का?''

''काय सांगू?''

''पोरीला बिचारीला फार लागलं नाही ना?''

मला काहीही माहीत नव्हतं.

तरी मी म्हणालो, ''तसा जिवाला धोका नाही.''

वर बघत त्या बाईने हात जोडले.

मी मग थांबलो नाही.

❑

ही हकीकत सात-आठ वर्षांपूर्वीची.

वेळ संध्याकाळची.

तो समोर येऊन उभा राह्यला. अगदी नजरेसमोर येईपर्यंत, म्हणजे बघण्याची वाट अडवली जाईपर्यंत त्याचं आगमन समजलं नाही. अस्तित्व जाणवलं नाही. त्याने समोर येताच नमस्कार केला.

मीही केला.

त्याचा चेहरा, इंग्रजीत ज्याला रिपल्सिव्ह म्हणतात तसा.

तरीही व्यक्ती हसतमुख असली की आकर्षक वाटते.

हा गृहस्थ भयानक गंभीर.

संध्याकाळ आणखीनच उदास व्हायला लागली.

उगीचच एक विचार मनात आला की संध्याकाळी नेहमी प्रफुल्ल चेहऱ्याची माणसं भेटावीत. सकाळी उदास माणसं भेटली तरी चालतील. कारण दिवसभर प्रकाशाचा सहवास मिळणार असतो.

पण ते हातातलं नाही.

त्याचा गंभीर, उदास, मख्ख चेहरा पाहूनच सांगणार होतो की, 'मला उद्या सकाळी भेटा.'

पण तेवढ्यात तो म्हणाला,

''कल्याणहून तुम्हाला भेटायला आलो.''

मुकाट्याने म्हणालो, ''या.''

रीतरिवाज त्याला माहीतच नसावेत. नव्हतेच. त्याने संभाषणाला प्रारंभ केला तो असा :

''माझं एक काम होतं.''

''बोला.''

''मला राजा परांजप्यांना भेटायचं आहे.''

एक वात्रट उत्तर तोंडाशी आलं, 'जरूर भेटा, माझी त्याला कोणतीच हरकत नाही.'

पण नाही बोललो. त्याच्याइतकाच गंभीर व्हायचा प्रयत्न करीत म्हणालो,

"त्यासाठी मी काय करावं?"

"भेटतील ना ते?"

"भेटतील."

"म्हणजे त्यांचा स्वभाव चांगला—"

"असायला हरकत नाही, मला अनुभव नाही."

तो प्राणी गप्प बसला. स्वतःचं नाव सांगावं, माहिती सांगावी वगैरे त्याच्या गावी नव्हतं.

नंतर तो म्हणाला, "मी चित्रपटकथा लिहिली आहे."

"उत्तम!"

"ती कथा तुम्हाला मी सांगू का?"

"तुम्ही माझ्याकडे कशासाठी आलात?"

"तुमच्या कथा मी वाचल्या आहेत. तुमची पुस्तकं पण मी आवडीने वाचली आहेत. तुम्ही माझे आवडते लेखक..."

"पुस्तकाचं नाव सांगाल माझ्या?"

त्याच्याकडून हमखास चुकीचं नाव येणार ही अटकळ पण करेक्ट नाव सांगून गोंधळात टाकण्याचं कसबही त्याच्याजवळ होतं.

"तुमची ही कितवी चित्रपटकथा?"

"पहिलीच."

"एकदम चित्रपटकथा?—की अगोदर काही अवांतर लेखन..."

"नाही. एकदम चित्रपटकथाच!"

"फारच छान!"

"तुमचं मार्गदर्शन..."

"असं करा, कथा वाचायला आणून द्या. वाचून पाहतो आणि मग..."

त्याचा चेहरा बदलला.

"का हो, काय झालं?"

"कथा अद्यापि लिहिली नाही. तुम्हाला तोंडी सांगतो आणि मग लिहितो. सांगू?"

"करा सुरुवात."

त्याने प्रारंभ केला आणि पाचव्याच वाक्याला, मला ऊर्ध्व लागला. त्याला मी मध्येच अडवीत म्हणालो, "माफ करा हं! तुम्हाला जरा डिस्टर्ब करतो. तुम्ही कोणत्या कॉलेजात होतो म्हणालात?"

माझा प्रश्न टोटली बिनबुडाचा होता.

त्याने नाव सांगितलं.

"बी. ए. झालात?"

"मी सायन्सला होतो."

"साहित्याची आवड असताना?"

"वडिलांचा हट्ट म्हणून."

"बरं मग?"

"इंटरला सोडलं."

"का?"

"फेल झालो."

"लेखनाचं वेड कसं काय लागलं?"

"वाचनाची अतिशय आवड म्हणून."

"असं?"

"म्हणजे पुस्तकातला किडा..."

"आलं लक्षात."

"कोणकोणते लेखक वाचलेत?"

"एकूण एक."

"अरे वा, फारच छान!"

मग तो गप्प बसला आणि मीही. तरीही ह्या प्राण्याला एकदम चित्रपटकथेचं का आकर्षण वाटावं हा प्रश्न होताच. त्याच्या चेहऱ्यावर कुठंही हुशारीची खूण दिसत नव्हती. वाचनाचं वेड असलेल्या व्यक्तीचे डोळे निराळेच असतात. ते डोळे वाचलेलं बोलायलाच लागतात.

"तुम्हाला एकदम चित्रपटाकडे का वळावंसं वाटलं?"

"एक कथा लिहिली की आठ-दहा हजारांना मरण नाही आणि हिंदी प्रोड्यूसरने पसंत केली तर ददात मिटली."

माझ्या मनात एक कल्पना आली. मी म्हणालो, "आपण एक छोटासा प्रयोग करू या का?"

मख्ख चेहऱ्याने तो म्हणाला, "सांगा."

"तुमचं वाचन अफाट आहे म्हणता, तेव्हा आपण छोटासा प्रयोग करू या. मी दहा प्रसिद्ध नामवंत लेखकांची नावं लिहितो. त्यांच्या नावासमोर तुम्ही त्यांचं, तुम्हाला आवडलेलं पुस्तक लिहायचं. म्हणजे मला तुमची आवडनिवड समजेल. तुमच्या विचारांची कल्पना येईल. चालेल."

इंटरेस्ट न दाखवता तो म्हणाला, "चालेल, परीक्षा हवीच अशी."

"ह्याला परीक्षा वगैरे म्हणू नका. केवळ गंमत."

"गंमत तर गंमत म्हणा! तुमच्याकडे मार्गदर्शनासाठी आलोय. तुमचं ऐकायला हवं!"

"तुम्ही रागावलात?"

"तुम्ही विचारायचं ते विचारा. मी बेकार आहे आणि वडिलांवरचा भार कमी करायचा म्हणून चित्रपट व्यवसायाकडे वळणार आहे हे लक्षात ठेवा म्हणजे झालं!"

मी एका कागदावर डाव्या बाजूला नावं लिहिली आणि उजव्या बाजूला त्याने पुस्तकांची नावं लिहिली. ती अशी :

वि. स. खांडेकर	कुलाब्याची दांडी.
ना. सी. फडके	ययाति.
पु. ल. देशपांडे	अपूर्वाई.
अरविंद गोखले	आठवत नाही.
जी. ए. कुलकर्णी	माहीतच नाही.
श्री. ज. जोशी	वहिनींच्या बांगड्या.
चिं. वि. जोशी	आठवत नाही.
य. गो. जोशी	आठवत नाही.
गंगाधर गाडगीळ	आठवत नाही.
आचार्य अत्रे	आठवत नाही.

❑

'One fine morning' म्हणतात, त्या चालीवर एके दिवशी मी ठरवलं की आयुष्यात परीक्षकाची भूमिका करायची नाही आणि त्यातल्या त्यात काहीही झालं तरी नाट्यस्पर्धेंचा परीक्षक तर मुळीच व्हायचं नाही.
का?
तेच सांगणं जरुरीचं आहे.
अशाच एका स्पर्धेचा मी परीक्षक झालो होतो.
सर्वच परीक्षकांचा जसा काही प्रमाणात रुबाब असतो तसा तो माझाही होता.
पाच-सहा नाटकं येऊन गेली.
आणि त्या दिवशी 'तुझे आहे तुजपाशी'चा प्रयोग होता.
दिग्दर्शक होते रामचंद्र वर्दे.
रामचंद्र वर्दे हे माझे आवडते नट. नट रांगणेकरांच्या 'माझे घर', 'वहिनी'पासून 'एक होता म्हातारा' नाटकापर्यंतच्या त्यांच्या भूमिका आजही डोळ्यांसमोर आहेत. म्हणजे दिग्दर्शक 'सिद्धहस्त' आणि 'तुझे आहे तुजपाशी' नाटकही 'हातखंडा' ठरलेलं.
पडदा वर जाताक्षणी आता उजव्या हाताला काकाजी, बुद्धिबळाचा पट आणि हुक्का. मध्यभागी एक अर्धनग्न पुतळा आणि स्टेजच्या डाव्या हाताला टेलिफोन, हे परिचयाचं दृश्य दिसणार. मग वारंवार फोन येणार. 'आचार्य आले का?'—ह्याची सतत फोनवरून चौकशी होणार. भिकू माळी, जगन्नाथ, वासुअण्णा, श्याम एकूण एक मंडळी त्या वारंवार वाजणाऱ्या फोनला कंटाळणार. शेवटी काकाजी शांतपणे उठणार आणि रिसीव्हर बाजूला काढून ठेवणार. डॉ. सतीशचं मग फोनवरचं बोलणं...
सगळं डोळ्यांसमोर येऊन 'तुजे आहे तुजपाशी' नाटक क्रमशः डोळ्यांसमोर उभं राहावं इतक्या वेळा पाह्यलेलं. साध्या टेलिफोनलाही त्या नाटकात बरीच महत्त्वाची भूमिका आहे.
एका अर्थाने, प्रथितयश व्यावसायिकांनी गाजवलेल्या नाटकाचा प्रयोग नवोदितांनी स्पर्धेमध्ये करणं हे एक धाडस असतं. व्यावसायिक प्रयोगांचा जबरदस्त पगडा बघणाऱ्यांच्या मनावर असतो. हुबेहूब नक्कल करावी तर

तुलना अपरिहार्य आणि निराळ्या पद्धतीने सादर करायचं ठरवलं तर चाकोरी सोडण्याचं फार धैर्य लागतं. नवा प्रयोग यशस्वी वाटला तर कौतुकाला सीमा नाही, पण लोकांना तो पचनी पडला नाही पडला तर टीकाच टीका!

रामचंद्र वर्दे काय करतात ते बघायचं.

काहीतरी वेगळं करण्याचा वर्दे ह्यांचा प्रयत्न जाणवला. उजव्या हाताला काकाजी होते, पण डाव्या हाताला फोन नव्हता. तो त्यांनी स्टेजच्या मध्यभागी पण मागच्या बाजूला — deep scene ला म्हणतात तसा ठेवलेला. त्यामुळे डॉ. सतीशच्या काही चांगल्या वाक्यांचा हवा तो परिणाम झाला नाही.

मी नाराज झालो.

उषा आणि सतीशच्या भावपूर्ण संवादात मध्येच केव्हातरी सतीश म्हणतो, 'तो रिसीव्हर तरी वर ठेवा. एंगेज्ड नसताना उगीच आपलं इतरांना 'एंगेज्ड, एंगेज्ड' वाटायला नको.'

सामाजिक कार्याच्या निमित्ताने सतीशला डावलणाऱ्या उषाला, सतीशने 'एंगेज्ड' शब्दाचा उपयोग करून मारलेला टोमणा... वगैरे फोनच्या गमती त्यामुळे वाया गेल्या. केवळ फोनची जागा बदलल्यामुळे. पण—

त्याच वेळेला, रामचंद्र वर्दे ह्यांच्यासारखा मुरब्बी कलावंत ही रचना उगीच करणार नाही, असं वाटतच होतं. मग मी त्यांना सरळसरळ भेटायला गेलो. वपु. काळे हे नाव त्यांना माहीत असायचं कारण नव्हतं. मी मग माझा परिचय करून दिला.

"मी नेपथ्यकार पु. श्री. काळे ह्यांचा मुलगा."

"अरे वा, असं का? ओ हो, आता कळलं. तुम्ही आजच्या परीक्षकांपैकी..."

"हो!"

"मग आज मला भेटणं हे..."

"परीक्षकाच्या नात्याने नाही, रसिक म्हणून आलोय."

मी मग वर्दे ह्यांना माझ्या मनातली शंका विचारली. वर्दे म्हणाले,

"टेलिफोन मागे नेण्यात निश्चित एक उद्देश आहे. रंगमंचावर ज्या काही महत्त्वाच्या जागा असतात, त्यांपैकी सर्वांत महत्त्वाच्या जागा म्हणजे स्टेजवरचे कोपरे. मेन ड्रॉपजवळचे. त्यानंतर स्टेजचा मधला भाग. थोडक्यात म्हणजे ऑडिटेरियममधल्या एकूण एक प्रेक्षकाला जेवढं स्टेज दिसतं तो सगळा महत्त्वाचा एरिया."

"बरोबर!"

"आता टेलिफोनबद्दल. पहिल्या अंकात टेलिफोनचा भरपूर वापर आहे. आचार्य येण्यापूर्वी फोन सतत वाजत असतो. मग आचार्य प्रत्यक्ष आल्यानंतर किती

कॉल्स यायला हवेत? नंतरच्या दोन अंकात एकदाही फोन वापरलेला नाही. खुद्द नाटककाराच्यादेखील हे ध्यानात आलेलं नाही. असं असेल तर स्टेजवरचा एक महत्त्वाचा कोपरा मी टेलिफोनसाठी का अडवायचा?''

''कबूल! पण फोन मागे ठेवल्यामुळे काही विनोदी जागा लोकांपर्यंत पोहोचल्या नाहीत, त्याचं काय...''

वर्दे म्हणाले,

''वाक्यांची, संवादांची, अभिनयाची गंमत न घालवता हालचाली, ॲक्टिंग कसं करायचं हे मी नक्कीच सगळ्यांना शिकवलं होतं. प्रत्यक्ष प्रयोगात, आणि तोही स्पर्धेचा प्रयोग म्हटलं की टेन्शन असतं.''

''कबूल!''

''आणि काळेसाहेब, रस्त्यावर ट्रॅफिक सांभाळणाऱ्या पोलीस खात्याच्या ह्या स्पर्धा आहेत...''

अर्थात पुढचं सगळं सांगण्यात काय मतलब?

आपापल्या नोकऱ्या सांभाळून, संसारातल्या कटकटी सांभाळून माणसं तीन-तीन महिने तालमी करतात. दिग्दर्शकाने वाक्यावाक्याचा विचार केलेला असतो. कलावंतांच्या मर्यादा, तशीच बलस्थानं टिपलेली असतात. त्यानुसार पळवाटा किंवा मुकाबला करण्याच्या योजना राबवलेल्या असतात.

आम्ही परीक्षक होतो, म्हणजे कोण होतो?

आम्हाला तिसरा डोळा स्पर्धेपुरता येतो काय?

ज्यांनी ह्या शास्त्राचा व्यासंग केला आहे, नाटकाच्या वेडापायी अनेक रात्रींची आहुती दिली आहे, Reading in between lines ज्यांना साधलंय, ते खरे परीक्षक.

इतरांना स्पर्धांचं भवितव्य वा स्पर्धकांचं नशीब स्वत:च्या हातात घेण्याचा काय अधिकार?

म्हणूनच,

One fine morning ठरवलं,

आपण परीक्षक व्हायचं नाही.

कधीही!

❑

'किती डाग झाले मोजा पाहू निघण्यापूर्वी.'

'दोन ट्रंका, ही वळकटी. तीन पिशव्या, फिरकीचा तांब्या हातातच ठेवायचा आहे. थर्मास गळ्यात राहील. एकूण आठ.'

कोणत्याही प्रवासाच्या प्रारंभी होणारा हा संवाद. डागांच्या संख्येत काय फरक होईल तो. वयाच्या सातव्या-आठव्या वर्षापासून कानावर पडलेली ही वाक्यं. त्यामुळे प्रवास म्हटलं रे म्हटलं की त्याची सुरुवात ह्या वाक्यापासून व्हायची हेच आठवतं.

मग कोपऱ्यावरून जाऊन टांगे आणायचे, हा कार्यक्रम.

'सव्वा रुपयाच्या वर कबूल करू नकोस.' ही सूचना.

मग सायकलवरून जिमखान्यापर्यंत प्रवास. अडीच रुपयांवरून टांगेवाल्याला निम्म्या दरावर खेचण्याची सर्कस. त्यानंतर 'तुझी मुळीच गरज नाही, गेलास उडत!'— असा चेहरा करून सायकलवर टांग मारणं. पण 'रावसाहेब या' ही त्याची हाक कानांवर पडेल इतपतच सायकलचा वेग ठेवणं...वगैरे वगैरे...

'सव्वा रुपया' बजावूनसुद्धा 'दीड रुपया' कबूल करून टांगा आणल्याबद्दल घरातल्या माणसांची बोलणी खात, त्याच टांग्यात बसणं.

आणि मग स्टेशन. तिथं एक लाल डगल्यातलं संकट. हमाल.

रेल्वे अधिकाऱ्यांच्या योजकतेबद्दल प्रथम इथं 'दाद' द्यायला हवी.

'प्रवास' ही एक धोक्याची अवस्था आहे ह्याची सूचना हमालांना लाल डगले घालायला लावून ते प्रवाशांना, प्रवासाच्या प्रारंभीच देतात. तेही बिचारे त्या रंगाशी विसंगत वर्तन मुळीच करीत नाहीत.

'हमाल' ह्या शब्दासरशी काय काय आठवावं?

मजुरीबाबत समाधान न होणं, गाडीच्या खिडकीवर दिलेले पैसे ठेवून 'एवढे तरी कशाला देता?'—असं म्हणत पुण्यापासून शिवाजीनगरपर्यंत येणं, प्रथम भाव न ठरवता, 'समजून द्या' असं म्हणून आपल्या समजुतीची परीक्षा पाहणं, एक तर तरातरा पुढे जात गर्दीत दिसेनासं होणं किंवा कमालीच्या मंदगतीने चालून, गाडी चुकवतो की काय अशी भीती निर्माण करणं!

And what not?

ह्या आठवणी चाळीस-एक्केचाळीस सालातल्या.

त्या काळात टांगा वेळेवर मिळेल ना?—आणि हमाल भांडायचा नाही ना?—एवढीच प्रवासाची चिंता असायची.

आता ह्या चिंता गौण झाल्या आहेत. आता चिंता मुख्य म्हणजे गाडीत जागा मिळेल की नाही याची आणि म्हणूनच हमालांच्या कार्यातही योग्य तो फरक झालाय.

सामान उचलतो तो हमाल असं न मानता जागा पकडून देतो तो हमाल हे त्रैराशिक आपण सर्वमान्य केलं आहे. आता तो तुमचा एखादा टॉवेल किंवा चादर घेऊन नाहीसा होतो. धावती गाडी पकडतो. 'मी हात केला की लगेच या' हा प्रेमळ सल्ला देऊन तो दिसेनासा होतो. प्रवास, गाडी, जागा ह्याची काळजी क्षणभर दूर होऊन हमाल टॉवेल किंवा चादर घेऊन परस्पर जायचा नाही ना, ही चिंता सुरू होते.

गाडी धडाडत येते. धावणाऱ्या डब्यांवर नजर ठरत नाही. वेगाने पळणाऱ्या कोणत्या तरी खिडकीतून 'साहेब' अशी हाक येते. दहा-बारा हमालांची डोकी दिसतात. हॉटेलात आपला वेटर कोणता हे जसं पटकन समजत नाही तसंच इथंही होतं. आपणच आपली जड ट्रंक—तीन दिवसांसाठी हिने अकरा पातळं कशाला घेतली?—या विचारासकट उचलतो. हमाल आरामात खिडकीपाशी बसलेला असतो. क्षणभर कळत नाही, प्रवास कोण करतंय? तो की आपण?

हा सगळा विचार करीत मी मिरजेच्या प्लॅटफॉर्मवर उभा होतो.

बरोबर वडील, मोठी बहीण, भाचा आणि माझा मुलगा.

'पाच जागा फर्स्ट क्लास मिळवून देतो' असं सांगून हमाल एका चादरीसकट गेलेला. प्लॅटफॉर्मवर गर्दी मुळीच नव्हती. गाडी मिरजेवरून सुटायची होती. प्रत्येक सीटचा रुपया या हिशोबाने मी पाच रुपये चक्क वाया घालवणार होतो. हे आता कळत होतं, पण उपयोग नव्हता.

गाडी आली. ती संपूर्ण रिकामी होती. प्रत्येक डबा मोकळा.

हमालाने पकडलेल्या जागेची चिंता न करता, मी आवडेल असा डबा निवडला. पाच मिनिटांनी हमाल आला.

''साहेब, इथं बसला होय? मी फर्मास जागा...''

''मीसुद्धा पकडली आहे.''

तो खजिल झाला. 'आलोच' म्हणून नाहीसा झाला.

त्याने चादर आणून दिली आणि तो पुन्हा नाहीसा झाला.

''त्याने पैसे घेतले नाहीत?'' बहिणीने विचारलं.

''येईल गाडी सुटायच्या वेळेला. पाच रुपये तो काय सोडतोय?''
''अगदी विनाकारण पैसे द्यायचे त्याला.'' बहीण म्हणाली. मी गप्प बसलो.
प्रवासात काहीतरी खायला हवं होतं. केळ्यांचा भाव विचारला तर बोटाएवढी केळी आणि दोन रुपये डझन. घ्यायला मनच होईना. भाव विचारून गप्प बसलो.
गाडी सुटता-सुटता हमाल आला.
त्याच्या हातात पाच रुपये ठेवीत मी थोडासा टॉट मारायचा म्हणून म्हणालो,
''घ्या. हे पैसे घ्या आणि मजा करा. जरा पोराबाळांना खाऊ वगैरे आणा.''
''नक्की आणतो साहेब.'' असं म्हणून तो हसत हसत निघून गेला.
गाडी सुटली. रिकाम्या डब्याकडे पाहत मी बहिणीला म्हणालो,
''एक नोट हा हा म्हणता गेली.''
आणि गाडी वेग घेणार त्यापूर्वीच तो हमाल धापा टाकीत आला.
गाडीबरोबर धावू लागला.
''काय रे बाबा?''
पण माझा प्रश्न पुरा व्हायच्या आत त्याने खिडकीजवळ बसलेल्या भाच्याच्या मांडीवर एक डझन केळी ठेवली.
''अरे-अरे हे काय?''
''पोरांसाठी खाऊ आणला.''
''अरे, मी तुझ्या पोरांसाठी म्हणालो.''
''साहेब, तुमची काय न माझी काय! मुलं ती मुलं नव्हं का?''
त्याने मग नुसता सलाम केला आणि तो अगदी स्वत:वर खूष होऊन प्रसन्नपणे हसला. तो हमाल पुन्हा कधी आयुष्यात भेटेल का?

❑

चार-पाच आमंत्रणांपैकी एक रामपूरचं होतं.
मागचा-पुढचा आणि रजेचा विचार न करता मी वसुंधरेला सांगितलं,
"रामपूरला होकार कळवून टाक."
ती पाहतच राहिली.
"बघतेस काय? मी जाणार आहे."
"एवढ्या लांब?"
"येस!"
"प्रथम रेल्वे, मग अर्धा-पाऊण तास ताटकळणं, मग एस्. टी. दगदग किती करायची?"
"बराबर प्रश्न, बिलकूल बराबर!"
"तरी जाणार?"
"येस!"
"रजा?"
"एक रविवार, एक दांडी."
"अशाच रजा संपतात. त्या भिकार गावात..."
"नो नो, ऑडियन्स फार चांगला होता."
"तुम्हाला ट्रीटमेंट कशी मिळाली होती?"
"त्यांच्या दृष्टीने राजेशाही, माझ्या दृष्टीने हॉरिबल."
"मग..."
"तरीही वपु वुइल गो फॉर कथाकथन."
'होकारार्थी पत्र पाठव.' असं वसुंधरेला सांगून मी स्कूटर बाहेर काढली. वांद्रा ते बोरीबंदर हे अंतर आणि अर्धा तासाचा अवधी ह्याचा हिशेब जमवायचा होता.

रामपूर म्हटल्यावर काय काय आठवावं? डोळ्यांसमोर सरिता आली. भेट चुटपुटती. तीही मुक्काम संपल्यावर. सरिता-सरिता, सरिता आणि देसाईसुद्धा. मी रामपूरला पोहोचलो. रामपूरच्या वास्तव्यातील प्रत्येक क्षण आठवला. तिथलं वास्तव्य तसं तापदायक होतं. पण सरिता आणि देसाई यांच्यासाठी जायलाच हवं.

विचारांच्या तंद्रीत वरळी कधी आली, समजलं नाही. दहा दहा झाले. वीस मिनिटांत व्हीटी गाठायलाच हवं.
लेटमार्क चुकवलाच पाह्यजे.
स्कूटर आणखीन पिटाळायला हवी.
वीस मिनिटं राह्यली.
काळ, काम, वेगाशी ही अशी रेस खेळायची नाही असं मी रोज म्हणतो.
दहा मिनिटं लवकर घर सोडायचं असं एकोणीस वर्षं म्हणतोय.
पण जित्याची खोड—खरंच मेल्यावर जाईल?
कोणत्या चौकात?—
वरळी, हाजी अली, ऑपेरा हाऊस? बाबूलनाथ? लहान मुलाला वाचवताना? ट्रक चुकवताना?
आजचा उशीर केवळ पत्रं वाचत थांबलो म्हणून. अर्थात थांबायला हवंच होतं. निर्णय घ्यायचा होता. त्याशिवाय वसुंधरा पत्र कसं पाठवणार?
आता रामपूरचं पत्र जायलाच हवं होतं, आजच्या आज.

रामपूर. ए वन ऑडियन्स आणि होपलेस ट्रीटमेंट.
मागच्याच वर्षी गेलो होतो. प्रथम रेल्वे आणि मग एस. टी. प्रवाशांचे एकूण हाल किती करायचे हे दोन्ही कैदाशिणींनी ठरवून, जबाबदारी वाटून घेतलेली.
रामपूरच्या एस. टी. स्टँडवर उतरलो मात्र, मग एखाद्या मंत्र्यात आणि माझ्यात फरक नव्हता. नजर ठरणार नाही अशा रंगाची ॲम्बॅसॅडर समोर उभी होती. बरोबर दोन पट्टेवाले, शोफर आणि तद्दन एकूण एक हिंदी चित्रपटांतून, खानदान, जायदाद वगैरे बकबक करणाऱ्यांचा मुनीमजी असतो, त्या छापील वळणाचा मुनीमजी.
ह्या मुनीमजीला वाटोळ्या सोनेरी फ्रेमचा चष्मा हवाच आणि मिशीच्या वर एखादा चामखीळ.
हात जोडीत सगळी पुढे धावली. एकाने हातातली बॅग घेतली, दुसऱ्याने पुढे होत मोटारीचा दरवाजा उघडला. शोफरने गाडी सुरू करीपर्यंत दोन पट्टेवाल्यांपैकी एकाने मोटारसायकल सुरू केली.
आमची वरात निघाली. एका भव्य वास्तूजवळ गाडी थांबली.
अस्मादिक दिवाणखान्यात आले.
मुंबईत मिळणारी प्रत्येक गोष्ट दिवाणखान्यात लावल्याशिवाय ऐपत सिद्ध होणार नाही, अशा हिशेबाने सजवलेला दिवाणखाना. मग सनमायकाचे सगळे रंग हवेतच. नैसर्गिक फुलांची बागेत रेलचेल असताना, प्लॅस्टिकची फुलं

हवीतच.
छातीतला पहिला ठोका इथंच चुकला.
आता बाकीचं सांगण्याची गरजच नव्हती. तिथं पोपटाचे पिंजरे होते, मांजरं पण होती आणि दाराशी भलामोठा ॲल्सेशियनही होता.
आतल्या—दिवाणखान्याएवढ्या—मोठ्या दालनात झोपाळा करकरत होता. त्याच्या कड्या, साखळ्या स्टेनलेस स्टीलच्या होत्या किंवा क्रोमियम प्लेटेड तरी नक्कीच. आजूबाजूच्या शोकेसमधून अख्खा अकबर अली अवतरला होता. आणि समोर भारतीय बैठकीवर दौलतराव बसले होते.
आम्ही त्यांच्यासमोर.
त्यांचं निम्मं लक्ष फोनकडे. फोन नुकताच मिळालेला असावा. कारण जी माहिती केव्हाही मिळाली असती किंवा मिळालीच नसती तरी चालण्यासारखं होतं अशी माहिती ते फोनवरून विचारीत होते.
मध्येच 'आता सातारा जोडा' असं सांगत होते. पंधरा मिनिटांच्या अवधीत सातारा, सांगली, कराड, कोल्हापूर–सगळीकडे बोलून झालं.
मग चहा झाला.
समोर बसलेल्या माणसाशी संपर्क साधायला हा दौलतराव मुळीच राजी नव्हता. मी मुंबईला परतल्यावर बहुतेक माझ्या कार्यक्रमाचा अभिप्राय फोनवरच देणार आणि त्या निमित्तानेच बोलणार.
चहा संपल्यावर तो 'जायदात'वाला मुनीमजीला म्हणाला, ''त्यांना वाचनालय दाखवा आणि विश्रांती घेऊ द्या.''
''आणि साहेब वाडा?''
''वाडाही दाखवा.''
''बाग?''
''बागही दाखवा. म्हणजे कुठेतरी वर्णन करायला त्यांना फायदा होईल.''
आजूबाजूच्या जिवंत बाहुल्या तर हसल्याच, पण शोकेसमधल्या प्लॅस्टिकच्या एक-दोन बाहुल्यासुद्धा हसल्या. मला सगळ्याच बाहुल्यांची कीव आली.
वाचनालय मात्र झकास होतं. प्रत्येक लेखकाच्या प्रत्येक पुस्तकाच्या तीन-तीन प्रती होत्या. दौलतरावांच्या घरातल्या कपाटातला एक कप्पा मीही संपूर्ण अडवला होता. थंडगार वाऱ्याची झुळूक फक्त ग्रीष्मातच सुखावते. पण अहंकारावर येणारी झुळूक बारमास सुखावते.
मुनीमजी किल्ली संपायच्या आत बोलत होता.
''तीन-तीन कॉप्या हव्यात म्हणजे हव्यात. एक खास त्यांच्यासाठी, एक सर्वांनी वाचून-वाचून हाताळावी म्हणून आणि एक स्टेपनीसारखी म्हणजे

जादा—प्रेझेंट वगैरे द्यायला.'' किल्ली संपल्यावर मुनीमजी थांबला.

खोल्यामागून खोल्या पाहत मी वरच्या मजल्यावर आलो. मग एका मोठ्या फोटोसमोर थांबत मुनीमजी म्हणाले, ''या ताईसाहेब. साहेबांचं चौथं कुटुंब. या माईसाहेब. बी. ए. ला आहेत. बी. ए. विथ मराठी.''

माझं लक्ष नव्हतं. मग मुनीमजी पुन्हा म्हणाले, ''बी. ए. विथ मराठी.''

रेकॉर्डला खड्डा पडल्याचं ध्यानात आलं. आता 'विथ मराऽऽऽठी, मराऽऽऽठी, मराऽऽऽठी' असं होत राहणार. मी हसून म्हणालो, ''अरे वा, असं का?''— चा पिकअपला धक्का दिल्यावर मुनीमजी पुन्हा वाजू लागले,

''हे आप्पासाहेब. नानासाहेब.''

मध्येच मी म्हणालो, ''ही सगळी मंडळी आहेत कुठे?''

''माईसाहेब कॉलेजच्या ट्रिपला गेल्या आहेत. आप्पासाहेब पाचगणीला असतात. नानासाहेब शिकारीला गेले आहेत.''

''आणि ताईसाहेब?''

''त्यांच्या क्लबमध्ये आज निवडणुका आहेत. गेली पाच वर्षं त्याच अध्यक्ष आहेत. आज काय होतं पाहायचं.''

पुन्हा पदयात्रा. बाग, आवारापासून, गच्चीवरच्या पाण्याच्या टाकीपर्यंत मुनीमजींनी सगळं दाखवलं आणि नंतर माझ्यासारख्या पाहुण्यांसाठी खास बनवलेल्या एअरकंडिशण्ड खोलीत मला—मी टवटवीत राहावा म्हणून— कोंबून तो निघून गेला.

तो गेला आणि मला काय करावं कळेना. एकांत ही फार भयाण अवस्था आहे. जित्याजागत्या माणसाने नुसतं बसायचं?

एक तर घर सोडून बाहेरगावी जाताना मी मुळातच उदास असतो. अरे घर— बायकोने एखादा टोमणा अकारण ठेवून दिला तरीही—घर ते घरच! सोडायचंच झालं तर ते गर्दीच्या अपेक्षेने.

समोर सारखी माणसं हवीत. संवाद हवा.

इथं मी एकटा काय करणार?

वातानुकूलित खोलीमध्ये एवढं उकडू शकतं, हा पहिलाच अनुभव होता.

मी मग मोठ्यांदा ओरडलो, 'अरे, एकटा करू काय?'

ते ओरडणंही कुणाला ऐकू गेलं नाही.

तेवढ्यात फोन वाजला. माणसाचा आवाज ऐकायला मिळणार ह्याच आनंदात मी फोन उचलला.

''मी दौलतराव.''

''मी काळे.''

“प्रवास कसा झाला?”
“अप्रतिम!”
आणि तेवढ्यात फोन बंद झाला. मी फोन खाली ठेवला. पिसाळलो.
काय करावं कळेना. तोच समोर लक्ष गेलं. भिंतीवर एक टाइप केलेला कागद.
पुढे झालो.
‘ये बात है!’ तोंडून शब्द गेले. म्हणजे इथं इंटरकॉम आहे तर! मजा आहे.
अठरा आकडा फिरवला आणि पलीकडून आवाज आला.
“साहेब गाडी काढू?”
बापरे! हा तर शोफर. मी फोन बंद केला. दुसरा नंबर फिरवला.
“साहेब, साडेअकरा वाजून अठरा मिनिटं.”
माय गुडनेस! हा तर टाइम सर्व्हिस. तिसरा नंबर मी फिरवला नाही. मी फोन खाली ठेवला आणि बेल वाजली. मी फोन उचलला.
“मी काळे.”
“मी दौलतराव. तुमचा फोन एंगेज होता.”
“हो.”
“कुणी त्रास दिला तुम्हाला?”
“कुणी नाही.”
“कुणी देणारच नाही. आमचा देसाई सोडला तर.”
“देसाई कोण?”
“असाच एक सेक्रेटरीसारखी कामं करायला ठेवलाय. फार बुकं वाचतो. किडा म्हणतात तसा. लेखक-माणसांचं फार डोकं उठवतो.”
“असं? मला तसं काही...”
तेवढ्यात फोन बंद झाला. मी वैतागलो. हा काय विचित्र सूड आहे कळेना. लहानपणी मी असं काय केलं होतं?
आठवलं.
कुणाच्याही घरचं लग्नामुंजीचं आमंत्रण आलं की मी जात असे. पंगत बसली की तिकडे सनई सुरू व्हायची. अशा वेळी मी मुद्दाम भजी घेऊन सनईवाल्यासमोर उभा राहत असे. भजी पाह्यल्याबरोबर, गाल फुगवून हवा फुंकायचा त्याचा जोर, तोंडाला पाणी सुटल्यामुळे निघून जायचा. नुसताच ‘फुस् फुस्’ आवाज आला की मी जात असे.
अर्ध्या तासाने मग जिलब्या दाखवायच्या.
त्या जुन्या खोड्यांची परतफेड करायची वेळ आली आहे का?
त्यानंतर दौलतरावांसकट फोन बंद! दौलतराव तर दौलतराव, पण आवाज हवा

होता.

दोन तासांनंतर बेल वाजली.
''मी काळे.''
''साहेब, मी महाराज.''
''महाराज कोण?''
''इथला स्वयंपाकी.''
''बोला.''
''साहेब, ताट खोलीत पाठवू की—''
''नको, नको! मी खाली येतो.''
''मी माणूस पाठवतो.''
मी खाली जेवायला गेलो खरा पण फरक काहीच पडला नाही. डायनिंग हॉल आणि आठ माणसांच्या डायनिंग टेबलावर मी एकटाच होतो. खाद्यपदार्थांची रेलचेल होती. वीसएक पदार्थ आजूबाजूला विविध प्रकारच्या ताटल्यांतून, हजेरी लावून होते.
वाढणारे मुकाट वाढत होते.
''दौलतराव कुठे आहेत?''
माझ्या प्रश्नाला उत्तर कुणी द्यायचं अशा विचारांनी तिघांनी एकमेकांकडे पाह्यलं आणि मग उत्तर आलं, ''पाहुण्यांना वाढा, असा त्यांचा फोन आला म्हणून आम्ही...''
''ठीक आहे.''
मी खाली मान घालून जेवायला लागलो. वास्तविक पदार्थांची चव घेतल्याबरोबर दणकन दाद द्यायची मला सवय.
पण इथं?
नानाविध पदार्थांची इथं रांगोळी होती. पदार्थांच्या रंगावरून त्याची चव समजते, हा माझा एक जुना सिद्धान्त. त्याप्रमाणे सगळे पदार्थ खरंच छान होते. कुठंही एखादा चविष्ट पदार्थ जिभेवर रेंगाळला की त्याच वेळेला चांगला स्वयंपाक करू शकणाऱ्या सर्व नात्यातल्या, मैत्रीतल्या गृहिणींची नावंही जिभेवर येतात आणि पदार्थांची चव आणखीन वाढते. त्या क्षणी तोंडून जाणारा 'वा' हा अशा सर्व घरांसाठी असतो.
आता मात्र मी एकटा.
'वा' ऐकायला कुणी नाही. इतकं सुरेख जेवण, पण मन? ते मात्र 'परमेश्वरी इच्छेपुढे काही इलाज आहे का? दोन घास खायलाच हवेत—' असं म्हणत

वडीलधारी माणसं खायला भाग पाडतात अशा अवस्थेत होतं.

एअरकंडिशण्ड खोली. त्यात मी एकटा.

सुग्रास अन्न, पण पंगतीला कुणी नाही.

काय ही माझी विटंबना?

'करशील?—करशील पुन्हा कथाकथन? करशील?'— असं मीच मला,
मनातल्या मनात, तोंडात मारून घेत विचारीत होतो, घास गिळत होतो.

आणि मध्येच आठवण होताच मी विचारलं,

''देसाई कुठे आहेत?''

''तुमचं लक्झरीचं तिकीट आणायला गेले आहेत.''

जेवण संपलं.

पुन्हा माझी वातानुकूलित कैद सुरू झाली. कॉटवर सहा इंच जाडीचा डनलॉप होता, पण तोही मला टोचत होता. संध्याकाळी साडेपाच वाजता दार उघडलं गेलं. चहाचा ट्रे. पाठोपाठ कुणाचा तरी आवाज आला. पण पट्टेवाल्याने त्याला सांगितलं,
"साहेबांना त्रास द्यायचा नाही."
"त्यांची फक्त स्वाक्षरी..."
"कार्यक्रमाच्या वेळी मिळेल."
पाठोपाठ बाईचा आवाज, "मला फक्त त्यांच्या स्वातीची चौकशी करायची आहे."
"सगळं नंतर."
मी दरवाजापाशी पोहोचेतो दोघं निघून गेली. चहाचा ट्रे गड्याला फेकून मारावा, असं मला वाटलं.
चहा संपला आणि फोन वाजला.
"मी काळे बोलतोय."
"मी दौलतराव."
"बोला साहेब."
"जेवण झालं?"
"कधीच—नंतर विश्रांती पण झाली."
"कुणी त्रास दिला नाही ना?"
"छे छे!"
"आमच्या देसाईनेच छळलं असतं. फोनही मी तेवढ्यासाठी बंद करून ठेवला होता."
"अरेरे..."
"तुम्हाला देसाई माहीत नाही. कथा म्हटलं की खांडेकरांपासून सुरुवात करतो. नाटक म्हणालात तर अण्णासाहेब, चित्रपट म्हणालात तर मा. विनायक—छळलं असतं. मुद्दाम फोन तोडला होता."
"दौलतराव—" फोन बंद झाला.

ही शिक्षा रात्री नऊ वाजता संपली.
निघालो तेव्हा ताईसाहेब, माईसाहेब, नानासाहेब, अप्पासाहेब सगळ्यांची मी चौकशी केली. ताईसाहेब निवडणुकीत जिंकल्या होत्या म्हणून त्यांना पार्टी होती. माईसाहेब ट्रिपमध्ये खूप दमल्या होत्या म्हणून त्यांना कथाकथन ऐकायला एनर्जी नव्हती. अप्पासाहेब पाचगणीत आणि नानासाहेब शिकारीत

आणि कुणाचा ना कुणाचा फोन येईल म्हणून दौलतराव फोनवर.
मोहरांच्या हंड्यावर भुजंग असतो म्हणतात. मला त्याची कल्पना नाही. पण तो भुजंग आणि फोनवरचा दौलतराव सारखेच दिसत असतील.
बाकीच्यांचं ठीक आहे. पण बी. ए. विथ मराऽऽऽठी, मराऽऽऽठी, ह्या ताईसाहेबांना कथाकथनाचं आकर्षण नसावं? साहेबाला भारताबाहेर हाकलल्यावर, ताई, माई, अप्पा आणि नाना—यांनाही घालवायला हवं होतं.
And what about Desai?
आणि स्वातीची चौकशी करणारी ती अनामिका?
''आमच्या गावातला ऑडियन्स पाहाच, तब्येत खूष होऊन जाईल. दोन हजार माणसं असतात, टाचणी पडली तर ऐकू येईल अशी शांत असतात.''
''असं?''
''अहो, माडगुळकर, पु. ल., भावेअण्णा, पुरंदरे, भीमसेन जोशी, कुमार,

सगळ्यांनी हजेरी लावली आतापर्यंत. पुन्हा यायला उत्सुक आहेत.''
जेमतेम सत्तर-पंचाहत्तर माणसांसमोर मी उभा राह्यलो तेव्हा, कार्यकर्ते जेव्हा कार्यक्रम ठरवायला आले होते, त्यावेळचा हा संवाद मला आठवला. क्षणभर काय करावं मला कळेना. ह्या अगोदर 'परिचय' नामक सोहळ्यातून मी गेलो होतो. 'काळे हे आर्किटेक्चर आहेत' इथून परिचयाला प्रारंभ झाला. एखाद्या टायपिस्टला टायपिस्ट न म्हणता 'हे टाइपरायटर आहेत' असं म्हटल्यासारखं हे आहे. त्यानंतर रत्नाकर मतकरींच्या दोन एकांकिका, सुरेश खरेंचं एक नाटक आणि श्री. ज. जोशींची 'आनंदी गोपाळ' —परिचयकारांनी माझ्याच खात्यावर टाकली. सर्वांत शेवटी आता 'काळे तुम्हाला खूप हसवतील' असं सांगून मला माइकसमोर ढकलण्यात आलं.
'विनोदी' म्हणून दोनशे कार्यक्रमांतून गाजलेल्या पाच कथा मी जवळजवळ अडीच तास श्रोत्यांना ऐकवल्या.

'टाचणी पडली तरी ऐकू येईल' हे वर्णन करील असाच समुदाय होता. कुणीही हसत नव्हतं. प्रत्येक श्रोत्यामागे 'गुदगुल्या' करायला मी माझा एकेक माणूस ठेवला असता तरीही न हसणारी माणसं समोर बसली होती. त्या सगळ्यांसमोर एक हंबरडा फोडावा असं वाटत राह्यलं.

कार्यक्रम संपला तेव्हा मी फार फार थकलो होतो. स्कूटरला दोनशे वेळा 'किक' मारूनही ती स्टार्ट होत नाही ह्या असफलतेचा जो थकवा असतो, तसाच हा थकवा होता. प्रत्येकाला एकेक 'किक' मारावी असा विचार करीत मी कोसळलो. कार्यक्रम संपला. ॲम्बॅसॅडरमध्ये बसलो आणि सरळ स्टँडवर आलो. पाचच मिनिटांनी समोर एक जोडपं येऊन उभं राह्यलं. दोघं घामाघूम झाली होती.
मला नमस्कार करीत तो गृहस्थ म्हणाला, ''मी देसाई आणि ह्या सरिता देसाई.''
परिचय होताक्षणी, श्वासही न घेता, धापा टाकीत ती म्हणाली,
''तुमचा कार्यक्रम अफाट झाला.''
''खरं म्हणजे शब्दच नाहीत.'' तो म्हणाला.
''जरा विश्रांती तर घ्या.'' मी सुखावून जात म्हणालो.
''तुमची गाडी आत्ता येईल. तोपर्यंत एक मिनिटही वाया जाऊ नये, असं वाटतं. खरंच अफाट कार्यक्रम झाला.'' सरिता म्हणाली.
''आता चार-पाच दिवस कशातही लक्ष लागायचं नाही.''
''अर्थात ही हवी असलेली बेचैनी आहे.''
मी मध्येच म्हणालो, ''दुपारी स्वातीची चौकशी...''
टपोरे डोळे आणखी मोठे करीत सरिता म्हणाली, ''मीच केली.''
''असं?''
''तिला ॲक्सिडेंट झाला होता ना?''
''खूप दिवसांपूर्वी.''
''आणि त्याच रात्री तिचं नाटक होतं ना?''
''हो.''
''तशाही अवस्थेत तिने काम केलं?''
''हो. हॉस्पिटलमधून डेक्कन क्वीन. तीन तास प्रवास, नंतर नाटक.''
''मी ते वाचलं होतं. पोरीची जात. टाके दिसत नाहीत ना?''
''नो, नो! प्लॅस्टिक सर्जरीचा स्पेशॅलिस्ट सोहराब मेहताने ऑपरेशन केलं होतं.''

—दोघांना 'किती बोलू, किती नको' असं होऊन गेलं. लाटेमागून लाट येत होती. माझ्यावर फुटत होती. माझा थकवा, किनाऱ्यावरच्या वाळूप्रमाणे पाण्यात ओढून नेत होता. मी भिजत होतो. दिवसभर झालेला कोंडमारा संपला होता. श्रोत्यांनी दाद न देऊन अंगाची केलेली काहिली शांत होत होती. त्या भिकार एस्. टी.स्टँडचा परिसर वनराईने बहरून निघाला. पागोट्यांचे, गाठोड्यांचे मळकट वास नाहीसे होऊन, रातराणीने आसमंत दरवळून निघाला.

ती दोघं बोलत होती आणि मला नवचैतन्याचे अंकुर फुटत होते. त्यांना फुटलेले दिसत होते. कलावंतापेक्षा रसिक मोठा का?—त्याचं उत्तर ह्या अशा क्षणी मिळतं.

कलावंताची अस्मिता जिवंत ठेवण्यासाठी जे रसायन लागतं, ते फक्त रसिकांजवळ असतं. त्यावर ISI चा शिक्का नसतो आणि ते कलावंताला भरभरून देणाऱ्या रसिकाजवळ मापही नसतं.

दानपात्र कितीही मोठं असलं तरी त्याच्या आकारमानाला किंमत नसते. दानपात्राचं तोंड मोठं असावं लागतं. रसिकाजवळ ते असतं.

आपलं काय चुकलं आहे, कार्यक्रमात आपण कुठे कमी पडलो ही जाणीव ज्याची त्याला छळतच असते. त्याचा उच्चार इतरांनी का करावा?

खरा रसिक त्या जखमांना धक्का न लावता फुंकर घालतो.

आम्ही तिघंही आता 'पोस्टल ॲड्रेस' सांगता येईल अशा ठिकाणी नव्हतोच. 'लॉस्ट ॲण्ड फाऊंड' अशा एका खात्यात—पण नाहीच, 'फाऊंड टू इच अदर' आणि 'लॉस्ट फॉर अदर्स' अशा अवस्थेत होतो.

''तुम्ही दोघं अगोदर का नाही भेटलात?''

त्या दोघांनी फक्त एकमेकांकडे पाह्यलं. मी म्हणालो,

''सकाळी भेटला असतात तर दिवस बहारदार गेला असता.''

''पुन्हा याल?'' तिने विचारलं.

''एका अटीवर.''

''सांगा.''

''मी दौलतरावांकडे उतरणार नाही.''

दोघं अतिशय मोकळेपणी हसली. सतारीवर कुणीतरी 'झाला' वाजवून गेलं.

''आमचे मालक स्वभावाने वाईट नाहीत. म्हणजे कपटी नाहीत. हे असंच जगायचं असतं, असं ते मानतात.''

''पण आपल्याला प्रत्येक क्षण...'' मी पुढे गप्प बसलो.

दौलतरावांकडे मी सुग्रास जेवलो होतो.

त्या दोघांनी भरून आलेल्या डोळ्यांनी निरोप दिला आणि त्या भरून आलेल्या

डोळ्यांनी 'पुनरागमनायच'ही म्हटलं.
माझा पाय आता निघत नाही, हे त्यांनी पण जाणलं.
त्याच अवस्थेत मी लक्झरीत बसलो.

त्याच अवस्थेत त्या वेळी मुंबई कधी आली हे जसं कळलं नाही, तसंच आता ऑफिस कधी आलं हेही कळलं नाही.
मस्टरवर तांबडी फुली दिसली तेव्हा कळलं, की आज अंतर कापू शकलो नाही.
क्षणभर वाईट वाटलं. रागही आला. हेडक्लार्ककडे पाह्यलं. त्यांचा काय अपराध? हे अंतर असंच राहणार.
हा व्यवहार आहे.
विकायचं ठरवलं की फुलंसुद्धा तराजूत टाकावी लागतात.
विकणाऱ्याने फुलांचं वजन विकावं.
सुगंधवेड्या माणसाने वजनात किती फुलं येतात हे मोजू नये.
ऑडियन्स फार चांगला होता. रामपूरला जायला हवं.
देसाई आणि सरिता देसाई. उशिरा भेटलेला सुगंध.

❑

लता.

विषय देऊन महाबळ गेले. ते सुटले. मी अडकलो. का?

अडकलो, असं का म्हणायचं? तर—लता ह्या विषयावर काही लिहायचं हा विचारच कधी मनात आला नाही. 'लता' विषय होऊच शकत नाही. जी गोष्ट अथवा व्यक्ती आपल्या अगदी जवळची असते तिला शब्दांत पकडण्याची धडपड करता येत नाही आणि धडपड केली तरी त्यात यश मिळत नाही, याची खंतही वाटत नाही.

स्वतःचा पराभव हीच त्या व्यक्तीची वा अनुभवाची शक्ती असते.

श्वासोच्छ्वास या विषयावर जर मला कुणी उद्या लिहायला सांगितलं तर मी काही लिहूच शकणार नाही. जास्तीत जास्त तीनच शब्द लिहिता येतील. ते म्हणजे, 'श्वासोच्छ्वास होत राहावा.'

तसंच लताच्या बाबतीत तीन शब्दांत सांगायचं, 'तू गात राहावीस.'

किती काळ? तर —माझा श्वासोच्छ्वास थांबेपर्यंत.

हा निव्वळ स्वार्थ झाला.

असेल! कबूल करा अथवा करू नका, आपण आहोत म्हणून जगाला अस्तित्व आहे.

प्रत्येक लहान गोष्टी करताना, स्वतःच्या असण्याला फार मोठं स्थान आहे.

कदाचित जगत असताना, निःस्वार्थीपणाने माणूस इतरांसाठी जगतही असेल, स्वतःचा विचार न करता.

पण मरताना तो नक्की एकटा मरतो. त्याचा तोच मरतो.

तेव्हा तो अगदी एकटा मरतो. त्याचा तोच मरतो.

रामूभय्या दाते म्हणायचे, 'मरायची भीती का वाटते सांगू का? एकट्याने जायचं म्हणून वाटते. बरोबर जिवाभावाचे दोन-चार मित्र असते तर मरण्याचं काही वाटलं नसतं.'

मरणाच्या नुसत्या कल्पनेने माझा थरकाप उडतो. पण तरीसुद्धा त्या क्षणीही लता जरा कानात गुणगुणून गेली, 'ए मालिक, तेरे बंदे हमऽऽ' तर कालिंगडा-मालकंस थाटाचे ते सूर नक्की त्या शेवटच्या प्रवासात धैर्य देतील.

कारण, धीर देणं हाच त्या स्वरांचा स्थायीभाव आहे. गेली पस्तीस वर्षं ह्या आवाजाने मला धीर दिला आहे. खरं तर मी एकटा नव्हतोच. तो आवाज ज्या दिवशी कानांवर पडला त्या दिवसापासून सारखी कुठंतरी हार्मोनियम वाजतेच आहे.

सुहास सात वर्षांचा होता तेव्हा 'रायगडाला जाग येते' नाटकात काम करत होता. त्याला सोबत म्हणून मी कंपनीबरोबर जात असे.
मालवणला प्रयोग—अशाच एका दौऱ्यावेळी. संध्याकाळची वेळ. मालवणला परिचयाचं कुणी नाही. गाव एवढंसं. उदासीनता पराकोटीची आलेली. कोणत्याही क्षणी मी कोसळेन अशी अवस्था.
एका झोपडीवजा हॉटेलात गेलो. मोडकीतोडकी बाकडी. डगडगणारी टेबलं. तट्ट्याच्या भिंती. भसाड्या आवाजाचा—प्रायमसचा—मोठा, ज्वाळा ओकणारा स्टोव्ह. ॲल्युमिनियमची कळकट पातेली आणि तितक्याच कळकट कपड्यांतला हॉटेलवाला. उदासीनतेत उद्विग्नतेची भर पडली. तेवढ्यात समोर लक्ष गेलं. जॉन केनेडींचा हसतमुख, रुबाबदार फोटो. कोणत्या तरी कॅलेंडरवरचा, पण त्याला फ्रेम केलेली. तो हसरा फोटो पाहून माझं मन जरा सावरलं आणि तेवढ्यात ट्रॅन्झिस्टरवरून लताने सांगितलं, 'तू एकटा नाहीस. मी मालवणमध्येच आहे. याच हॉटेलात तुझ्यापासून हाताच्या अंतरावर आहे.'

मी माझ्या स्वत:च्या कार्यक्रमांसाठीसुद्धा खूप भटकलो. गावोगावी पोहोचलेल्या दोन गोष्टी पाह्यल्या. उसाच्या गुऱ्हाळापासून, आलिशान एअरकंडिशण्ड हॉटेलपर्यंत—जॉन केनेडींची तसबीर आणि लताचा आवाज. चांगल्या गोष्टी माणसांना किती वेढून टाकतात त्याचं मी अनेक ठिकाणी घेतलेलं प्रत्यंतर. माझ्या मनात त्यामुळे कायम या दोन गोष्टींची सांगड घातली गेलेली आहे. लताचा आवाज ऐकला की मला केनेडी दिसतात आणि वॉशिंग्टनला केनेडी सेंटरमध्ये हिंडताना लता कानात गात होती.
माणूस सौंदर्यावर, व्यक्तिमत्त्वावर, लेखनावर, संगीतावर प्रेम करतो— म्हणजे नक्की काय करतो? तर एखाद्या माणसाला जगातला चांगला माणूस व्हायचं असेल तर त्याला जॉन केनेडी व्हावंसं वाटेल. त्याचप्रमाणे, सप्तकात किती सूर असतात याचाही गंध ज्या माणसाला नाही, त्याला गावंसं वाटलं तर तो कुणासारखा गाईल?
लतासारखं!
गाऊ शकणारी प्रत्येक स्त्री, 'डिट्टो लता,' 'दुसरी लता', 'प्रतिलता',

'अतिलता' या विशेषणांसाठी का तडफडते?
तर खरंच त्यापैकी प्रत्येक स्त्री गाऊ शकली असती तर तिला लतासारखंच गायला आवडलं असतं.
लताचं कोणतं गाणं अधिक आवडतं?
ह्यासारखे पहिले तीन प्रश्न आवश्यक, उरलेल्या आठांपैकी कोणतेही पाच प्रश्न माणसं का विचारतात हे मला समजूच शकत नाही. असले प्रश्न उपस्थित करणं म्हणजे विष्णुसहस्रनामातलं कोणतं नाम जास्त आवडलं किंवा संगीताच्या भाषेत, सात स्वरांपैकी कोणता स्वर महत्वाचा वाटतो, असं विचारण्यासारखं आहे. अशा माणसांची कीव करण्यापलीकडे दुसरं काही करता येत नाही आणि करता येत असलं तरी त्यात आपण आपला वेळ घालवू नये. नायगाराच्या काठावर बसल्यावर, 'हे वाहणारं पाणी किती लिटर असेल' हा विचार ज्याच्या मनात प्रथम येतो, त्याचा खून केला तर तीसुद्धा दया ठरावी, किंवा आपला मूर्खपणा ठरावा. अष्टौप्रहर कोसळणाऱ्या धारांखाली चिंब होणं यातच त्या धारांचं सार्थक आहे आणि आपल्या जगण्याचं.

नायगाऱ्याच्या वाहत्या धारांखाली जेव्हा आमची मोटरबोट आली तेव्हा डाव्या हाताला अमेरिकेची सरहद्द होती. उजव्या हाताला कॅनडाची सरहद्द होती. दोन्ही सरहद्दींना जोडणारा नायगारा समोर कोसळत होता. कोसळणाऱ्या धारांच्या त्या विशाल, अमर्याद, शब्दातीत उत्कटतेची बरोबरी केवळ लताच्या स्वराबरोबरच होऊ शकत होती.
नायगाराच्या धारांखालून बोट वळण घेत होती आणि तेव्हा तिथंही, त्या धारांप्रमाणेच जीवघेणे, लताचे शब्द साथ करीत होते.
'हम प्यारमे जलनेवालोंको, चैन कहाँ...'
'चैन कहाँ' हेच त्यातलं सत्य.
ज्याला चैन पडत नाही, त्याला कुठंच चैन पडत नाही.
माणूस कोणत्या नक्षत्रावर जन्माला आला, याचे गणिती हिशेब करणाऱ्या पत्रिकावाल्यांना, ग्रहांपेक्षा स्वरांवर प्रेम करायला शिकवलं, तर कोणत्या ग्रहांवर एखादा माणूस जन्माला आला याचा शोध घेण्यापेक्षा, कोणत्या बेचैन करणाऱ्या स्वराला बरोबर घेऊन तो जन्माला आला, याचा सुरेल शोध त्यांना घ्यावा लागेल.
त्यांचे अंदाज अचूक ठरतील.
कारण ग्रह दिशाभूल करतात तर स्वर निश्चित दिशा दाखवतात.
नायगाराच्या काठावर मी माझं अस्तित्व घालवून उभा. माझ्याशेजारी, मनाची

खोली जोखता येणार नाही असा गूढ अरुण आणि नायगाराच्या खळखळाटाला मागे सारील, असा अवखळ, टवटवीत आणि चंचल रवी दाते.
मी रवीला म्हणालो, ''तुम्हा दोघांमुळे, हे जतन करावेत असे क्षण वाट्याला आले.''
रवी म्हणाला, ''वपु, तुम्ही लेखक. कल्पनाशक्तीच्या जोरावर ही सगळी भव्यता तुम्ही निर्माण करू शकता.''
मी म्हणालो, ''रवी, अनुभवांचं वजन कल्पनाविलासाला लाभत नाही. कल्पनेला वास्तवता जेव्हा छेद देऊन जाते तेव्हा त्याला अनुभव म्हणतात.''
परदेशवारी केल्यापासून व्यक्त करता येणार नाही अशा एका आनंदाचा लाभ झाला.

लताचा आवाज कुठंही कानावर पडला की जॉन केनेडी आठवायचे. आता 'लता' या नावाशी अखंड वाहणाऱ्याचंही नातं जोडलं गेलं आहे.
स्कूटरचा अपघात झाल्यावर डावा हात कमजोर झाला.
सगळे स्कूटर विकायला सांगतात.
मी त्यांचं ऐकत नाही.
स्कूटर न विकण्याची कारणंही मी त्यांना सांगत नाही.
का?
तर त्यातली पुष्कळशी 'नायगाऱ्यात किती लिटर पाणी असेल, याचा विचार करणारी आहेत. स्कूटर न विकण्याचं कारण आज सांगतो.
गेली अठरा वर्षं मी हे छोटं वाहन मुंबईसारख्या अवाढव्य शहरातून चालवतोय. दिवसातून दोन वेळा मी पेडर रोडवरून 'प्रभुकुंज'वरून कामावर जातो.
एका हाताला 'महालक्ष्मी.' एका हाताला 'स्वरलक्ष्मी.'

दोन्ही देवळांसमोरून दिवसातून दोन वेळा जाण्याची संधी मिळते.

मग स्कूटर विकायची कशी?

मरण कुणालाच टळलेलं नाही.

आयुष्यभर मी जे जे सांगितलं ते ते महालक्ष्मीने मला दिलं.

ती मला मरणदेखील इच्छेप्रमाणे देईल का?

तसं दिलं तर मी सांगेन, अपघाती मरण मला आवडेल. तेही घरी येताना नको. कामावर जाताना दे. म्हणजेच काही ना काही काम करण्याची इच्छा असताना मरण येऊ दे. ते मरण तुझ्या देवळाच्या परिसरासमोर येऊ दे. कारण शेवटच्या त्या प्रवासात, केनेडींचा हसरा चेहरा माझं स्वागत करील, मृत्यू नायगाऱ्यासारखा कोसळेल आणि प्रभुकुंजात राहणारी लता—

'ए मालिक तेरे बंदे हम' या स्वरांची सोबत देईल.

या सर्व चित्रात, हाकेच्या अंतरावरच एके काळी राहणारे वसंतराव देसाई, केनेडींच्या हातात हात घालून माझं स्वागत करतील.

त्यांच्या हातातला मोगऱ्याचा गजरा माझी स्वर्गात वाट सुगंधित करील.

❑

दरवाजा उघडला तर चौथ्या मजल्यावरचे फडणीस जिना चढताहेत.
चेहरा थकलेला.
प्राणी पुरता कावलेला.
मी पुढे होत म्हणालो, ''दोन मिनिटं माझ्याकडे चला. थोडी विश्रांती घ्या. तुम्हाला आणखीन तीन जिने चढायचे आहेत.''
फडणीस इतके दमलेले, की पटकन 'हो' म्हणतात.
साहित्य सहवासमध्ये राहायला आल्याबरोबर ज्या माणसाची मैत्री व्हावी असं वाटलं, ते फडणीस. गोरापान, उंचापुरा, तरतरीत आणि हसतमुख माणूस. फडणीस ऑटोमिक एनर्जीत एक ऑफिसर. त्यांची आणि माझी पत्रिका छत्तीस गुणांसकट जमली. ह्याचं कारण मला ॲटोमिक एनर्जीतलं काही कळत नाही आणि फडणीसांना साहित्यातलं.
''आज ऑफिसात फार मनापासून काम केलेलं दिसतंय.''
''एरवी काम असतंच, पण ह्या महिन्यात जरा जास्तच असतं!''
''बजेट वगैरे?''
''नाही! इंटरव्ह्यूचं काम असतं.''
इंटरव्ह्यू म्हटल्यावर मी कान टवकारले.
''कसले इंटरव्ह्यू?''
''आमच्या कंपनीत दर वर्षी टेक्निशियन्स घेतात. त्याचे इंटरव्ह्यू घेण्याचं काम महिनाभर पुरतं. मग वर्षभर जसजशा व्हेकन्सीज होतील, त्याप्रमाणे माणसं नेमली जातात.''
''तुमचा वेळ चांगला जात असेल?''
''कसा काय?''
''उमेदवारांचे निरनिराळे नमुने पाहायला मिळत असतील.''
''मिळतात, पण एकूण काम तापदायक वाटतं.''
''का?''
''दिवसभर एका जागी बसून एकसारखे तेच-तेच प्रश्न प्रत्येकाला विचारायचे, हे फार जिकिरीचं काम आहे. टेन्शन येतं.''

''प्रश्न विचारणाऱ्या माणसावर जास्त टेन्शन येतं की उत्तर देणाऱ्या?''
—मी प्रश्न विचारला. फडणीस काही वेळ गप्प बसले.
मी म्हणालो, ''पाहा, मी प्रश्न विचारून मोकळा झालो. उत्तर देताना तुम्हाला थांबावं लागलं, मग टेन्शन कुणावर असतं जास्त?''
''बरोबर आहे तुमचं.''
''शिवाय इथं प्रश्न विचारणारा मी एकटा आहे. तुमच्याकडे पॅनेल असणार—पॅनेल.''
''त्याचाच त्रास होतो.''
''कॅंडिडेट्सना.''
''मलाही होतो.''
''कसा काय?''
''पॅनेलमधला एखादा ऑफिसर, आपण किती शार्प प्रश्न विचारू शकतो, हे इतरांना दाखवण्यासाठी मुद्दाम आडमुठी भूमिका स्वीकारतो आणि वेडेवाकडे प्रश्न विचारतो. अशा ऑफिसर्सचा फार उपद्रव होतो. इंटरव्ह्यू घेणं ही एक कला आहे. त्याला चांगली ॲटिट्यूड लागते. तशी ॲटिट्यूड कुणाला आहे हे ऑफिसला माहीत नसतं.''
फडणीस अस्वस्थ होऊन सांगत होते. ऑफिसर लोकांकडून खोडसाळपणा केला जातो ह्याचा विषाद त्यांच्या चेहऱ्यावरून स्पष्ट दिसत होता.
''ह्यात कॅंडिडेटच शेवटी सफर होतो ना?''
''होय.''
''ह्यावर मग काही उपाय?''
''ऑफिसर्सवर उपाय नाही. कॅंडिडेट आणि पॅनेलमधले सहकारी ह्यांच्यावर इंप्रेशन मारण्याचा ते जाणूनबुजून प्रयत्न करतात. त्याला कोण काय करणार?''
मी विचारात पडलो.
आयुष्य हा एक फार मोठा प्रॉब्लेम आहे असं आपण सरसकट म्हणतो. पण पुष्कळदा हा प्रॉब्लेम आडमुठी माणसं निर्माण करतात. गॉड नोज, आपणही केव्हा केव्हा ही अशी आडमुठी भूमिका घेत असू.
अशी माणसं कुठंही भेटतात. कार्य बिनसणं एवढी अवस्था अशा माणसाच्या सहवासात उरते. नोकरीच्या आशेने जगणाऱ्या पोरांनी काय करावं? मी तोच प्रश्न फडणीसांना विचारला.
''इंटरव्ह्यूला जाणाऱ्यांनी मग काय करावं?''
''असा एखादा ऑफिसर दुर्दैवाने भेटला तर इलाज नाही. आपल्या विषयाची

तयारी चोख ठेवायची. दुर्दैवाने आपल्याकडचा अभ्यासक्रम फार विचित्र आहे.''
''कसा?''
''व्यवसायाला लागणारं ज्ञान आणि परीक्षेचं ज्ञान ह्यात फार फार तफावत आहे.''
''मग विद्यार्थ्यांनी काय करावं?''
''जो विषय आपल्याला आवडतो असा ते दावा करतात, तो विषय तरी पक्का असावा. तोही नसतो. कमीत कमी डोळे आणि कान तरी तत्पर ठेवायला नकोत का? ते तर हातात आहे की नाही?''
फडणीस अस्वस्थ होऊन बोलत होते.
''तुमचं म्हणणं बरोबर आहे.''
फडणीस पुढे म्हणाले, ''एक घडलेली गंमत सांगतो. इंटरव्ह्यूला जाणारी मुलं स्वत:त किती दंग असतात, त्यांचं इकडंतिकडं कसं लक्ष नसतं त्याचं हे मार्मिक उदाहरण आहे.''
''सांगा.''
''इंटरव्ह्यू होता तारखात्यात. वर्तमानपत्रांत जाहिरात दिली होती. त्याचप्रमाणे अर्ज येऊन पडले होते. अर्जांवरून लायकी वगैरे पाहून काहींना इंटरव्ह्यूसाठी आमंत्रणं गेली.''
त्याप्रमाणे अर्जदार विद्यार्थी दिलेल्या वेळेला हजर झाले. बाहेरच्या हॉलमधली बाकं भरून गेली. मध्ये सात फूट उंचीचं पार्टिशन. त्याच्या पलीकडे ऑफिस. तिथं काम करणारी माणसं. तारायंत्रांचा कट्ट कड्कट्ट असा आवाज सारखा चालूच.
बाहेर इंटरव्ह्यूला आलेले विद्यार्थी नुसते बसलेले. त्यांनी दिलेली अपॉइन्टमेंटची वेळ ढळत चाललेली. अजून एकालाही आत बोलावण्यात आलेलं नाही. सगळे कंटाळले. मग त्यांनी एकमेकांत गप्पा सुरू केल्या. हिंदुस्थानात वेळेचं महत्त्व कुणालाच नाही ह्यावर टीकास्त्र सुटलं. हल्ली तारासुद्धा वेळेवर मिळत नाहीत, ह्याचं नवल नाही. ज्यांची नेमणूक करायची त्यांचे इंटरव्ह्यू जिथं वेळेवर घेत नाहीत, तिथं तारा वेळेवर कशा पोचणार?
सुमारे पाऊण तासाने असाच एक गृहस्थ आला. वाट पाहत बसलेल्या मंडळींपैकी एकाला त्याने विचारलं,
'इंटरव्ह्यू इथंच घेणार आहेत ना?'
त्या एकाने मानेने 'हो' म्हटलं.
तेवढ्यात तो गृहस्थ सरळ आत शिरला. बाहेर सर्व चकित झाले. मग आपापसांत नेत्रपल्लवी. 'वशिला असणार!'— ह्यासारखी मल्लीनाथी. पाचच

मिनिटांनी तो नवागत पुन्हा बाहेर येऊन म्हणाला, 'तुम्ही सगळे जाऊ शकता. माझा इंटरव्ह्यू झाला आणि मी सिलेक्ट पण झालो.' बाहेर त्यावर हा गिल्ला झाला. 'वशिला, वशिला' अशा आरोळ्या पण उठल्या.

त्या गृहस्थाने सर्वांना शांत केलं. मग त्याने खुलासा केला.

'तार ऑफिसात नोकरी करायची म्हणून तुम्ही सगळे आलात. पण इथं बहिऱ्या माणसाला जॉब कसा मिळणार?'

'आम्ही बहिरे असं कोण म्हणतं?'

'साहेब.'

'त्यांनी आम्हाला आत तरी बोलावलं का?'

'कट्ट कड्कट्ट आवाज तुम्ही ऐकला नाहीत?'

सगळे गप्प.

तो गृहस्थ उमेदीने म्हणाला, 'साहेब, तारायंत्रावरून सारखा संदेश पाठवत होते की, बाहेर जो कुणी हा निरोप ऐकेल, त्याने लगेच दार लोटून इंटरव्ह्यूला आत यावं. तुमच्यापैकी कुणीच गेलं नाही.'

फडणीसांनी कथा संपवली.

''लाजवाब!'' मी दाद दिली.

फडणीस म्हणाले, ''असं असतं. आडमुठा ऑफिसर भेटतो, तसाच असा मार्मिक ऑफिसरही भेटतो. माणसाने जागृती सोडता कामा नये. इंटरव्ह्यू चांगला होईल न होईल, पण पंचेंद्रियांची आयुधं तत्पर असायला हवीत. कँडिडेट्सनी एवढं सांभाळलं तरी खूप झालं.''

❑

अर्थसंकल्प. अर्थसंकल्प. अर्थसंकल्प. मात्र रेल्वेसारखा साडेएकतीस कोटींचा नव्हे किंवा मध्यवर्ती सरकारच्या दोनशेचोपन्न कोटींचाही नव्हे. हा अर्थसंकल्प होता फक्त दहा नया पैशांचा.
आणि तरीही तो माझ्यादेखत हां हां म्हणता कोसळला होता.
आठवण झाली तरी मन:स्ताप होतो. क्षणभर मन अंतर्मुख होतं आणि गंमत अशी की तो बेचैन करणारा प्रसंग मी विसरूच शकत नाही. माझ्या हातात तेव्हाही काही नव्हतं. आज तर नाहीच नाही.
करण्यासारखी एकच गोष्ट असते. ती मी करतो. एक पाणीपुरी कमी खातो.

आयुष्यात विविध सुखसोयी निर्माण करणाऱ्या अनेक अज्ञात-ज्ञात शास्त्रज्ञांपुढे आणि संशोधकांपुढे मी नतमस्तक आहेच आहे. यादी किती वाचावी?
आता हे सर्व लिहिताना हातात एक अप्रतिम, परदेशी बनावटीचं पेन आहे. बोरूंचा जमाना संपून हा सोयीचा, सुटसुटीत, देखणा असा पेनचा जमाना कधी सुरू झाला हे कसं सांगता येईल? हा लेख ज्या कागदावर लिहितोय त्या कागदाचा शोध म्हणा किंवा मंद आवाजात इथं वेडेपिसे करणारे स्वर ऐकवणारा ट्रॅन्झिस्टर, नाना प्रकारचे नाद निर्माण करणारे हे वादक, त्यांची वाद्यं, बेभान करण्याची सात स्वरांची ताकद, हे म्हणा—हे सगळं थोर आहेच. यापायी आयुष्य किती सोपं झालंय सांगावं?—नुसतं सोपं नव्हे तर वाढलेलं पण आहे. नाहीतर नुसतं बोरूला टोक करण्यात किती आयुष्य गेलं असतं.
हे झालं मोठमोठ्या शोधांबद्दल!
पण माझी मती सर्वांत गुंग होते ती आईस्क्रीमचा शोध पाहून.
आणि तितकंच आश्चर्य वाटतं ते पाणीपुरीच्या शोधाबद्दल.
पाणीपुरी!
कुणी ह्या शब्दावर तिरस्कार दाखवला तर 'हाय कंबख्त, तू ने तो पीही नही!'—इतकंच म्हणणं शक्य आहे.
हातात बशा घेतलेली चार-पाच माणसं. समोर गाडी. गॅसबत्तीचा प्रकाश. सोवळ्यात असावा, त्याप्रमाणे तांबडं फडकं गुंडाळलेला तो माठ—माठाचा हा

'रोल' अगदी स्वयंभू वाटतो.

एक ॲल्युमिनियमची पातेली. त्यात चिंचगुळाची चटणी. समोर शेगडीवर

ठेवलेली परात. त्यात रगडा नामक वाटाण्याची उसळ. गरमागरम आणि शेठाणीसारख्या फुगलेल्या पुऱ्या. गोऱ्या-तांबूस कांतीच्या. मग क्रमाक्रमाने वेगाने ते खाणं. पुरी न फुटता संपूर्ण खाणाऱ्या माणसाला 'पद्मश्री' द्यावी आणि एकामागोमाग किती पुऱ्या खाल्ल्या हे अचूक सांगणाऱ्याला 'पद्मभूषण' करावं.

खरं तर, पाणीपुरी हा प्रकार मोजून खाण्याचा नव्हेच. ट्रिपला गेल्यावर कुणी पावलं मोजतो का? कोजागिरीला कुणी घड्याळ पाहतो काय? दिव्यांच्या रोषणाईतले दिवे मोजायचे असतात काय?

पाणीपुरीचाही आकडा ठरवायचा नसतो.

घशातून तिखट ढेकर आली म्हणजे भरतवाक्य.

प्रत्येक गोष्टीची एक 'असोसिएशन' असते. त्याप्रमाणे पाणीपुरी खाणारी व्यक्ती किरकोळ शरीरयष्टीवाली असलेली शोभतच नाही. 'मोजून' गोष्टी करणाऱ्या वा खाणाऱ्या माणसांसाठी 'पाणीपुरी'चा जन्म नाही. त्याचप्रमाणे पाणीपुरीच्या गाडीसमोर, फुगलेल्या पुरीप्रमाणे फुगलेली शेठाणीच हवी. तोही

'असोसिएशन'चा भाग आहे. 'पाणीपुरी' ह्या प्रकाराचा आणखी एक संकेत आहे.

हा प्रकार घरी करण्याचा नव्हे. गृहिणी कितीही सुगरण असो, पाणीपुरी ह्या प्रकारावर तिला मात करता येणार नाही.

पाणीपुरीसाठी लागणारे सगळे जिन्नस तुम्ही आणाल. कोपरापर्यंत बुडणारा भय्याचा हात कुठून आणाल?

'हाताची चव' ह्याचा अर्थ इथं समजतो.

त्या त्या वातावरणात, त्या त्या ठिकाणीच त्या गोष्टी शोभतात.

'स्थलमाहात्म्य' म्हणतात ते त्यालाच.

निरोप देण्यासाठी आलेल्या किंवा प्रवासाला निघालेल्या बाईचं चुंबन एअरपोर्टवरच फक्त क्षम्य, एस्. टी. स्टँडवर जर हा प्रकार घडला तर काय होईल सांगायला नको. वास्तविक एस्. टी. चा प्रवास हा विमानापेक्षा हजारो पटीने जिवावरचा प्रवास. तिथं चुंबनाने दिलासा देण्याची खरी गरज.

पण नो!

एस्. टी. चा परिसर हा, प्रत्येक ग्रामीण कथेत वर्णन केल्याप्रमाणे पचकन थुंकण्यासाठीच असतो. ओठांचा उपयोग तेवढाच.

स्थलमाहात्म्याचा हाच निकष पाणीपुरीला.

ह्याच्या उलट आईस्क्रीम.

ते मात्र घरीच व्हायला हवं. त्यासाठी पॉट मिळवण्यापासून पळापळ. त्यासाठी ते आईस्क्रीम पॉट कुणाच्या लग्नात कुणाला प्रेझेंट मिळालं होतं ते आठवायचं आणि त्या घरावर धाड घालून ते मिळवायचं. एव्हाना त्याचं हँडल निसटलेलं असतं.

ह्या वस्तू मालकाच्याच हातून 'कध्धी-कध्धी' मोडत नाहीत. 'असंच कुणीतरी भांडं नेलं आणि मोडून परत केलं. परत करताना सांगितलं नाही. गुपचूप आणून ठेवलं.' ह्या वर्णनात बसणाऱ्या ज्या वस्तू असतात त्यांपैकी एक 'आईस्क्रिम पॉट.' मालकाच्या कॉमेण्ट्ससकट ते भांडं आणायचं. मग बर्फ, मीठ, सकाळी दूध सांगून ठेवणं. त्या दिवशी ते दूध तापवताना तळाशी जळतं आणि निराळाच खमंग वास आईस्क्रिमला येत राहतो.

त्यानंतर आळीपाळीने दंड भरून येईतो भांड फिरवणं, कितपत घट्ट झालंय, हे पाच-पाच मिनिटांनी बघणं, क्वचित केव्हा, बाहेरच्या बर्फासाठी वापरलेलं मीठ आतल्या आईस्क्रीममध्ये उतरणं, अशा नाना तऱ्हा! अर्ध्या तासाच्या कष्टप्रद प्रतीक्षेनंतर वाटीभर आईस्क्रीम खाणं!

घरी केलेल्या आईस्क्रीमचं आणखी एक वैशिष्टय म्हणजे, 'मागच्या वेळचं

आईस्क्रीम जास्त चांगलं होणं' हे!
आणि सर्वांत शेवटली कामगिरी—भांडं परत करणं—ह्यासाठी व्यक्ती निवडणं. भांडं परत करणारी व्यक्ती जास्त खमकी असावी लागते.
खमकी म्हणजे, 'भांडं नेलं तेव्हाच ते तसं होतं' हे स्पष्ट सांगू शकेल, इतकी खमकी लागते.
पण ह्या आईस्क्रीमची (ते प्यावं लागलं तरी) जी नशा असते ती हॉटेलात जाऊन तीन प्लेट्स चापण्यात असते का?
ह्याच संकेताप्रमाणे पाणीपुरी प्रकार चौपाटीवरच खाण्याचा आहे. आणखी एक मानवी स्वभावाची गंमत पाणीपुरीच्या वेळी समजते. लग्नकार्यांत पंगत मोठी असली तर बरं वाटतं. ह्याउलट पाणीपुरीची पंगत छोटी हवी. आपल्या अगोदर नंबर लावणाऱ्यांनी पाणीपुरी पटापट खावी आणि आपला नंबर लागला की मागे तगादा लावणारा कुणी उभा असू नये.
इतकं सगळं म्हणजे पाणीपुरी!

अशाच एका संध्याकाळी सगळे पाणीपुरी खायला गेलो. जागा होईतो थांबलो. समोर एक कारकून. कारकूनच. शंकाच नाही. पाणीपुरीच्या गाडीसमोर असतानाही नऊ बावन्नची गाडी मिळेल ना?—हेच त्याच्या डोक्यात होतं. बरोबर कुटुंब. तिचा चेहराही तसाच. दूधवाल्याने एक लिटरचे पैसे बिलात जास्त लावल्यासारखा. बरोबर तीन मुलं. घाईघाईने जन्माला आल्यासारखी. पण त्यामुळेच मोठ्या मुलासाठी शिवलेले कपडे वाया गेले नाहीत. ते पाठीवरच्याला वर्षाच्या अंतराने झाले. अगदी त्यालाच शिवल्यासारखे. ते सगळे पाणीपुरी खात होते पण ती त्यांना चढत नव्हती. खरं तर तो प्रकार अगोदर डोळ्यांत उतरतो, नंतर जठरात. क्रमाक्रमाने मग त्यांनी बशा खाली ठेवल्या. नवराबायकोने समजूतदारपणाने. मुलांनी नाइलाजाने.
हुं सज्जा गांडा भेलपुरीवाल्याने आकडा सांगितला आणि तो कारकून तडकला.
"इतना कैसा हुआ?"
भैय्याने पुन्हा आकडा सांगितला.
त्या गृहस्थाने पैसे दिले आणि मुलांकडे नजर फिरवीत विचारलं, "कुणी जास्त खाल्ली?"
मुलं गप्प राह्यली.
"एक पुरी जास्त कुणी खाल्ली?"
—तिघंही गप्प.
एरवी आई सावरून घेते. पण ती 'सिंधू' म्हणाली, "नक्की गोपाळ."

त्या माणसाने वारंवार पैसे मोजले. कसला तरी हिशोब केला आणि तो एकाएकी गॅसबत्तीसारखा भडकला. त्याचं बजेट केवळ पाच पैशांनी गडगडलं होतं. तो रागारागाने पुढे झाला.

गोपाळचा कान त्याने जोरात पिळला. उसातला सगळा रस निघावा म्हणून तिसऱ्यांदा चरकात घालताना भय्या ऊस जसा पिळतो तसा पिळला.

गोपाळच्या डोळ्यांत तरारून पाणी आलं. कळ मस्तकात केली. पाणीपुरी तिखट लागली, तेव्हा डोळ्यांत आलेलं पाणी निराळं होतं.

अशा ठिकाणी मारायचं नसतं हे गोपाळच्या वडिलांना माहीत नव्हतं. पण अशा वेळी मोठ्यांदा रडायचं नसतं हे गोपाळला माहीत होतं.

मी काय करू शकत होतो? ऐपत असतानाही त्या मानी कुटुंबाचे सगळे पाणीपुरीचे पैसेही भरू शकत नव्हतो आणि त्यात काही अर्थ होता का? असा एकच गोपाळ समाजात आहे का?

बायको आणि मुलं त्या दिवशी म्हणत होती, ''आज तुम्हाला पाणीपुरी इतकी तिखट का लागते आहे? तुम्ही पट्टीचे खाणारे. आज काय झालंय?''

मी गप्प होतो. तेव्हाही आणि आजही.

आता प्रत्येक वेळी न चुकता एक पाणीपुरी कमी खातो. गोपाळसाठी. कुणी शेवटची इच्छा विचारली तर सांगेन,

'गोपाळला शोधून आणा. सोवळ्या माठातलं पाणी संपेतो, त्याला पाणीपुरी खिलवायची आहे.'

—कुणी गोपाळला आणील का शोधून?

❑

प्रेमात पडलेला माणूस काय वाट्टेल ते करतो. वाट्टेल ते -वाट्टेल ते म्हणजे ठरलेल्या मुलीची वाटसुद्धा बघतो. मी तेच केलं.

आयुष्यात कोणतीही शिक्षा चालेल. वाट पाहण्याची शिक्षा नको.

त्याचप्रमाणे प्रपोज्ड मॅरेज करावं. लव्हमॅरेज करू नये. प्रेमात पडणं ही एक भयानक प्रोसेस आहे. म्हणजे प्रोसेस साधीच असते. पण ती अवस्था भयानक असते.

लाटकर म्हणतो, केळीच्या सालीवरून पडावं. फ्रॅक्चर कुठं झालं समजतं तरी. प्रेमात पाहा. कुठे-कुठे ठोकरा बसतील पत्ता लागत नाही. प्रेमाच्या राज्यात फुलं कमी. काटे जास्त. अंगावर फुलतो त्यालाही 'काटा' म्हणतात?

'काटा' हा नेहमी 'सलतो.' तो फुलतो कसा?

मी वाट पाहत उभा होतो. तेही चौपाटीवर. जिथं आपलं माणूस वगळल्यास बाकी सगळं विपुल संख्येने, वेळेवर किंवा त्यापूर्वी उगवतात. हवा तो चेहरा दिसत नाही. नको ते चेहरे हां हां म्हणता भोवती उगवतात.

किती-कितींना चुकवायचं? अशा वेळी ओळखीची शंभर माणसं, समोर चौपाटी दिसत असताना 'काय चौपाटीवर वाटतं?'—असले प्रश्न विचारतात. बरं, एका जागी खूप वेळ थांबलं म्हणजे अनोळखी माणसं पण ओळखायला लागतात.

आपण कुणाचीही वाट पाहत नाही आहोत असा भाव चेहऱ्यावर किती काळ ठेवता येईल?

'बरोब्बर सहा वाजता, मी येते' असं मालीने सांगितलं. वसुंधरेचं माहेरचं नाव माली.

मी त्याप्रमाणे तिथं हजर. पण माझा असा 'खडा पारशी' होईल ह्याची मला कल्पना नव्हती.

गाईला चारा घालणाऱ्या माणसापेक्षा जास्त दीनवाणा कुणी दिसत असेल तर तो म्हणजे वाट पाहणारा माणूस.

मी भयानक तापलो होतो. मालीला कसं कसं 'झापायचं' याची शब्दयोजना पण

सज्ज ठेवली.
आणि तेवढ्यात समोर पाह्यलं तर तर बग्या-बग्याबरोबर सरला पोतनीस—ग्रेट.
"तू इथं उभा राहून काय करतो आहेस?" मला पाहताच सरलाने सरळ-सरळ मला विचारलं.
मी काही उत्तर देणार तोच बग्या तिला तावातावाने म्हणाला, "तू विषय बदलू नकोस. माझ्या प्रश्नाचं उत्तर मला मिळायलाच हवं. हा भेटला म्हणून त्याच्यासमोर मी भांडणार नाही, असं नाही."
"तू माझ्याशी भांडच. दुसरं काय करणार तू? तुझ्याबरोबर जन्म काढायचा म्हणजे..."
"मी आहे हा असा आहे. परवडत असेल तर लग्न कर, नाहीतर गेलीस..."
सरलाला नक्की कुठे पाठवायचं हे बग्याला सुचायच्या आत मी म्हणालो, "अरे, पण मामला काय?"
"नेहमीचाच!"
"तरी पण?"
"अपॉइण्टमेंट द्यायची आणि ती पाळायची नाही. नवीन काय?"
"मी वाटेल ते बोलून द्यायची नाही. कबूल केल्याप्रमाणे आले नाही?"
"यायलाच हवं. उपकार करतेस की काय? पण काही वेळेचं भान?"
मी म्हणालो, "तिला यायला उशीर झाला एवढंच ना?"
"उशीर होणं ही काय क्षुल्लक बाब आहे? अरे, दिलेल्या वेळेत पेपर लिहिला नाही तर वर्ष जातं. योग्य वेळेत डॉक्टर आला नाही तर पेशंट मरू शकतो."
सरला उफाळून म्हणाली, "परीक्षा राजरोस दिली जाते आणि डॉक्टरला पण उघड-उघड बोलावतात. ह्याला एक तर चोरून भेटायचं आणि तेही वेळेवर."
"चोरून?" मी मुद्दाम विचारलं.
"तर काय? एवढ्यात तोही घरी सांगत नाही आणि मलाही सांगू नको म्हणतोय. रोज मला नव्या-नव्या मैत्रिणींची नावं घ्यावी लागतात. आई आता विचारायला लागली, 'एकदम इतक्यात मैत्रिणी कुठून आल्या म्हणून.' आज काय झालं..."
"मुळीच सांगू नकोस," बग्या ओरडला.
सरला म्हणाली, "मी याला सांगतेय. बरं का रे, घरातून निघाले तर मावशी भेटली. तिला मोतीबिंदू झालाय. दहा फुटांवरची वस्तू दिसत नाही. ती म्हणाली, मला दवाखान्यात सोड, मग जा. अशा वेळी काय करणार? उशीर झाला म्हणून टॅक्सी केली, तेच चुकलं."
"का?"

"म्युनिसिपालिटीची कृपा! नेहमीचा रस्ता खोदलेला. टॅक्सी किती लांबून आणावी लागली ते विचार. डबल बिल, डबल वेळ आणि हा स्टो भडकलेला इकडे."
"काय बग्या, एनी अपील?"
"एवढ्यासाठी हिला खोलीवर बोलावलं तर मला इथं रस्त्यावर आणून उभं केलं."
बग्याचं वाक्य संपताच सरला माझ्याकडे पाहत म्हणाली, "वसंत, मला एक गोष्ट सांग. आता हा येडपट तापलाय तेव्हा तो नीट विचार करू शकणार नाही. तू शांत आहेस—"
मला मध्येच हसायला आलं. मालीची वाट पाहून मी बग्यापेक्षा जास्त तापलो होतो. बग्याचा 'स्टो' झाला होता तर माझी 'गॅसबत्ती'.
"हसलास का?"
"नंतर सांगेन. तू काहीतरी छान बोलणार होतीस, ते बोल."
सरला म्हणाली, "मला फक्त एकच प्रश्न विचारायचा आहे. दोन माणसं जेव्हा एकत्र येऊन एखादी योजना ठरवतात, तेव्हा त्या वेळी दोघांना जास्तीत जास्त काय सुखावह होईल हे बघतात की नाही? तुम्ही काय करता?"
"तू म्हणते तेच."
"म्हणजे हेतू वाईट असतो का?"
"तसं असतं तर एकमेकांचं प्रेमच जमलं नसतं."
मी असं म्हणताच सरला हुरूपाने म्हणाली, "मी ह्याला नेहमी हेच सांगते. एखादी गोष्ट जर हातून चुकली तर चूक होण्याची कारणं निराळी असतात. पण . हा हेतूबद्दलच शंका घेत बसतो. तो पर्सनल इन्सल्ट वाटतो. मी ह्याला सतत सांगत आले आहे. लग्न व्हायच्या अगोदर मुद्दाम सांगतेय. मला माझ्या संसाराचा अनुभव नाही. पण मी माझ्या आईवडिलांच्या संसारापासून किती तरी संसार पाह्यलेत. हेतूविषयीच शंका घेतली की फार कडवटपणा निर्माण होतो. सगळी यातायात फुकट जाते."
"अग, पण—"
"थांब आता. मध्ये बोलू नकोस. मी ह्याला नेहमी सांगते की प्रथम तू 'काय काय घडलं' ते विचार. नंतर रागावण्यासारखी गोष्ट जर वाटली तर जरूर रागव. तुझा रागावण्याचा हक्क कोण हिरावून घेतंय?"
"बरं, बरं, चल. त्याला उगीच बोअर करू नकोस." असं म्हणत बग्या सरलाला ओढत घेऊन गेला. दूरवर गेली तरी ती भांडत असावीत.
मालीचा अद्याप पत्ता नाही. काय घडलं असेल?

सरला लाख मोलाचा संदेश देऊन गेली.

'काय घडलंय ते प्रथम विचारावं, रागावण्याचा हक्क कुणी हिरावून घेत नाही. पण हेतूबद्दल शंका नसावी.'

मी त्या क्षणी शांत झालो.

माली अशीच रखडली असेल. धापा टाकत माझ्याकडे येत असेल.

I should not take her to task.

हे आताचं ठीक आहे. सरलाचा संदेश ताजा आहे, तोवर त्याचा परिणाम पण टवटवीत आहे. उद्या मालीशी संसार सुरू झाल्यावर मी हे कायम लक्षात ठेवू शकेन का?

❑

ऑफिसात फोन.
‘स्वातीला ॲक्सिडेंट झालाय. डोळ्याजवळ जखम आहे. टाके घालायचे आहेत. नर्सिंग होमवरच या.’
मी निघालो. वाहन हातात होतं. पण तरीही ते वाहन कितीही फास्ट चालवायचं म्हटलं तरी मर्यादा पडतातच.
अंतर ते अंतर. त्यात माझा तोल सुटता कामा नये. अपघाताच्या विवंचनेइतकीच आज आणखी एक विवंचना.
‘मला काही सांगायचंय’ नाटकाचा आज पुण्यात प्रयोग. त्याचं काय?
नर्सिंग होमवर पोहोचलो.
वसुंधरा आणि सुहास समोरच बसलेले. स्वातीच्या डाव्या भुवईजवळ जखम. शाळेच्या युनिफॉर्मवर ठिकठिकाणी रक्ताचे डाग.
डॉक्टर भेटले. म्हणाले, “इथल्या इथे टाके टाकायची व्यवस्था करता येईल. पण मुलीचा जन्म. कायम खूण राहण्याची शक्यता आहे. प्लॅस्टिक सर्जरी केली तर बरं!”
डोळ्यांसमोर एकमेव नाव, डॉ. पालेकरांचं.
ह्या माणसाने जे प्रेम केलं त्याला तोड नाही. एक निष्णात, कॉम्पीटण्ट डॉक्टर आपल्या पाठीशी भावासारखा उभा असणं हा एक आयुष्याला केवढा प्रचंड आधार असतो याची कल्पना ज्यांना-ज्यांना असा आधार लाभला त्यांनाच येईल. मग त्यांना फोन. त्यांनी तातडीने जी. टी. हॉस्पिटलमध्ये बोलावलं. सुहासला टॅक्सीसाठी पिटाळला. रडणाऱ्या स्वातीला हातावर उचलून घेऊन मी बाहेर आलो.
तेवढ्यात वसुंधरेने आठवण केली, “हॉस्पिटलवर जाण्यापूर्वी नाट्यसंपदेच्या ऑफिसात हे कळवायला हवं, म्हणजे ते पुण्याला ट्रंककॉल तरी करतील.”
“कसं कळवायचं?”
“सुहासला पाठवा.”
“नको, तो आपल्याबरोबर हवा.”
दादर ते जी. टी.

अकरा वाजले. तिथं संबंधित डॉक्टरांना भेटेपर्यंत आणखीन पंधरा-वीस मिनिटं गेली. ह्या खोलीतून त्या खोलीत नाचानाच. सरकारी नियमानुसार फॉर्म वगैरे भरून झाले.

स्वातीचं कंटीन्युअसली रडणं. पालेकर होते म्हणून फक्त शारीरिक धावपळच होत होती. मनात विवंचना स्वातीच्या यातनांची आणि पुण्यातल्या रात्रीच्या प्रयोगाची. त्यापूर्वी मुंबई ते पुणे प्रवास होताच आणि काम करण्याइतपत स्वातीला बरं नाही वाटलं तर? फोन, फोन, फोन.

नाट्यसंपदेला फोन करायला हवा. सार्वजनिक इस्पितळात सार्वजनिक फोन शोधणं हे काम, हवा असलेला माणूस वॉर्डातून, वॉर्डसकट शोधण्याइतकंच दुष्कर. फोन सापडला आणि तो अपेक्षेप्रमाणे बिघडलेला निघाला.

आज ही हकीकत मी एकोणीसशे त्र्यांऐशी सालात पुन्हा लिहीत आहे. प्रसंग बरोब्बर चौदा वर्षांपूर्वीचा, म्हणजेच एकोणीसशे एकोणसत्तर साली घडलेला आहे. पण दहा वर्षांच्या कालावधीने त्या स्मृती बोथट अथवा धूसर झालेल्या नाहीत. 'बिघडलेला फोन' या शब्दावरून मन मात्र एकदम अमेरिकेला गेलं.

एका पेट्रोल पंपाजवळ, सर्व्हिस स्टेशनात आम्ही थांबलो होतो. टोरँटो गाठायचं होतं. पिट्सबर्ग सोडून सहा-सात तास लोटले होते. अमेरिकेतून कॅनडात प्रवेश करायचा होता. टोरँटोत मदन टुमणेच्या घरी जायचं होतं. सार्वजनिक फोनवरून ट्रंककॉल करता येणार होता.

फोन उचलल्यानंतर ऑपरेटरने 'गुड आफ्टरनून' म्हटलं. टोरँटोशी संपर्क साधायचा म्हटल्यावर तिने 'काइंडली पे वन् डॉलर थर्टी सेंट्स' सांगितलं. आम्ही एकामागून एक, अशी सात नाणी टेलिफोन बॉक्समध्ये टाकली, पलीकडून तिने सांगितलं, 'काइंडली टेल मी द नंबर.'

आम्ही नंबर सांगितला. तिने तो फिरवला. पण टुमणे यांच्या घरात कुणी नव्हतं. फोन उचलला गेला नाही.

'काइंडली ट्राय आफ्टर समटाइम.' असं सांगितलं. ऑपरेटर 'ओ.के.' म्हणाली. आम्ही टेलिफोन जाग्यावर ठेवल्याबरोब्बर 'खटकन' आवाज झाला आणि सातही नाणी एकदम परत मिळाली. ह्या तऱ्हेने दहा-दहा मिनिटांच्या अंतराने आम्ही तीन वेळा ट्रंककॉल केला. सार्वजनिक टेलिफोनवरून. तिन्ही वेळेला काम न झाल्याने पैसे परत मिळाले.

ती ऑपरेटर कुठे बसत होती माहीत नव्हतं. आम्ही बरोबर नाणी टाकलेली आहेत हे तिला कळवणारी यंत्रणा कुठे कशी बसवली होती हे तर कळणारच नाही. आणि आपल्या ह्या 'जिथं तिथं' पैसे खाण्याची सवय झालेल्या देशात निर्जीव टेलिफोनच्या पेट्याही पैसे खातात.

मग त्या पेट्यांवर बुक्क्यांचा वर्षाव करायचा. पेटी जर सराईत गुन्हेगाराप्रमाणे मार खायला सरावली असेल तर मख्ख राहते. क्वचित प्रसंगी एखादी पेटी नाणं परत करते. तसं घडलं तर नाणं परत मिळाल्याचा आनंद इतका

जबरदस्त असतो, की मूळ फोनवर निरोप देण्याचं काम झालं नाही, ह्या दु:खाचाही विसर पडतो.
फोनने माझे एक रुपया चाळीस पैसे खाल्ले आणि वीस मिनिटांनी टेन्शन वाढवलं. मग ऑपरेटरकडे धावलो. त्याच्या हातापाया पडलो. कंपनीचा फोन नंबर माहीत नाही. इन्क्वायरीला फोन केला. 'नाट्यसंपदे'च्या नावावर फोन नसल्याचं समजलं.
मग शिवाजी मंदिराला फोन केला. त्यांच्याकडून पणशीकरांचा नंबर समजला. ऑपरेटरने नंबर जोडून दिल्यावर पलीकडून उत्तर आलं,
'रॉंग नंबर.'
डोक्यात घण.
तिकडे ऑपरेशन थिएटरपाशी वसुंधरा ताटकळली असणार.
त्याशिवाय नाट्यसंपदेपर्यंत वार्ता समजलेली नाही, पोहोचलेली नाही. नाटकात काम करणारे निम्मे अधिक कलाकार पुण्यात पोहोचलेले. इतरांची

संध्याकाळच्या गाडीची तिकिटं हातात आलेली. 'शो' कॅन्सल करायचा तर संस्थेला हजार-दोन हजाराला फटका.
पुन्हा थिएटर मिळायचे वांधे.
हजारएक प्रेक्षकांची निराशा. रांगेत उभं राहून ज्यांनी काही तास घालवलेले, केवळ तिकिटं मिळवण्यासाठी. आठ-आठ दिवस त्यासाठी प्लॅन्स आखलेले आणि या सर्वांना आपण जबाबदार.
इथं माझे विचार थांबले.
मी कोण? माझी कशावर सत्ता आहे?
मुंबईतल्या मुंबईत सात-आठ मैलांवरचा माणूस मला फोनवर मिळू शकत नाही. इथल्या इथे ही टेलिफोनची निर्जीव पेटी माझे पैसे खाते आणि माझा आवाज पलीकडे पोहोचवत नाही.
अरे, 'मला काही सांगायचंय.'
स्वातीला अपघात झाला यात कुणाचाच अपराध नाही, 'हे मला सांगायचंय.' रात्रीचा पुण्यातला प्रयोग स्थगित होऊ नये ही मला तळमळ आहे हे 'मला सांगायचंय.' इथं मला अजून फोनच लागत नाही, हे ऑपरेशन थिएटरजवळ थांबलेल्या माझ्या वसुंधरेला 'मला सांगायचंय.'
आणि इस्पितळातल्या सगळ्या धन्वंतऱ्यांना स्वातीला एका सेकंदात बरी करा हे 'मला सांगायचंय.'
स्वाती रडून-रडून थकून झोपली होती. सुहासचा चेहरा उतरला होता. वसुंधरा उसन्या बळानिशी उभी होती.
टाके घालण्याचं काम दुपारी दोन वाजता करायचं ठरलं. लोकल ॲनास्थेशियावर भागणार नव्हतं. क्लोरोफॉर्म द्यावा लागणार होता. मी भीत-भीत विचारलं, ''डॉक्टर, स्वाती नाटकात काम करू शकेल रात्री?''
''सहज.''
''या अवस्थेत तिने काम करावं का?''
''डोण्ट वरी!''
मधूनमधून विव्हळणाऱ्या आणि मधूनमधून ग्लानीत पडणाऱ्या स्वातीजवळ आम्ही दोघं बसून राह्यलो. परस्वाधीन, हतबल, निर्जीव बाहुल्यांप्रमाणे. परावलंबित्वाच्या जाणिवेत पोळलेले.
मधेच स्वातीने विचारलं, ''बापू, मी देवाचा असा कोणता अपराध केला होता हो?''
काय सांगणार?

दोन वाजता ऑपरेशन थिएटर. ऑपरेशन टेबल. चकचकीत उपकरणं. शॅडोलेस लँप. हाताखाली नर्सेस आणि आत्मविश्वासाने पावलं टाकणारा गंभीर, करारी, गोरा-तांबूस, सफरचंदाच्या कांतीचा पारशी सर्जन.
क्लोरोफॉर्म देण्याचा विचार तेवढ्यात बदललेला. लोकल अ‍ॅनास्थेशिया. पोरीला उगीच उपाशी ठेवली इतका वेळ.
इंजेक्शनची सुई पाहताच स्वातीने गळा काढला आणि त्याच वेळी तो सर्जन, मोठ्या माणसांना धडकी भरेल एवढ्या प्रचंड आवाजात स्वातीवर गरजला. घशातला कढ स्वातीने घशात दाबला. ही पोर गुदमरून तर जायची नाही ना? माझ्या छातीतला ठोका चुकला.
कपाळात भुवईजवळ सुई घुसली. कपाळातल्या कपाळात ती गोल-गोल फिरवून इंजक्शन चारही दिशेला पसरवण्यात आलं. खुद्द डोळ्यांच्या पापणीत पण सुईने प्रवेश केला.
घरी डोळ्यांत काजळ घालताना हात कापतो आणि इथं ब्रेडवरून लोण्याचा चमचा ज्या बेदरकारपणे आपण फिरवतो त्याप्रमाणे सर्जनचा हात फिरत होता. असह्य वेदनेने पोर कळवळली नाही. पण रडणं दाबून होती.
जखम उघडण्यात आली. आतलं लालभडक मांस दिसायला लागलं.
चिमट्यात बँडेजसारख्या कापसाचा बोळा पकडण्यात आला. त्या जखमेतून तो आत शिरला. भांड्याची साय आपण बोटांनी निपटताना हात जसा गोल फिरवतो तसा तो बोळा कातडीच्या आत शिरला-फिरला.
भांडं हिंदकळावं तसा डावा डोळा हलला. तो तेवढा भाग बधिर करूनही कळ स्वातीच्या मेंदूपर्यंत गेली. स्वाती विव्हळली.
मोडक्यातोडक्या मराठीत सर्जनने विचारलं, "कोनच्या नाटक हाय?"
"मला काही सांगायचंय." स्वातीने उत्तर दिलं.
सर्जनने हसून विचारलं, "तू काम करेल का आज?"
"केलंच पाह्यजे." स्वाती तातडीने म्हणाली.
त्यानंतर टाके. आतल्या मांसल भागांची ओढाताण. रक्त.
जिला मी आजवर चापटही मारली नाही त्या स्वातीच्या देहातून, तेही डोळ्याजवळून आरपार सुई फिरत होती.
एक-दोन-तीन.
टाके पडत होते.
एखादा टाका इंजक्शनची पर्वा न करता बधिरतेला छेद देत जिव्हाग्री लागत असावा. स्वाती असहाय्य कळवळायची.
पोरीला या यातना कशासाठी? एक सायकलवाला 'नो एन्ट्री' रस्त्यावर कायदा

मोडून सुसाटपणे येतो. पोरीला पाडतो आणि एक यातनांची-देहदंडांची-मन:स्तापाची दरी निर्माण करून जातो.
का? का?
टाके चाललेच आहेत. त्या वाकड्या सुया फिरतच आहेत. चिमट्याने कातडी ओढली जाते. सुई घुसवली जाते.
चार-पाच-सहा-नऊ टाके.
"बेटा, चला, काम तो ज्याला. गेट् अप्! मिस्टर काळे, नो जर्नी. नो ड्रामा. सी मी आफ्टर फोर डेज. मी तेन्ला डेलिबरेटली शाऊट केला तवा तो ऑपरेशन ज्याला."
मी हसलो. धिस इज सायकॉलॉजी.
स्वातीच्या कपाळावर पट्टी. डावा डोळा सुजल्यामुळे संपूर्ण मिटलेला, दुसरा डोळा वेदनेनं घायाळ झालेला.
टॅक्सीने हॉस्पिटल सोडलं तेव्हा तीन वीस झाले होते. वाटेत वरळीला डॉ. काशिनाथ घाणेकरांना भेटलो.
"परफेक्टली ऑल राइट! स्वाती, काम करणार ना?"
"डॉक्टर, ह्या अवस्थेत?"
"सो व्हॉट? शो मस्ट गो ऑन."
"बापू. नाटक कॅन्सल करायचं नाही, मी चांगली आहे."
चार वाजता दादरला.
पोरीला खायला लावलं. दिवसभर तिच्या पोटात काहीही नव्हतं. चार पंचवीसला दादर सोडलं. पावणेपाचला बोरीबंदर. डेक्कन क्वीनने पुण्यापर्यंतचा प्रवास. स्वातीला मांडीवर घेऊन.
डोक्यात सर्जनचे शब्द 'नो जर्नी, नो ड्रामा!'
छाती भीतीने, विवंचनेने फाटून गेलेली. खरंच, प्रवासात ह्या पोरीला काही झालं तर? मी काय करू शकेन?
दुनिया आम्हा नवराबायकोला खाऊन टाकील.
दुनियाच कशाला? नाटकात काम करणारीसुद्धा!
रंगभूमीवरचे संकेत न सांभाळणाऱ्या आणि 'शो मस्ट गो ऑन' म्हणणाऱ्या मंडळींनी पण त्यात तेवढाच भाग घेतला असता.
खरंच ह्या क्षणी मी काय करू?
आणि मी पुन्हा भानावर आलो.
मला हा एवढा अहंकार का? मी काहीतरी करू शकतो हा भ्रम मला अजून राह्यलाय? मग 'त्याला' संपूर्ण शरण गेलो. पण कधी?—तर स्वातीच्या एका

प्रश्नामुळे.
तिने प्रश्न विचारला आणि वाटलं हा प्रश्न तिनेच विचारला का?

स्वातीने अर्धवट ग्लानीत विचारलं, ''बापू, सगळं देवच घडवतो ना?''
''हो बेटा.''
''देव चांगला आहे. त्याने माझा डोळा वाचवला.''
''हो राजा.''
पुणे येईतो मी विचार करीत होतो की स्वातीच बोलली का?
मग मी तिला विचारलं, ''बेटा, काम करशील का?''
''हो.''
''डायलॉग आठवतात?''
पोरगी संवाद बोलू लागली.

'रंगदेवता आणि रसिक प्रेक्षकांना अभिवादन करून, नाट्यसंपदा सहर्ष सादर
करीत आहे, प्रा. वसंत कानेटकर लिखित...'
साडेनऊच्या ठोक्याला अनाऊन्समेंट सुरू झाली. मी विंगमध्ये उभा.
खरंच, आज रंगदेवता माझ्या पिल्लाच्या पाठीशी उभी राहील का?
पहिला अंक संपला.
दुसऱ्या अंकात स्वातीचं काम. तिला मी उठवलं. इंजक्शनचा परिणाम आता
ओसरलेला. येणाऱ्या कळा तिला जाणवायला लागल्या.
ती रडत म्हणाली, ''बापू, मी पहिला अंक संपेपर्यंत झोपते. दुसरा अंक आला
म्हणजे मला उठवा.''
''बेटा, पहिला अंक संपला.''
''इतक्यात?— बापू, मी नाही काम करत. मला नाटक नको, झोप हवीय. बापू
मला गरगरतंय.''
माझ्या डोळ्यांभोवती ग्रीन रूम फिरली.
पुन्हा अहंकार. पुढचा प्रयोग नाही झाला तर मी जबाबदार.
तेवढ्यात डॉ. घाणेकर आले आणि सर्जनप्रमाणेच स्वातीच्या अंगावर गरजले.
मला त्यांनी खोलीच्या बाहेर हाकललं.
सेम सायकॉलॉजी!
पाच मिनिटांत घाणेकर आणि स्वाती विंगमध्ये आली. पुढे न येण्याची
डॉक्टरांनी मला खूण केली.
मी अंधारात लपून राह्यलो.

आणि नंतरची पंधरा-वीस मिनिटं, त्या अभिनयसम्राटाने कमाल केली.
नकला केल्या.
चेहरे वेडेवाकडे केले. विंगमधल्या इतर माणसांना जिभा काढून दाखवल्या. वेडे-विचित्र आवाज केले. तो प्राणी पोराहून पोर झाला. सतत पंधरा-वीस मिनिटं त्याने स्वातीला वेगळ्या जगात नेलं. तिला हसवत ठेवली.
मातब्बर नटसम्राटांचा रंगभूमीवरचा अभिनय त्या क्षणी मला क:पदार्थ वाटला. स्वत:च्या वेदनांचा स्वत:ला विसर पाडायला लावू शकणारा अभिनय, हा जगातला एकमेव श्रेष्ठ अभिनय असतो. फक्त त्या अभिनयाला त्या क्षणी मी एकटाच प्रेक्षक होतो. स्वातीला मूडमध्ये आणण्यासाठी त्या प्राण्याने जिवाचं रान केलं आणि तिची एन्ट्री येताच तिचा एक मुका घेऊन तिला स्टेजवर सोडली.
एका बाजूचं कपाळ पुढं आलेलं, सुजलेलं, बॅण्डेज, डावा डोळा संपूर्ण मिटलेला. एकच डोळा संपूर्ण स्टेजवर फिरवीत स्वाती नाटकातलं पहिलं वाक्य बोलली, 'मी अलकनंदा, तू कोण?'
स्वाती एवढी दीन, हवालदील, करुण मला गेल्या सात वर्षांत कधी दिसली नव्हती आणि पुढल्या संपूर्ण आयुष्यात तशी कधीही न दिसो!
रात्री एक वाजता पडदा पडला. पुन्हा अहंकार. पोरीने अब्रू राखली.
नाटकाचा शेवटचा सीन संपतो तेव्हा स्वाती पणशीकरांच्या मांडीवर बसलेली असते. पडदा पडला तरी पणशीकर त्यांच्या जागेवरून उठले नाहीत. त्यांनी स्वातीला पोटाशी घट्ट धरलं. पणशीकरांच्या डोळ्यांत तरारून आलेले अश्रू मी पाह्यले. स्वत:च्या वेदनांचा स्वत: विसर पाडायला लावणारा अभिनय ज्या तोलाचा असतो, तितक्याच तोलाचे, दुसऱ्याचे दु:ख पाहून येणारे अश्रू असतात. पणशीकरांना मी रडताना पाह्यलं आणि सकाळी फोन आल्यापासून येऊ पाहणाऱ्या माझ्या अश्रूंना पंधरा तासांनंतर ओघळायची परवानगी दिली.

मित्रांनो, वाचकांनो, श्रोत्यांनो, प्रेक्षकांनो,
ह्या प्रांजल लिखाणातला एकही शब्द आत्मप्रौढीसाठी लिहिलेला नाही. कारण माणसाने प्रौढीने काही सांगावं असं माणसाच्या हातात खरंच काही नाही.
मग मी हे का सांगितलं?
तर, एखादी कलाकृती तुम्हाला हसवते, फुलवते, खिळवून टाकते, केव्हा-केव्हा तुमचा हिरमोडही करते. तुम्ही नाकं मुरडता, न रंगलेल्या अभिनयाला नावं ठेवता.
यात आमची काय चूक?—असं तुम्ही विचाराल.
चूक तुमची नाही.

मला फक्त वाईट वाटलं.

विंगच्या अंधारात, ग्रीन रूमच्या छोट्या खोलीत मेकअपशिवाय किंवा सहित—
जे नाट्य घडतं, ते तुम्हाला कसं दिसणार?

जे नाट्य सुखवतं, दुखवतं, काळजावर सुरी फिरवतं, दैवावर विश्वास ठेवायला
लावतं, ते नाट्य तुमच्यापर्यंत कधी पोहोचणार?

'केम्प कॉर्नर'ला माझ्या आयुष्यात एक वेगळं स्थान आहे. दिवसातून दोन वेळा
मी केम्प कॉर्नरवरून जातो. स्कूटरचा वेग क्षणिक कमी करतो. तिथल्या एका
इमारतीला मनातल्या मनात अभिवादन करतो आणि पुढे होतो.

खरं तर संपूर्ण पेडर रोडलाच माझ्या मनात एक वेगळी जागा आहे. चार
स्थानांवर नतमस्तक व्हावं, असा हा पेडर रोड.

या रस्त्याचा प्रारंभ जिथून होतो तिथं महालक्ष्मीचं मंदिर. थोडं पुढे गेलं की
डाव्या हाताला आणखी एक मंदिर. हे मंदिर स्वरलक्ष्मीचं. ह्या मंदिराच्या
गॅलरीत कधी भारती उभी असते. क्वचित केव्हा हृदयनाथ. लतादिदी मात्र
एकदाही दिसल्या नाहीत.

तेच योग्य आहे. जशी महालक्ष्मी तशी स्वरलक्ष्मी! गाभारा सोडून दोघी कशा
येतील? आणखी पुढे गेलं की मोगऱ्याचा घमघमाट मला बेचैन करतो. माझे
लाडके संगीत दिग्दर्शक वसंत देसाई इथं राहतात. 'होते' हे क्रियापद मी
वापरणार नाही.

आपल्या स्मृतीतून जो कधी नाहीसा होत नाही तो अमरच. प्रत्येकाच्या
आयुष्यात अशी वेगवेगळी, प्रत्येकाची अमर माणसं भेटत असतातच. ती
माणसं आपल्याबरोबरच शेवटचा श्वास घेतात. त्याप्रमाणे नतमस्तक व्हावंसं
वाटतं ते हे तिसरं तीर्थस्थान.

आणि मग चौथं स्थान 'केम्प कॉर्नर.'

आणि इथल्या देवळात मला भेटलेल्या देवमाणसाचं नाव सोहराब मेहता.

ह्या माणसाने मला त्याच्या कन्सल्टिंग रूममधून हाकलून दिलं.

'बाप' ह्या नात्यातून मी एक नालायक माणूस आहे असं मला तोंडावर
सांगितलं. पारशी माणसं चक्रम असतात. पण,

मला हाकलून देताना, सोहराबचा चक्रमपणा त्याला मुळीच कारणीभूत नव्हता.
माझी निर्भर्त्सना करीत त्याने मला 'टाटा' म्हटलं. मी बरोबर नेलेला सुतार
त्याने ठेवून घेतला, पण माझी ड्रॉईंग त्याने पसंत करून फेटाळून लावली. तो
म्हणाला, "तुजा ड्रॉईंग तो साला, सरस छे. पण मी तो घेल नाय.''

"काही चेंजेस करून देऊ का?''

"नो!"
माझा चेहरा उतरला. हा गृहस्थ काही कारणाने नाराज झाला की काय?
माझा चेहरा पाहत सोहराब म्हणाला, "तू तो लइ होपलेस हाय. नर्व्हस कशाला होतो? तुजा ड्राइंग तो च्यांगला हाय. बट मि. काळे, धिस इज नॉट युवर ऑफिस. ये सोहराब मेहताचा ऑफिस हाय. तवा इट शुड लुक लाईक सोहराब्ज ऑफिस ॲण्ड नॉट कालेज ऑफिस. तेन्चा कॅरेक्टर माजेसारखा पायजे. इट शुड सूट टू माय टेंपरॅमेंट."
"ओ. के.!" मी म्हणालो, "तुम्ही सांगाल तर आणखीन ड्रॉईंग्ज..."
"नो बाबा. मी तेन्ला, तुजा कार्पेन्टरला समदा डायरेक्शन देल. आय वॉण्ट युवर कार्पेन्टर."
यावर मी काही बोललो नाही.
मग सोहराबने मला बाहेर थांबायला सांगितलं. माझ्या ओळखीच्या एका सुताराला मी सोहराबकडे नेलं होतं. काय-काय कामं आहेत ते त्या सुताराला सोहराब सांगू लागला. बाहेरच्या वेटिंग हॉलमध्ये मी वसुंधरेची आणि स्वातीची वाट बघत बसलो.
वाट बघत बसलो आणि तितकीच चिंताही करत बसलो. कारण सोहराब मेहता म्हणजे, 'मि. काळे, नो जर्नी, नो ड्रामा' असं सांगणारा सर्जन. जी. टी. हॉस्पिटलमध्ये ह्याच माणसाने, स्वातीवर शस्त्रक्रिया केली होती. मी आर्किटेक्ट आहे म्हटल्यावर साहजिकच त्याने 'एखादा चांगला सुतार आहे का?' असं विचारल्यावर मला प्यारेलालची आठवण झाली होती.
माझ्याच घरातल्या एका कामासाठी मला हा सुतार अचानक भेटला होता. परफेक्शनच्या बाबतीत तो माझ्यापेक्षा काटेकोर होता. कपाटाच्या दरवाजाचा बॉलकॅच त्याच्या परफेक्शनच्या व्याखेप्रमाणे बसवण्यात त्याने पंचवीस मिनिटं घालवली होती.
मी त्याला तेव्हा म्हणालो, "प्यारेलाल, नही जमता तो छोड दो! इतना कौन देखनेवाला है?"
त्यावर त्या उत्तर हिंदुस्थानी माणसाने उत्तर दिलं, "साब, हम तुम्हारे लिये इतना काम नही करते. यह कोशिश हम खुदके इज्जतके लिये करते है."
असा माणूस सोहराबला सुचवण्यात मी निश्चिंत होणार होतो.
सोहराबची आणि प्यारेलालची चर्चा चालली होती. मधेच एखादा प्रश्न सोहराब मला विचारीत होता. माझ्या विवंचनेची सोहराबला जाणीव असणं शक्य नव्हतं. 'नो जर्नी, नो ड्रामा' असं त्याने बजावूनही मी स्वातीला पुण्याला नेलं होतं, हे समजल्यावर सोहराब काय म्हणेल?

चार दिवसांनंतर त्याने बोलावलं होतं, त्याप्रमाणे मी आलो होतो. मी ऑफिसातून परस्पर आलो आणि वसुंधरा स्वातीला घेऊन दादरहून यायची होती.
प्यारेलाल निघून गेला. सोहराब मला हसून म्हणाला, ''तुजा कार्पेन्टर तो साला तुझ्याहून स्मार्ट हाय.''
स्वातीला घेऊन वसुंधरा आली.
गप्पागोष्टी करीत, स्वातीला हसत ठेवत सोहराबने स्वातीच्या कपाळाचं बँडेज सोडलं. सोहराबने नंतर एक रिव्हॉल्व्हरसारखं यंत्र दाखवलं. ते खास टाके घालण्याचं यंत्र होतं. प्लॅस्टिक सर्जरीचं मुख्य काम आत्ताच होतं.
जखम भरत आली आहे की नाही याची त्याने पाहणी केली. तीन-चार टाके आता त्या यंत्राने काही सेकंदात घातले जाणार होते. त्या यंत्राची नळी, टाके घालायच्या जागी टेकवून नुसता चाप ओढला की काम झालं आणि मध्येच केव्हातरी त्याने नाटकाबद्दल विचारलं. स्वातीने खरं काय ते उत्तर दिलं.
स्वातीला आणि वसुंधरेला त्याने बाहेर जायला सांगितलं.
दोघी बाहेर गेल्यावर सोहराबचा संताप उसळून आला. तो म्हणाला, ''तुला तो गॉडनं बिलकुल भेजा नाय दिला...मी तुला बोलले होते, नो ड्रामा, जर्नी बी नाय करेल. यू डिड नॉट ओबे माय ऑर्डर्स, मि. काळे, ते बच्चीला ट्रेनमंदी व्होमिटिंग ज्याला असता तवा तू काय केला असता?—पुअर चाइल्ड! ऑपरेशनचा इन्फेक्शन ज्याला असता, स्टिचेस कवा बी निगाला असता, तेला टेंपरेचर होऊ शकते, दॅट स्वीट गर्ल वुड हॅव बिकम अनकॉन्शस, तो?—आर यू ए फादर ऑर स्वातीज एनिमी? प्लीज गो आऊट, ॲण्ड डोण्ट कम अगेन.''
मी तिथून बाहेर पडलो.
''डॉक्टर काय म्हणतात?'' वसुंधरेने विचारलं.
मी म्हणालो, ''काळजी घ्या म्हणतात.''

पण पारशी तो पारशीच. जेवढे तापट, तेवढे प्रेमळ. आठ दिवसांनी आम्ही पुन्हा गेलो. सोहराब सगळं विसरला होता. प्यारेलालने त्याचं काम संपवलं होतं.
''बग साला, मलाबी डेकोरेशनचा नॉलेज हाय, तू रुबाब नको करू.''
सोहराबचं डेकोरेशन मी पाह्यलं. त्याची खूप स्तुती केली. कारण इंटिरिअरची कसोटी जरी लावता येणार नव्हती, तरी ते सोहराबचं ऑफिस होतं आणि त्या सजावटीला सोहराबची कॅरेक्टर होती.
स्वाती संपूर्ण बरी झाली होती. डोळा तर वाचलाच होता, पण जखमेची निशाणीसुद्धा राह्यली नव्हती.
सोहराबने 'ऑल द बेस्ट' म्हणत आम्हाला निरोप दिला.

तेव्हा माहीत नव्हतं की सोहराबचं हे शेवटचं दर्शन आहे म्हणून.
त्यानंतर थोड्याच दिवसांत सोहराब ल्युकेमियानं गेल्याचं डॉ. पालेकरांकडूनच समजलं.

आजही केम्प कॉर्नवरून जाताना हे सगळं आठवतं. खूपदा मी विचारात पडतो. स्वत:लाच प्रश्न विचारतो, त्या दिवशी नाटकाचा प्रयोग व्हायलाच हवा, हा मी प्रेस्टिज इश्यू का केला? 'शो मस्ट गो ऑन' ह्या वाक्याची मला एवढी भुरळ पडावी? मी काय मिळवलं? सुवर्णपदक? पद्मभूषणसारखी पदवी? परमवीर चक्र? खरोखरच स्वातीला उलट्या सुरू झाल्या असत्या तर? मेंदूच्या जवळ जखम. इन्फेक्शन, टेंपरेचर—काहीही.
हे सगळं माहीत असताना, मी खरंच इतका इरेला का पेटलो? स्वत:चं 'बरं-वाईट' काहीही न कळणाऱ्या स्वातीच्या आयुष्याशी खेळणारा मी कोण?
छबिलदास शाळेतल्या मास्तरांनी प्रश्न विचारला होता, 'आईबाप होण्यापूर्वी, आईबाप होण्याची पात्रता कितीजणांनी मिळवली असते? आपण आदर्श बाप आहोत का?— हा विचार किती पुरुष करतात?'
त्या मास्तरांनी मला आज नापास केलं असतं.
खरंच, स्वातीचं काही, कमी-जास्त झालं असतं तर?
आयुष्यात एक केवढी दरी निर्माण झाली असती.
नशीब अत्यंत बलवत्तर म्हणून काही घडलं नाही. एरवी आपण फार छोट्या-छोट्या प्रसंगांना 'इज्जत का सवाल' बनवतो. आयुष्यभर अकारण इरेला पेटतो.
नशिबाने साथ दिली की 'जितं मया' करत कॉलर ताठ!
फसलो तर खापर फोडण्यासाठी कुणाला तरी हेरायचं.
सोहराब जे सांगून गेला तेच अंतिम सत्य. केम्प कॉर्नरला मस्तक झुकवायचं ते तेवढ्यासाठीच. त्याचा राग मी विसरलो.
अपमानाचं शल्य तर कधीच बोथट झालं.
सोहराबने सांगितलेलं, 'ज्या माणसाला आयुष्यात यशस्वी व्हायचं आहे त्या माणसाला, कोणत्या कामाला अग्रक्रम द्यायचा हे ठरवता आलं पाह्यजे.'
'एक नाट्यप्रयोग महत्त्वाचा होता की पोरीचा जीव?'—हा प्रश्न विचारून, शेवटच्या भेटीत माझ्या खांद्यावर थोपटत तो म्हणाला होता,
' Mr, Kale. I know, that you are an artist. I have seen your drawings and Palekar has told me about your other activities. Please, keep in mind my brotherly advice. You should be able to decide the priorities in life; if you want to be successful in life.'

❑

अर्धवट जाग आली. डोळे किलकिले झाले. समोर पाह्यलं. घाबरलो. हे काय? बेडरूमकडे जाणारा इथला दरवाजा कुठे गेला? भिंतीचा वॉलपेपर रातोरात कुणी काढून टाकला?

भानावर आलो.

मी मुंबईत नाही. कोल्हापुरात आहे. कथाकथनासाठी आलोय. ज्या संस्थेने कार्यक्रम ठरवलाय, त्या संस्थेने रिवाजाप्रमाणे अशीच एका घरी राहण्याची, उतरण्याची सोय केलेली आहे. संयोजकांच्या दृष्टिकोनातून त्या त्या गावातलं जे 'बेस्टपैकी' घर असतं तिथं उतरण्याची सोय होते. बहुधा यजमान डॉक्टर असतो. त्या-त्या गावातला तो रसिक असतो. जनमनाच्या कानोशात त्याची चार-पाच पत्रंही छापून आलेली असतात. त्याला संगीताचं वेड असतं अन् त्याच्या घरात, एकदा भाता हलवला की एकदम दहा-बारा सूर वाजणारी पेटीही असते. पण हार्मोनियमची ही अवस्था लक्षात घ्यायची नसते. कारण कोण्या एके काळी भीमसेन जोशी ह्याच घरी उतरलेले असताना, त्यांनी स्वत:ची नेहमीची हार्मोनियम न वाजवता जळगावकरांना, हीच हार्मोनियम साथीला घ्यायला लावलेली असते. डॉक्टरसाहेबांची मोटार असल्यामुळे पाहुण्यांना उतरवून घेण्यापासून, 'पुढच्या वर्षी लवकर या' म्हणत बोळवण करण्यापर्यंतचे सगळे प्रश्न निकालात निघालेले असतात. अशाच कोणत्या तरी एका घरी मी उतरलो आहे याची मला जाणीव झाली. अजून उठावं असं वाटत नव्हतं. झोप खरं तर झाली होती.

पण परक्या घरी उठून करणार काय?

रात्री झोपण्यापूर्वी यजमान सांगतात,

"पाण्याचा तांब्या इथं ठेवलाय. दिव्याचं बटण इथं आहे. ह्या दुसऱ्या जिन्याने खाली उतरलात की थेट समोर संडास आहे. मध्येच लागली—"

"नाही, तशी सवय नाही." मी वाक्य तोडतो.

"तरी सांगून ठेवतो. त्यातून काही लागलं तर उठवा." असं म्हणत यजमान यजमानिणीच्या खोलीत जातात. आता अशा यजमानांना, जरी कसली गरज लागली तरी कोण डिस्टर्ब करणार?

बहुतेक ठिकाणी ह्याच तपशिलाने माझा मुक्काम पडतो. एखादा संवाद अगोदर होतो, तर एखादा नंतर. इथंही तसंच घडलं होतं. यजमान रसिक होते. व्यवसाय मात्र डॉक्टरकीचा नव्हता. ते वकील होते. गावात काकासाहेब या नावाने मशहूर होते. त्यांनी माझी उत्तम बडदास्त ठेवली होती.

रात्री निरोप घेण्यापूर्वी त्यांनी दोन-तीन बाळसेदार आल्बम्स माझ्या सोबतीला ठेवले होते. पु. लं.पासून थेट रंगनाथ कुलकर्णींपर्यंत सगळ्यांचे फोटो त्या आल्बममध्ये होते. प्रत्येकाचं यजमानपद काकासाहेबांनी सांभाळल्यामुळे, प्रत्येक फोटोत ते होतेच. उद्या त्यांच्याबरोबर माझा फोटो निघेल आणि मीसुद्धा त्या आल्बमधलं असंच एक पान अडवून बसेन.

मी असल्या विचारांनी आणखीन जागा झालो. मला दिलेल्या माडीकडे मी पाहत राह्यलो. मी इथं प्रथमच येत होतो. पुन्हा येईन अथवा येणार नाही. या कथाकथनाच्या कार्यक्रमाने मला आजवर किती तरी हिंडवलं आहे. अनेक गावांतून, एकेक दिवसासाठी मी असा घराघरांतून राह्यलो आहे. अनेक अन्नपूर्णांनी माझा तळीराम शांत केला आहे. अनेक घरी मी चविष्ट जेवलो आहे. किती घरी माझं अन्नोदक ठेवलं होतं, हे मला आता सांगताही येणार नाही. पुन्हा ती माणसं भेटतील असंही नाही. ह्या वास्तूतसुद्धा मी पुन्हा येणार आहे का? ह्यांना मी काय देणार आहे? मग इथला पाहुणचार घेण्याचा हा अधिकार मला कुणी दिला? आता सकाळ झाली, की हे कुटुंब आणि ही वास्तू माझ्या मागेपुढे नाचेल. माझा शब्द वरचेवर झेलतील. एक पाट दहा ठिकाणी नाचवतील.

कार्यक्रम संपला की मी शंभरदा आभार मानून सर्वांचा निरोप घेईन.

पुढे?

पुढे काय?

प्रत्येक घरी जे विचार मला अस्वस्थ करतात, ते विचार मला आताही छळू लागले.

मी उठलो. खिडकीजवळ आलो. समोरचं दृश्य पाहून थक्क झालो. माझी उदासीनता एकदम ओसरली.

काकासाहेबांच्या मातोश्री अंगणात सडा घालीत होत्या. पायरीवर बादली होती. त्यांच्या डाव्या हातात तांब्या होता. उजवा हात तांब्याच्या तोंडावर धरत त्या जमिनीवर पाण्याचा सपकारा मारत होत्या. त्यांना हव्या असलेल्या ठिकाणीच तो शिडकावा अचूक होत होता. बारीक आवाजात त्या काहीतरी गुणगुणत असाव्यात. पाणी शिंपडण्याचं त्यांचे हे काम खूप वेळ चाललं होतं. ओल्या मातीच्या सुगंधाने मन प्रसन्न झालं. पाणी शिंपडण्याचं काम संपल्यावर आई

रांगोळी घेऊन आल्या. मी ठिपके मोजीत राह्यलो.

रांगोळीची बारीक धार चिमटीतून अवतरू लागली. सडा घातलेल्या जमिनीला पाच ते दहा मिनिटांत, तल्लीनतेने, आईंनी एक प्रशस्त डिझाइन बहाल केलं. अंगण रुबाबदार दिसू लागलं. आई आत गेल्या. पाय न वाजवता मी जिना उतरून खाली आलो. ओसरीवर झोपाळा होता, त्याच्यावर बसलो. खाली गेल्यावर लक्षात आलं, आईच्या बरोबरीने घराची मालकीण पण उठली होती. सास्वासुना मधलं घर शेणाने सारवीत होत्या. पिवळसर रंगाच्या शेणाचा विशिष्ट वास दरवळून राह्यला होता. दोघीजणी एका लयीत उजवा हात, अर्धवर्तुळाकृतीत फिरवीत होत्या. हाताच्या बोटांचे ठसे कंपासने कागदभर वर्तुळं काढावीत त्याप्रमाणे जमिनीवर वर्तुळं काढीत होते.

माझी चाहूल लागू न देता त्या दोघींचं ते नर्तन मी मनसोक्त पाहत होतो.

सारवता-सारवता त्या टप्प्याटप्प्याने मागे-मागे सरकत होत्या. जमीन सारवून झाल्यावर आईंनी तीन-चार ठिकाणी पाट मांडून पायवाट (की पाटवाट?) तयार केली. सारवलेली जमीन आता न तुडवता त्या दोघींचा त्या पाटावरून चालत व्यवहार सुरू झाला. नुकतीच सारवलेली ओली जमीन तशीच राहावी यासाठी ती योजना होती. सास्वासुनांनी मग जोडीने देवपूजेसाठी फुलं काढली. नंतर त्यांच्या आंघोळी आटोपल्या. खास सोवळं नेसून आईंनी देवघराचा चार्ज घेतला. याच वेळी यजमान खाली आले. मग चहापाणी, गप्पा सुरू झाल्या. त्यानंतर आला-गेला.

वकीलसाहेबांची नेहमीची गिऱ्हाईकं आणि कथाकथनाचा कार्यक्रम ज्या संस्थेने ठरवला होता त्या संस्थेची कार्यकारी मंडळी.

सारवलेल्या माजघरात मग भोजनप्रबंध.

सारवलेल्या जमिनीच्या पिवळसर मातट रंगावर केळीची पानं. त्यावर पांढऱ्या स्वच्छ मिठाची टिकली. हिरवी चटणी.

मल्टीकलर कोशिंबीर. केळीच्या पानाला रांगोळीचं मखर. कोशिंबिरीच्या खाली नम्र गव्हल्याच्या खिरीचा ठिपका.

डावा पक्ष संपला.
उजवा पक्षही सरसावला.
माझ्या पोटात एक खड्डा. शर्ट काढून जेवायला बसायचं की काय?
तसं असेल तर जानव्याचं काय?
पण त्यातून सुटलो.
आई ओवळ्यानेच वाढत होत्या.
भोजनप्रबंध एवढा साग्रसंगीत असूनही आईंचा आज उपवास होता.
सुनेचाही उपवास होता.
दुपारी त्या घरात पोथीवाचनाचा सप्ताह होता. स्वत: मालकीणबाई खणखणीत आवाजात वाचीत होत्या. आईंप्रमाणेच आजूबाजूचे काही श्रोते पण जमलेले होते. कार्यक्रमाला निघण्यापूर्वी मी आईंना वाकून नमस्कार केला.
"तुम्ही येणार ना?"
"नाही! मला घर सांभाळायला हवं. सप्ताह चालू आहे. तोवर दाराला कुलूप लावायचं नाही. मी घरात आहे म्हणून सूनबाईंना यायला मिळणार आहे."
"मग तुम्ही कधी ऐकणार?"
"केव्हातरी योग नक्की येईल."
जोरदार कार्यक्रम करून संध्याकाळी सात वाजता वकीलसाहेबांच्या घरी परतलो. धावपळ करीत रात्री नऊची गाडी पकडायची होती.
पहाटे पुण्याला पोहोचून, तीन-चार कामं आटोपून पुण्यात एक कार्यक्रम करून मुंबईला परतायचं होतं.रात्रभर विश्रांती मिळणं जरुरीचं होतं. पहिल्या वर्गाने प्रवास होता म्हणून विश्रांतीची काळजी नव्हती.
आणि तेवढ्यात वकीलसाहेब म्हणाले,
"आम्ही तुम्हाला एक तसदी देणार आहोत."
"जरूर!"
"आमच्या मातोश्रींना पुण्यापर्यंत न्याल का?"
"जरूर!"
"तुमची दोघांची पहिल्या वर्गाची तिकिटं काढलेली आहेत."
"त्याची चिंताच नाही. पुण्याला सोडायचं कुठे ते..."
"आमच्या बंधूंकडे. तुमची सोय तिथंच केली आहे."
मी म्हणालो, "पुणं माझं जन्मगाव. तेव्हा उतरायचं कुणाकडे हा प्रश्न पुण्याच्या बाबतीत—"
"तरीसुद्धा तुम्ही आमच्या बंधूंकडे उतरा. पुन्हा योग कधी येणार आहे?"
"येईल की!"

"आता पुणं गाव म्हटल्यावर, आमच्या बंधूंच्या वाट्याला तुम्ही कसे येणार? शिवाय पहाटे चारच्या सुमारास बहुतेक पुणं येईल तेव्हा..."
"ओ. के.! डोण्ट वरी."
आम्ही स्टेशनवर आलो.
निरोप द्यायला आलेल्या माणसांना गाडी सुटेपर्यंतचा वेळ फार खायला उठतो, हा माझा अनुभव होता. मी काकासाहेबांना अट्टहासाने घरी जायला लावलं. गाडी प्लॅटफॉर्मला लागलेलीच होती. आम्ही आमचे बर्थ ताब्यात घेतले.

सगळी मंडळी गेल्यावर आई म्हणाल्या,
"मी दहा मिनिटांत येते."
त्या काय करणार आहेत याची कल्पना आली नाही. मी 'हो' म्हणालो.
आई पिशवी घेऊन खाली उतरल्या.
दहा-पंधरा मिनिटांतच आई परतल्या व मी अवाक होऊन बघत राह्यलो. नऊवारीच्या ठिकाणी आईंच्या अंगावर पाचवारी साडी होती. अंगात मॅचिंग ब्लाऊज होता. हातात, अंगावरच्या कपड्यांना साजेशी पर्स होती. चेहऱ्यावर त्यांनी पावडरचा हलका हातही फिरवला असावा. माझ्याकडे पाहून त्या मंद हसल्या.
"मी तुम्हाला ओळखत नाही."
"साहजिक आहे. आता दुसऱ्या सूनबाईंच्या राज्यात जायचंय. त्या घरी सगळं असं लागतं."
"तुमचे दुसरे चिरंजीव काय करतात?"
"पुण्याचा अप्पा ना, त्याचा फार मोठा बिझनेस आहे. इमारतींना लागणाऱ्या सगळ्या वस्तू तो पुरवतो. यापेक्षा मला जास्त काही सांगता येणार नाही."
"तुम्ही मग पुण्याला जास्त दिवस असता की कोल्हापूरला?"
"चार महिने पुणे, चार महिने कोल्हापूर आणि चार महिने एकदम बडोद्याला."
"तिथं कोण..."
"तिथं जावयाकडे."
मी मध्येच गमतीने विचारलं, "जावयाकडे असता तेव्हा नऊवारी की पाचवारी?"
आई वस्ताद होत्या.
त्या म्हणाल्या, "तिकडे कार्यक्रम ठरला म्हणजे जावयांकडेच उतरा, आपोआप कळेल."

पहाटे साडेपाच-सहाच्या सुमारास आम्ही अप्पासाहेबांच्या घराची बेल वाजवली. नोकराने दार उघडलं. मला माझी खोली दाखवली. मी आत गेलो. दार लोटून घेतलं.
पाहुण्यांच्या या खोलीला लागूनच टॉयलेट होता. गाडीत झोप चांगली मिळाली होती.
तोंड स्वच्छ धुऊन मी ईझीचेअरवर बसून राहिलो.
आई आल्या. म्हणाल्या, ''इथं ब्रेकफास्ट साडेसात ते आठच्या दरम्यान असतो, तोपर्यंत आराम करा.''
डायनिंग टेबलावर आम्ही सर्व जमलो.
अप्पासाहेबांच्या अंगावर गाऊन होता. मालकीणबाईसुद्धा गाऊनमध्ये होत्या. आईंची आंघोळ झाली होती. चेहऱ्याचा वगैरे व्यवस्थित जामानिमा करून त्या टेबलापाशी येऊन बसल्या.
आईंच्या पायांत घरातल्या सपाता होत्या. कोल्हापुरात हीच पावलं सारवलेल्या जमिनीवरून चालत होती.
आईंनी आमच्याप्रमाणेच व्यवस्थित काट्याचमच्याने ऑम्लेट खाल्लं. संधी मिळताच मी आईंना विचारलं, ''तुम्ही ऑम्लेट खाता?''
''या घरात खाते, त्या घरात नाही.''
''पण—''
''तसंच म्हणाल तर काल माझा उपवास नव्हता. उपवास आज आहे.''
''मग?''
''काल त्या सूनबाईचा उपवास होता ना, म्हणून मी केला. देवाला कोणताही वार चालतो.''
दिवसभर आई नुसती देखभाल करीत होत्या. मध्येच त्या शॉपिंगला जाऊन आल्या. मग बैठकीच्या खोलीत बसून त्यांनी सगळे पेपर वाचले. दुपारी डायनिंग टेबल जेवणासाठी सजवलं.
संध्याकाळी त्या कथाकथनाच्या कार्यक्रमासाठी आवर्जून आल्या.
रात्री नऊच्या सुमारास कार्यक्रम संपवून आम्ही घरी आलो.
टेबलावर ड्रिंक्सची जय्यत तयारी होती. अप्पासाहेबांचे मित्र आणि वहिनींच्या मैत्रिणी ड्रिंकपार्टीला आवर्जून आल्या होत्या.
कथाकथनावर सगळे खूष होते. अधूनमधून त्या कार्यक्रमाचीच चर्चा चालली होती.
सगळ्यांचे ग्लासेस तयार झाल्यावर अप्पांनी विचारलं, ''आई, तू काय घेणार?''

''नेहमीचंच. पण जास्त स्ट्राँग नको.''
मी हळूच त्यांच्या कानात पुटपुटलो, ''तुम्ही घेता?''
''फक्त ह्या घरी. पार्टीत एखादाच न घेणारा असला की त्याचा इतरांना फार त्रास होतो.''
''चीअर्स!''
सगळ्यांबरोबर आईंनी पण त्यांचा ग्लास उंचावला.
पार्टी सुरू झाली.
रंगू लागली.
चढू लागली.
माझं लक्ष आईंकडे होतं.
मध्येच त्या शेजारच्या एका बाईला सांगत होत्या,
''माझ्या दोन्ही सुना अगदी लाख स्वभावाच्या आहेत. मी अगदी भाग्यवान आहे. या घरी राहावं की त्या, असा मला नेहमी प्रश्न पडतो.''

❑

निरोप द्यायला आलेली सुलाखे मंडळी वारंवार म्हणत होती,
''बार्शीला आलात आणि हुरडा न खाता परत निघालात, हे काही बरं नव्हे.''
''चांगली तीन-चार दिवस रजा घेऊन यायचं. गाडीची व्यवस्था केली होती. भटकलो असतो.''
मी नुसता हसलो. सुलाखे मंडळींच्या चेहऱ्यावर स्पष्ट नाराजी दिसत होती. कथाकथनातून त्या मंडळींना जे द्यायचं ते मी दिलं होतं आणि आता ती मंडळी जे काही देऊ शकणार होती त्याचा अव्हेर करून मी चाललो होतो. घेण्यापेक्षा देण्यात जो अमाप आनंद असतो, त्या आनंदाला मी सुलाखे मंडळींना वंचित करीत होतो.
ते खूप देऊ शकत होते.
मी घेऊ शकत नव्हतो.
याच 'दुखरू' मन:स्थितीत आम्ही एकमेकांचा निरोप घेतला.

फर्स्ट क्लासच्या डब्यात माझ्यासमोर आणखीन एक गृहस्थ होता. दोन बर्थ रिकामे होते. समोरचा एकुलता एक सहप्रवासी पंजाबी होता.
म्हणजे आता माझा संवाद माझ्याशीच.
जो घडणं फार जरुरीचं होतं.
डोळ्यांसमोर सुलाख्यांचं घर. माझ्या दीड दिवसातल्या वास्तव्यात ते अख्खं घर माझ्याभोवती फिरत होतं. माझा शब्द भक्तिभावाने खाली पडून देत नव्हतं. हे एवढं आदरातिथ्य घेण्याचा मला खरंच अधिकार आहे का, या विचाराची बोच त्या सर्व सुखाला वेढून होतीच.
त्या क्षणी गावोगावीचे सुलाखे माझ्या डोळ्यांसमोर उभे राह्यले. त्या सर्वांना असंच नाराज करीत, कार्यक्रम संपल्याबरोबर परतीचा प्रवास करीत मी मुंबई गाठलेली होती.
मी खूप भटकलो. राह्यलो कुठंच नाही. फक्त स्टेशनांच्या पाट्या पाह्यल्या. गावं पाह्यली नाहीत. आसमंतात भटकलो नाही.
माझ्यातल्या लेखकाला मी अनेकदा विन्मुख परत पाठवलेलं आहे.

अनेक अनुभवांपासून.

जसा माझ्यातल्या लेखकाला मी अनेक गोष्टी अनुभवण्यापासून दूर ठेवला तसाच माझ्यातला आर्किटेक्टही मी वंचित ठेवला.

कथाकथनाने मला खूप भटकण्याची संधी दिली. मी भटकलो. पण त्याला भटकणं म्हणता येणार नाही. एस्. टी. च्या डबड्या वाहनात नाहीतर रेल्वेच्या डब्यातच बसून जेवढा निसर्ग बघता येईल तेवढाच निसर्ग मी पाह्यला.

दोन फूट बाय दोन फूट खिडकीतून जेवढं दिसलं तेवढंच मी पाह्यलं. गाडीच्या वेगानुसार निसर्ग सारखा माझ्यापासून धावतच राह्यला. गावांना जाऊनही तिथल्या मातीला माझा स्पर्श झाला नाही. भटकण्याची संधी सापडलेल्या माणसाला थोडी भरकटण्याची जोड मिळावी लागते. ते भरकटणं कधीच साधलं नाही.

मला थोडंसं गो. नी. दांडेकर होता आलं असतं तर? नाही तर बमो? 'गो. नी.' आणि 'ब. मो.' व्हायला नाही जमलं तरी चालेल. माधव गडकरी होता आलं असतं तर?

तसं साधतं, तर मी महाडला कार्यक्रम ठरल्यावर रायगड पाह्यला असता. औरंगाबादला कार्यक्रम केल्यावर दौलताबादला कडकडून भेटलो असतो. भोर पाह्यलं पण भाटघर नाही, साताऱ्याला गेलो पण सज्जनगडापासून लांब राह्यलो आणि...अर्थात ही अशी यादी आठवण्यात काहीच अर्थ नाही. कारण मी खरोखरच, फक्त स्टेशनांच्या पाट्या पाह्यल्या. असं का व्हावं?

एकच कारण.

नोकरी.

त्यामुळे 'आपला अमूल्य वेळ खर्च करून, एवढा प्रवास करून वपु इथं आले, त्याबद्दल मंडळाच्या वतीने...' वगैरे वगैरे भाषणं चालू असतानाच

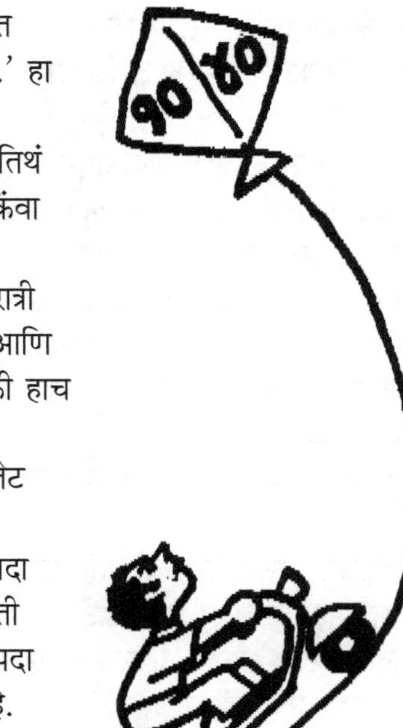

माझ्या डोळ्यांसमोर ‘दहा चाळीसच्या आत उद्या मस्टरवर सही करायला मिळेल ना...’ हा विचार सुरू झालेला असायचा.
‘दहा चाळीस’ हा परवलीचा शब्द होता. तिथं एकदा सही झाली की जीवनाचं सार्थक किंवा ‘ह्याचसाठी केला होता अट्टहास’ असं वाटायचं. तेवढ्यासाठीच केवळ रात्री-अपरात्री प्रवास करून मी घर गाठत आलो आहे आणि आजही येतो. गाडीत बसलो रे बसलो, की हाच विचार.
पहाटे पाचला आपण पोहोचणार. गाडी लेट झाली तर सहा वाजता, फार तर सात.
मग ठाण्यापासून दारात उभं राहायचं. खूपदा गाडी शीवला थांबते. माटुंग्याला थांबते. ती मंदगतीने जरी चालत असली तरी मी खूपदा बॅगेसकट प्लॅटफॉर्मवर उडी मारलेली आहे.
कधी शीवला तर कधी माटुंग्याला.
पाच-दहा मिनिटांच्या फरकाने काय होतं यासारखे प्रश्न तेव्हा फजूल वाटायचे.
साडेसातपर्यंत घर गाठलं तर साडेनऊपर्यंत दोन तास झोप मिळेल. साडेनऊ ते दहा दाढी-आंघोळ. दहा वाजून पाच मिनिटांनी जरी घर सोडलं तरी तीस मिनिटांत वांद्रा ते बोरीबंदर, बारा मैल अंतर स्कूटरवरून सहज तोडता येईल.
उद्या सोमवार.
म्हणजे वाटेतल्या माहीमच्या चर्चचा काही संबंध नाही. बुधवार असला की बोलायचं नाही. ट्रॅफिक अडकला की अडकला.
हिंदूच्या देवपूजेला हसणारी ही मंडळी. पण ह्यांनासुद्धा हारतुरे लागतात. मेणबत्त्या लागतात.
कुणी तेल जाळतो, कुणी मेण.

असंच केव्हातरी, मस्टर पकडायचं म्हणून मी स्कूटर पिटाळीत होतो. त्या दिवशी एका चौकात लाल सिग्नल असतानाही मी अंदाज घेऊन स्कूटर दामटली.

आणि दुसऱ्याच क्षणी पाठीमागून ट्रॅफिक इन्स्पेक्टरची मोटारसायकल.

''Gentleman, have you not seen the signal?''

कसं कुणास ठाऊक, मी म्हणालो,

''I saw the signal, I did not see you.''

तो तितक्याच खिलाडू वृत्तीचा निघाला म्हणून मी सुटलो.

ऑफिसात पोहोचल्याबरोबर मी हा किस्सा लाटकरला सांगितला.

त्याने विचारलं,

''तुमच्या जिवापेक्षा एक लेटमार्क जास्त मोलाचा आहे का?''

मी म्हणालो,

''लाटकर, पंधरा पैशांच्या पतंगासाठी एवढीशी पोरं जेव्हा रस्त्यावरून सुसाट पळत सुटतात तेव्हा पतंगासाठी जातो तो प्राण नसून, पतंग हाच प्राण असतो. जिवाशी खेळ खेळून ती मुलं पतंग पकडतात. मी मस्टर पकडतो. तसं म्हणाल, तर दोन्ही कागदच.''

मला खूपदा असं वाटत आलं आहे की, 'लेटमार्क' ह्या पद्धतीबद्दल कुणीतरी पुनर्विचार करणं आवश्यक आहे. ज्याला कधीही लेटमार्क होणार नाही त्याला बक्षीस देण्याची योजना आखली तर?

वास्तविक कामावर वेळेत पोहोचणं ही कर्तव्याची बाब आहे. कौतुकाची नव्हे. पण मुंबईसारख्या शहरातून, ऑफिसपर्यंत जिवंत पोहोचणं जमेल की नाही याबद्दल रोज चिंता वाटावी एवढी इथली वाहतूक-यंत्रणा शोचनीय आहे. म्हणूनच ऑफिसात वेळेवर पोहोचणं ही कौतुकाची बाब झाली आहे. संसार सांभाळून, मध्य किंवा पश्चिम रेल्वेची लहर पचवून, तांबडी फुली नावाखाली पडू नये म्हणून अनेक स्त्री-पुरुषांना धाप लागेतो पळताना मी बघतो तेव्हा मला माणूस ह्या प्राण्याची दया येते. क्रूर थट्टा वाटते.

तशीच कसरत मीही वीस वर्षं केली. पण त्याच वेळी मनातल्या मनात मी अनेकदा थेट कमिशनरसमोर जाऊन त्यांना कन्फेशन दिलेली आहे. तीन-तीन वर्षांनी बदलून येणाऱ्या प्रत्येक कमिशनरना मी जाऊन सांगितलेलं आहे. (अर्थात मनातल्या मनात) की, 'मी मला दिलेलं काम रेंगाळत ठेवणार नाही. तुम्ही सांगाल त्या तारखेला, ओव्हरटाइम करून, घरी काम नेऊन, पुरं करीन. मला कोणतीही जबाबदारी टाळायची नाही. मला फक्त ह्या लेटमार्कच्या जीवघेण्या नियमापासून वाचवा, सवलत द्या!'

अर्थात प्रत्यक्षात मी असं कुणालाच सांगितलं नाही. हजार-हजार माणसांना तीन तास हसवणारा 'वपु' ऑफिसच्या लेखी महापालिकेचा फक्त एक नोकर होता. महापालिकेने माझ्यासाठी काही करावं ही अपेक्षा अव्यवहार्य आहे. जेवढ्या मिनिटांचे, तासांचे मला पगाराचे पैसे मिळतात, तेवढे तास मी पालिकेला द्यायलाच हवेत.

विचार करता-करताच मी हसलो.

वाटलं, दिवसाकाठी 'क्ष' ह्या व्यक्तीकडून किती काम घ्यायचं ह्याचे संकेत जर ऑफिसने ठरवले तर?...तर, दर दिवसाचा कामाचा ठरवून दिलेला 'कोटा' 'क्ष' व्यक्तीने पुरा केला तर 'क्ष' किती वाजता आला, कधी गेला ह्यावर नियंत्रण ठेवण्याची महापालिकेलाच कशाला, पण कोणत्याही संस्थेला आवश्यकता उरणार नाही.

हे ठरवता येत नाही म्हणून 'दहा चाळीस'ला चेहरा दाखवा, की संपलं, इथं येऊन सगळी यंत्रणा थांबलेली आहे.

हे चित्र बदलणं फार अशक्य आहे का? खरं तर नाही.

त्याचं एकच कारण आहे.

अस्तित्वात असलेली पद्धत सोयीची आहे.

दहा चाळीसला भोज्या पकडला की, 'क्ष'चं काम संपलं आणि दहा चाळीसला 'क्ष'चा चेहरा दिसला की वरिष्ठ अधिकारी पण खूष. त्यांचं पण काम संपलं. कामावर जाणं म्हणजे 'दहा चाळीस' जमवणं ह्या किमान अपेक्षेपाशी सगळेच येऊन थांबलेले आहेत.

मीसुद्धा हा आटापिटा का करीत आलो आजवर? तर लेखन, कथाकथन, दौरे हे सगळं करीत असताना ह्या माणसाने मस्टर चुकवलं नाही हे दाखवण्यात एक निरर्थक गर्व होता. अर्थात ह्याही धडपडीची कुठं नोंद झाली नाही. कमिशनरदेखील त्या यंत्रणेविरुद्ध काही करू शकत नाहीत किंवा कुणावाचूनही कुणाचं अडलं नसल्यामुळे, एखाद्या व्यक्तीवर जर अन्याय झाला तर त्याची दखल घेण्याची जरुरी वाटत नाही. कुणालाही.

तोच गर्व सांभाळीत आलो आणि गावोगावच्या सुलाखे मंडळींना नाराज करीत राह्यलो. 'कार्यक्रम नसताना नुसतं गाव, किल्ले पाहायला या' अशी आमंत्रणं, 'नक्की' असं म्हणत हसून परतवीत राह्यलो.

मी केवळ गाव किंवा आसमंत पाहण्याच्या आनंदालाच पारखा होत गेलो असं नाही, तर आणखी काही-काही आनंदालाही मुकलो आहे. बाहेरगावी अनेकदा व्याख्यानमाला आयोजित केली जाते. त्यातल्या एका पुष्पासाठी अस्मादिक शनिवार-रविवारचा हिशेब करीत गेलेले असायचे. ज्या वक्त्यांच्या भाषणासाठी

किंवा कधीकधी असणाऱ्या संगीताच्या कार्यक्रमासाठी मला मुंबईत सवड सापडणं अशक्य व्हायचं अशा काही गुणीजनांचे कार्यक्रम, माझ्या कार्यक्रमाच्या आदल्या किंवा दुसऱ्याच दिवशी व्याख्यानमालेत ठेवलेले असत. मला विनासायास ते ऐकायला मिळाले असते. पण वीस वर्षं सातत्याने जसं दहा चाळीसचं बंधन पाळावं लागलं होतं, त्याप्रमाणेच वर्षाला फक्त (?) वीस रजा मिळतात, त्या हिशोबात बाहेरगावचे वर्षभराचे कार्यक्रम बेतावे लागत असत आणि आजही लागतात.

अशा अनेक चांगल्या भाषणांना आणि मैफलींना मी मुकलो आहे; कारण जास्त रजा घेऊन मी त्या त्या गावी कधी राहू शकलो नाही.

परतीच्या प्रवासात हे सगळं आठवतं. चार चौरस फुटांतून, मागे धावणारा निसर्ग मला हसत राहतो. तो माझ्या नोकरीच्या वृत्तीची कीव करतो. मी त्याला सांगतो,

'मित्रा, मुळातच कथाकथनासारखा एक करमणुकीचा काही उपक्रम अस्तित्वात येणार आहे याचा पत्ता नव्हता. त्यात आपल्याला यश मिळेल, माणसं पैसे खर्च करून तीन-तीन तास एका माणसाच्या गोष्टी ऐकतील, इतकंच नव्हे तर ब्लॅकने आपल्या कार्यक्रमाची तिकिटं घेऊन Housefull करतील हे गावी नव्हतं. केवळ गोष्टी सांगत-सांगत मी परदेशवारीसुद्धा करीन हे तर 'लंडन, अमेरिका, कॅनडा' करूनही स्वप्नवत् वाटतं. तेव्हा केवळ लेखणीवर उदरनिर्वाह आणि संसार चालवता येईल एवढी सुबत्ता ह्या देशात असती आणि नियतीने आहे त्यापेक्षा जास्त प्रतिभा दिली असती, तर कोणतीही पर्वा न करता, तुझा सहवास नक्की जास्त लुटला असता. मला तरीही खूप मिळालं आहे. योग्यतेपेक्षा जास्त मिळालंय. तरीसुद्धा मी काय गमावलं आहे, हे माझ्यापेक्षा तुलाच जास्त माहीत आहे. तेव्हा मला खुशाल कमनशिबी म्हण, फक्त अरसिक म्हणू नकोस.'

मात्र कधीकधी सतत संयमाखाली दडपून ठेवलेलं मन उसळी मारून वर येत असे आणि असं हे बंड पुकारायला निमित्तदेखील फार जोरदार लागत नसे.

असाच एक जुना प्रसंग.

पुण्यातला कार्यक्रम.

मी आदल्या दिवशी डेक्कनने पुणं गाठलं. रात्री कार्यक्रम केला. दुसऱ्या दिवशी सकाळची जनता पकडली. स्टेशनवर बॅग नेण्यासाठी वसुंधरेला बोलावलं. दादरलाच राहत होतो म्हणून तिला 'स्टेशनवर ये' म्हणणं सोपं होतं.

तिला मी 'ये' म्हणालो, पण सकाळपासून तिची किती धावपळ झाली असणार हे आठवायला लागलं, कल्पनेने नजरेसमोर यायला लागलं.
आज घरी टाकीचं पाणी नीट आलं असेल का? का वसुंधरेला खालच्या मजल्यावरून पाणी आणावं लागलं असेल?
हां हां म्हणता चाळीतला दीड खोलीतला संसार डोळ्यांसमोर आला. धावाधाव करणारी वसुंधरा दिसू लागली. तिला सर्व्हायकल स्पॉण्डिलायटीसचं दुखणं आहे. हे दुखणं तिला इमानाने जन्मभर साथ देणार आहे. त्यात खालच्या मजल्यावरून पाणी भरावं लागत असेल तर बोलायला नको.
वाटण्याघाटण्याच्या कामातून तिची सुटका करायची म्हणून जाण्यापूर्वी मिक्सर खरेदी केला होता. ओळखीच्या दुकानदाराने 'वापरून पाहा' म्हणून तसाच दिला होता. कामावर परस्पर गेलो तर दादर स्टेशनच्या पाच-दहा मिनिटांच्या भेटीत, आठवणीने, 'स्वाती, सुहास आणि मिक्सर कसा आहे?' हे विचारायला हवं. त्या दिवशी गाडी चांगलीच लेट झाली होती.
गाडी लेट झाली तर स्टेशनवर ये, असं मी वसुंधरेला बोललो होतो.
गाडी थांबताच ती पुढे आली.
खिडकीतून बॅग देता-देता मी विचारलं,
"Everything O. K.?"
"एकदम! प्रोग्रॅम कसा झाला?"
"फॅण्टॅस्टिक!"
"कोणत्या कथा सांगितल्यात?"
मी नावं सांगितली.
वसुंधरेने तोपर्यंत पिशवीतून ग्लास काढला.
"काय आणलंस?"
"नवीन मिक्सर आणलात ना?"
"हो, कसा चालतो?"
"उत्तम! काल मिल्क कोल्डड्रिंक करून पाह्यलं. तुमची फार आठवण झाली. आता करून आणलंय."
तिने थर्मास पण काढला.
"थर्मास कुणाचा?"
"आणला मागून. श्रीकडून मागवला."
"पण..."
"गाडी सुटायच्या आत घ्या. मग बोला."
तिने गुलाबी, थंड मिल्क कोल्डड्रिंकने ग्लास भरला. मी तिच्या तत्परतेकडे

वेड्यासारखा बघत राह्यलो. कामावरून घरी गेल्यावर हेच कोल्ड्रिंक ती मला देऊ शकली नसती का? प्रथम तिला हे सुचलं आणि सुचल्यावर तो बेत तिने अमलात आणला. दूध कोल्ड्रिंक घेताच शिट्टी वाजली.

वसुंधरा म्हणाली, "तुमचा लेटमार्क टळत नाही."

"काय करणार?"

"मग जायलाच हवं का?"

मी गप्प.

"किती रजा उरल्या आहेत?"

वसुंधरेने हा प्रश्न विचारला आणि त्या क्षणी गावोगावचे सुलाखे तिच्या नजरेत डोकावून गेले.

मन एकदम बंड करून उठलं त्या दिवशी!

आणि चालत्या गाडीतून, खिडकीतून मी प्लॅटफॉर्मवर उडी मारली.

कोणत्या एकेकाळचा तो प्रसंग आठवून मी माझ्याशीच हसत होतो.

सरदारजी माझ्याकडे बघत होता.

'का हसता?' असं—समजा—त्याने विचारलं असतं तर मी काय सांगितलं असतं? सगळं सगळं, आपण जे जे कमावलेलं असतं तसंच्या तसं थोडंच सांगता येतं?

मी खिडकीतून बाहेर पाह्यलं, तर मागे धावणारा निसर्ग मला हसत होता आणि विचारीत होता,

'सगळं सगळं जे जे एखाद्याने गमावलेलं असतं तेही तसंच्या तसं कुठं सांगता येतं?'

❑